പൂർണ
2024

ഡോ.ടി.ആർ.ജയകുമാരി

മലയാളത്തിൽ ഏറ്റവുമധികം പരിസ്ഥിതിഗ്രന്ഥങ്ങൾ പ്രസിദ്ധീകരിച്ച വനിത. ആർ.വിനോദ്കുമാറുമായി ചേർന്ന് ഏറ്റവും കൂടുതൽ പുസ്തകങ്ങൾ തയ്യാറാക്കിയതിന് ഇൻഡ്യാ ബുക്ക് ഓഫ് റെക്കോർഡ്സ്, ഏഷ്യാ ബുക്ക് ഓഫ് റെക്കോർഡ്സ്, യൂണിവേഴ്സൽ റെക്കാർഡ്സ് ഫോറം എന്നിവയുടെ ഗ്രാൻഡ്മാസ്റ്റർ അംഗീകാരം നേടിയിട്ടുണ്ട്. കേരള സർവ്വകലാശാലയിൽ നിന്ന് ജനറ്റിക്സ് ആൻഡ് പ്ലാന്റ് ബ്രീഡിങ്ങിൽ ഡിസ്റ്റിങ്ഷനോടെ ഒന്നാം റാങ്കിൽ ബിരുദാനന്തരബിരുദവും സസ്യശാസ്ത്രത്തിൽ എം.ഫിൽ. പി.എച്ച്.ഡി. ബിരുദങ്ങളുമുണ്ട്. തിരുവനന്തപുരം ഗവ.വിമെൻസ് കോളേജിലെ സസ്യശാസ്ത്ര വിഭാഗം അസോസിയേറ്റ് പ്രൊഫസറും വകുപ്പുമേധാവിയും വൈസ് പ്രിൻസിപ്പലും ഒഫിഷ്യേറ്റിങ് പ്രിൻസിപ്പലുമായി സേവനമനുഷ്ഠിച്ച് 2016-ൽ വിരമിച്ചു. ദക്ഷിണേന്ത്യയിലെ വിവിധ വനമേഖലകളും കാവുകളും നീർത്തടങ്ങളും നിരവധി തവണ സന്ദർശിച്ച്, ഈ വിഷയങ്ങളിൽ 250-ലധികം ലേഖനങ്ങളും ആർ.വിനോദ്കുമാറുമായി ചേർന്നെഴുതിയ 39 പുസ്തകങ്ങൾ ഉൾപ്പെടെ 50-ലധികം പുസ്തകങ്ങളും പ്രസിദ്ധീകരിച്ചിട്ടുണ്ട്. സംസ്ഥാന ബാലസാഹിത്യ ഇൻസ്റ്റിറ്റ്യൂട്ട് പുരസ്കാരം, ഭീമാ ബാലസാഹിത്യ പുരസ്കാരം, പത്തനംതിട്ട സ്പാരോ നേച്ചർ കൺസർവേഷൻ ഫോറത്തിന്റെ പരിസ്ഥിതി സാഹിത്യ പുരസ്കാരം, കേരള സംസ്ഥാന വനിതാ-ശിശുവികസന വകുപ്പിന് കീഴിലുള്ള കിളിമാനൂർ സംയോജിത ശിശുവികസനപദ്ധതിയുടെ വനിതശ്രീ പുരസ്കാരം, ഗ്രാമലക്ഷ്മി പുരസ്കാരം എന്നിവ ലഭിച്ചിട്ടുണ്ട്. സഹ്യാദ്രി നാച്ചുറൽ ഹിസ്റ്ററി സൊസൈറ്റി സ്ഥാപകാംഗവും പ്രസിഡന്റുമാണ്. തിരുവനന്തപുരം ജില്ലയിലെ മുട്ടടയിൽ താമസം. ഭർത്താവ്: എം.കെ.ബാലചന്ദ്രൻ നായർ. മക്കൾ: ഡോ.ലക്ഷ്മി നായർ, ശ്രീഹരി നായർ. ഇ മെയിൽ: jayakumari.tr@gmail.com

ആർ. വിനോദ്കുമാർ

'കേരളം' എന്ന ശീർഷകത്തിൽ ഏറ്റവും കൂടുതൽ പുസ്തകങ്ങൾ പ്രസിദ്ധീകരിച്ചതിന്റെ പേരിൽ ഇൻഡ്യാ ബുക്ക് ഓഫ് റെക്കോർഡ്സിൽ സ്ഥാനം നേടിയ എഴുത്തുകാരൻ. ഡോ.ടി.ആർ.ജയകുമാരിയുമായി ചേർന്ന് ഏറ്റവും കൂടുതൽ പുസ്തകങ്ങൾ തയ്യാറാക്കിയതിന്റെ പേരിൽ ഏഷ്യാ ബുക്ക് ഓഫ് റെക്കോർഡ്സ്, യൂണിവേഴ്സൽ റെക്കോർഡ്സ് ഫോറം, ഇൻഡ്യാ

ബുക്ക് ഓഫ് റെക്കോർഡ്സ് എന്നിവയിലും ഇടംനേടി. കേരള യൂണി വേഴ്സിറ്റി ബി എ മലയാളം പാഠ്യപദ്ധതിയിൽ (2023) കേരളത്തിന്റെ ഹരിത ജാലകം തുറന്നവർ എന്ന കൃതിയിലെ പട്ടുപോകാത്ത ഒറ്റമരം എന്ന ലേഖനം ഉൾപ്പെടുത്തിയിട്ടുണ്ട്. സംസ്ഥാന ബാലസാഹിത്യ ഇൻസ്റ്റിറ്റ്യൂട്ട് പുരസ്കാരം, ഭീമാ ബാലസാഹിത്യ പുരസ്കാരം, കൊല്ലം സുജാതാ സ്മാരക ട്രസ്റ്റിന്റെ പുരസ്കാരം, പത്തനംതിട്ട സ്പാരോ നേച്ചർ കൺസർ വേഷൻ ഫോറത്തിന്റെ പരിസ്ഥിതി സാഹിത്യ പുരസ്കാരം എന്നിവ ലഭിച്ചി ട്ടുണ്ട്. വനം-വന്യജീവി-പരിസ്ഥിതി-കാവ് വിഷയങ്ങളിൽ 450-ലധികം ലേഖനങ്ങളും പരിസ്ഥിതി, വൈജ്ഞാനികം, നോവൽ, ബാലസാഹിത്യം, ജീവചരിത്രം, യാത്രാവിവരണം, ചരിത്രം തുടങ്ങിയ വിഷയങ്ങളിൽ 61 പുസ്തകങ്ങളും പ്രസിദ്ധീകരിച്ചു. ദക്ഷിണേന്ത്യയിലെ വിവിധ വനമേ ഖലകളിലും കാവുകളിലും നീർത്തടങ്ങളിലും നിരവധി യാത്രകൾ നടത്തി യിട്ടുണ്ട്. സഹ്യാദ്രി നാച്ചുറൽ ഹിസ്റ്ററി സൊസൈറ്റിയുടെ സ്ഥാപകാംഗവും സെക്രട്ടറിയുമാണ്.തിരുവനന്തപുരം ജില്ലയിലെ കാലടിയിൽ താമസം. ഭാര്യ: എ ജി സിന്ധു മകൾ: അപർണ. ഇ മെയിൽ: rvinodsahyadri@gmail.com ഫോൺ: 94467 48048

ഡോ.ടി.ആർ.ജയകുമാരിയുടെ ഇതുവരെ പ്രസിദ്ധീകരിച്ച പുസ്തകങ്ങൾ

ജീവജാലങ്ങളുടെ ലോകം ക്വിസ്, ഇന്ത്യയിലെ സംസ്ഥാനവൃക്ഷങ്ങളും പുഷ്പങ്ങളും, അലങ്കാരപ്പനകൾ, നമ്മുടെ വള്ളിസസ്യങ്ങൾ, ഹരിത മനുഷ്യർ, സൂക്ഷ്മജീവികളുടെ ലോകം, നമ്മുടെ പൂച്ചെടികളും പൂമരങ്ങളും, വിജ്ഞാനലോകം ക്വിസ്, കുട്ടികളുടെ വലിയ ചോദ്യങ്ങൾ, കിളിപാടും കാടുകളിലൂടെ(യാത്രാനുഭവങ്ങൾ), ചുറ്റുവട്ടത്തെ ചെറുചെടികൾ, നൊബേൽ സമ്മാനം നേടിയ വനിതകൾ, റെസ്പോൺസ് ഓഫ് കാനാ എഡ്യുലിസ് കെർ. ഓൺ മൈക്കോറൈസൽ ഇനോക്കുലേഷൻ (ഇംഗ്ലീഷ്).

ആർ.വിനോദ്കുമാറിന്റെ ഇതുവരെ പ്രസിദ്ധീകരിച്ച പുസ്തകങ്ങൾ

അഹം ബ്രഹ്മാസ്മി (നോവൽ), കേരളം ഒരു യാത്രാസഹായി, കേരള ത്തിലെ വനവൃക്ഷങ്ങൾ, പശ്ചിമഘട്ടം, ഇന്ത്യയിലെ സംസ്ഥാനമൃഗങ്ങളും പക്ഷികളും, കേരളത്തിലെ പക്ഷികൾ, കേരളത്തിലെ കാടുകളും വന്യ ജീവിസങ്കേതങ്ങളും, കേരളത്തിലെ വന്യജീവിസങ്കേതങ്ങളും വന്യജീ വികളും, നമ്മുടെ വന്യജീവികൾ, വനയാത്ര (യാത്രാനുഭവങ്ങൾ), കേരള ത്തിന്റെ ഹരിതജാലകം തുറന്നവർ, ഹരിതവനിതകൾ, ദേശീയമൃഗങ്ങൾ, പരിസ്ഥിതി ക്വിസ്, കേരളത്തിലെ സ്മാരകങ്ങൾ, കേരളീയം, കേരളത്തിലെ ജില്ലകളും സവിശേഷതകളും, കേരളത്തിലെ ഗുഹാക്ഷേത്രങ്ങളും അപൂർവ്വക്ഷേത്രങ്ങളും, കാവുയാത്ര (യാത്രാനുഭവങ്ങൾ), കേരളത്തിലെ ജില്ലകളിലൂടെ. പച്ചമനുഷ്യർ, പരിസ്ഥിതി ദിനാചരണങ്ങളുടെ കഥ.

വൈജ്ഞാനികം

ഡോ. ടി. ആർ. ജയകുമാരി

ആർ. വിനോദ്കുമാർ

നമ്മുടെ ദിനാചരണങ്ങൾ

ദേശീയതലത്തിലും ആഗോളതലത്തിലും ആചരിക്കപ്പെടുന്ന പ്രധാന ദിനങ്ങൾ

പൂർണ പബ്ലിക്കേഷൻസ്, കോഴിക്കോട്

കോഴിക്കോട് ■ കല്പറ്റ ■ തിരുവനന്തപുരം

Poorna Publications

NAMMUDE DINACHARANANGAL
Deseeya thalathilum agolathalathilum acharikkappetunna pradhana dinangal
Knowledge
Dr.T.R.Jayakumari
R.Vinodkumar

Malayalam
First Edition: March 2024

Cover : Rabeesh

Typing: Jaicom Centre, Peroorkada
Page Setting & Layout : Poorna Clt.

ISBN: 978-81-300-2715-9
10422 (3-2024) 54.I.0.s

Published by:
POORNA PUBLICATIONS, KOZHIKODE
TBS Building, G.H. Road, Kozhikode-673001
Ph: 0495-2720085, 2720086, 2721025

Branches:**Kalpetta** 04936-203842
Thiruvananthapuram 0471-2570504

e-mail:tbsbook@gmail.com
Online Bookstore: www.tbsbook.com

ഡോ.ടി.ആർ.ജയകുമാരി-ആർ.വിനോദ്കുമാർ സംയുക്ത രചനകൾ

1. കേരളത്തിലെ വൃക്ഷങ്ങൾ
2. ജന്മനക്ഷത്രങ്ങളും വൃക്ഷങ്ങളും
3. കേരളത്തിലെ ചെറുജീവികൾ
4. കേരളത്തിലെ പഴങ്ങൾ
5. കേരളത്തിലെ ചെറുസസ്യങ്ങൾ
6. വംശമറ്റുപോയ ജീവജാലങ്ങൾ
7. കേരളത്തിലെ വൃക്ഷങ്ങളും ചെറുസസ്യങ്ങളും
8. നമ്മുടെ മത്സ്യങ്ങൾ
9. പരിസ്ഥിതിയും ജീവജാലങ്ങളും ക്വിസ്
10. പൊതുവിജ്ഞാനം ക്വിസ്
11. കേരളത്തിലെ നീർപ്പക്ഷികൾ
12. കേരളത്തിലെ കണ്ടലുകളും കണ്ടൽസഹചാരികളും
13. കേരളത്തിലെ വന്യജീവികൾ
14. കേരളത്തിലെ കാട്ടുപക്ഷികൾ
15. കേരളത്തിലെ നാട്ടുപക്ഷികൾ
16. ഇന്ത്യയിലെ ദേശീയോദ്യാനങ്ങൾ
17. പശ്ചിമഘട്ടത്തിലെ ദേശജാതികൾ
18. കേരളത്തിലെ ജലാശയങ്ങൾ
19. കേരളത്തിലെ ഉരഗങ്ങൾ
20. നമ്മുടെ പൂമ്പാറ്റകൾ
21. റെക്കോർഡുകളിൽ ഇന്ത്യയും കേരളവും
22. പശ്ചിമഘട്ടത്തിലെ കുറിഞ്ഞികൾ
23. കേരളത്തിലെ പാമ്പുകൾ
24. 40 ഇക്കോടൂറിസം യാത്രകൾ
25. ഒരു തൈ നടാം (ബാലസാഹിത്യം)
26. വനയാത്ര (ബാലസാഹിത്യം)
27. ഞങ്ങൾ അരുമകൾ (ബാലസാഹിത്യം)
28. കേരളത്തിലെ കാടുകളിലൂടെ (ബാലസാഹിത്യം)

29. കുറിഞ്ഞികൾ കഥപറയുന്നു. (ബാലസാഹിത്യം)
30. ഇഴയുന്ന ചങ്ങാതിമാർ (ബാലസാഹിത്യം)
31. മലയാളത്തിന്റെ പെരുന്തച്ചൻ (ജീവചരിത്രം)
32. കാവുകളും ജൈവവൈവിദ്ധ്യവും
33. കേരളത്തിലെ കാവുകൾ
34. കേരളത്തിലെ മ്യൂസിയങ്ങൾ
35. ഒരു ഹരിതവിദ്യാലയത്തിന്റെ കഥ (ബാലസാഹിത്യം)
36. പശ്ചിമഘട്ടത്തിന്റെ കഥ (ബാലസാഹിത്യം)
37. പ്രകൃതിയുടെ പിന്നാലെ (ബാലസാഹിത്യം)
38. കേരളത്തിന്റെ ഒന്നാം സ്ഥാനങ്ങൾ
39. കേരളീയ വനം വന്യജീവി പരിസ്ഥിതി വിജ്ഞാനകോശം (3 വാല്യങ്ങൾ)

ദിനാചരണങ്ങളുടെ പൊരുൾ തേടി

അറിവിന്റെ അതിരുകൾ ചക്രവാളങ്ങളോളം വിശാലവും വിപുലവുമാണ്. കട്ടപിടിച്ച ഇരുട്ടിൽ പ്രകാശവീചികളും കാരിരുമ്പിന്റെ കാഠിന്യമുള്ള പാറകളിൽ തെളിനീരുറവകളും അലകടലിന്റെ ആഴങ്ങളിൽ മുത്തും പവിഴവും തിരയുന്നത് പോലെ, മണ്ണിലും വിണ്ണിലും, കാട്ടിലും മേട്ടിലും, പൂവിലും പുഴുവിലും പൂമ്പാറ്റയിലും അറിവുകൾ തേടുന്നവരാണ് ആധുനികമനുഷ്യർ. മനുഷ്യന്റെ വിജ്ഞാനദാഹത്തിന് മനുഷ്യരാശിയുടെ ചരിത്രത്തോളം തന്നെ പ്രായമുണ്ട്. നിരവധി തലമുറകൾ നിതാന്തമായി നിലനിന്ന വിജ്ഞാനതൃഷ്ണയുടെ സദ്ഫലങ്ങളാണ് ഇന്ന് ലഭ്യമായിട്ടുള്ള പല അറിവുകൾക്കും അടിസ്ഥാനമായി ഭവിച്ചത്. പുതിയ അറിവുകളും വിവരങ്ങളും മനുഷ്യനെ പ്രചോദിപ്പിക്കുന്നതിനോടൊപ്പം സംസ്കാരസമ്പന്നനാകാനും കർമ്മനിരതനാവാനും സഹായിക്കുന്നു. അതിനാൽത്തന്നെ, അറിവ് തേടിയുള്ള മനുഷ്യന്റെ ശ്രമങ്ങൾക്ക് ഒരിക്കലും വിരാമമുണ്ടാകുന്നില്ല. അങ്ങനെയുള്ള ഞങ്ങളുടെ ശ്രമങ്ങൾക്കിടയിലാണ് ദേശീയതലത്തിലും അന്തർദ്ദേശീയതലത്തിലും ആചരിക്കപ്പെടുന്ന ദിനാചരണങ്ങളുടെ പൊരുൾ തേടാനുള്ള താല്പര്യം ഉരുത്തിരിഞ്ഞതും രൂഢമൂലമായതും.

രചനയ്ക്കാവശ്യമായ വസ്തുതകൾ ശേഖരിക്കാനുള്ള ശ്രമങ്ങളാരംഭിച്ചപ്പോഴാണ് എത്രത്തോളം ശുഷ്കമാണ് ദിനാചരണങ്ങളെപ്പറ്റി ലഭ്യമാകുന്ന വിവരങ്ങൾ എന്ന് ബോദ്ധ്യമായത്. ആചരിക്കുന്ന ദിനങ്ങളുടെ പേരുകൾ നീണ്ട പട്ടിക കണ്ടെത്താൻ ഏറെ ബുദ്ധിമുട്ടേണ്ടി വന്നില്ല. എന്നാൽ, അവയുടെ ചരിത്രവും പ്രാധാന്യവും അടങ്ങുന്ന വിവരണം സമാഹരിക്കാൻ പുസ്തകങ്ങളിലൂടെയും വെബ്സൈറ്റുകളിലൂടെയും കുറെയധികം ദൂരം സഞ്ചരിക്കേണ്ടിവന്നു. എല്ലാ യാത്രകളും ലക്ഷ്യസ്ഥാനത്തെത്തുന്നതിൽ പൂർണ്ണമായും വിജയിച്ചുവെന്നും പറയാനാവില്ല. എന്നാലും, ദിനാചരണങ്ങളുമായി ബന്ധപ്പെട്ട് കുട്ടികളും മുതിർന്നവരും അറിഞ്ഞിരിക്കേണ്ട ഒട്ടനവധി വിവരങ്ങൾ ഇതിൽ ക്രോഡീകരിക്കാൻ ഞങ്ങൾക്ക് സാധിച്ചിട്ടുണ്ട്. പ്രാദേശികമായും ദേശീയമായും അന്തർദ്ദേശീയമായും ചില സംഘടനകൾ മാത്രമായും ആചരിക്കപ്പെടുന്ന നിരവധി ദിനാചരണങ്ങൾ ഇനിയുമുണ്ട്. വ്യാപകമായ ലോകാംഗീകാരമില്ലാത്ത അവയെ തൽക്കാലം ഒഴിവാക്കുകയാണ്.

അറിവിന്റെ ആഴങ്ങളിൽ മുങ്ങിത്തപ്പുന്ന വിജ്ഞാനദാഹികൾക്ക് വ്യത്യസ്തമായ അറിവുകൾ പകർന്നുനൽകാൻ സഹായകമാകുമെന്ന ഉറച്ച വിശ്വാസത്തോടെ ദിനാചരണങ്ങളെപ്പറ്റിയുള്ള ഈ ഗ്രന്ഥം സവിനയം സമർപ്പിക്കട്ടെ.

ഡോ.ടി.ആർ.ജയകുമാരി

ആർ.വിനോദ്കുമാർ

ദിനാചരണങ്ങൾക്ക് ഒരാമുഖം

വർഷം മുഴുവൻ ഓരോരോ ദിനം ആഘോഷിക്കുകയും ആചരിക്കുകയും ചെയ്യുന്ന കാലമാണിത്. പ്രത്യേക കാരണങ്ങൾക്കായി അല്ലെങ്കിൽ പ്രത്യേക കാരണങ്ങൾക്കും കാര്യങ്ങൾക്കുമായി സവിശേഷ പ്രാധാന്യം കല്പിക്കപ്പെട്ട തീയതികളാണ് ദിനാചരണങ്ങൾ. വിവിധ രാജ്യങ്ങളിൽ ദേശീയതലത്തിൽ മാത്രം ആചരിക്കപ്പെടുന്നതും അന്തർദ്ദേശീയതലത്തിലും ആഗോളതലത്തിലും ആചരിക്കപ്പെടുന്നതുമായ നിരവധി ദിനാചരണങ്ങളുണ്ട്. ഒരേ ദിവസം പല ദിനാചരണങ്ങൾ നടക്കുന്നതും അപൂർവ്വമല്ല. വിരളമായി, ഒരു ദിനാചരണം പല നാടുകളിൽ പല ദിവസങ്ങളിൽ ആചരിക്കാറുമുണ്ട്.

കാലത്തിന്റെ നിരന്തരപ്രവാഹത്തിൽ വിസ്മൃതിയുടെയോ അവഗണനയുടെയോ കനൽ മൂടി ആരാലും ശ്രദ്ധിക്കപ്പെടാതെ പോകുന്ന ചരിത്ര സംഭവങ്ങളും ശാസ്ത്ര-സാങ്കേതികനേട്ടങ്ങളും നിരവധിയാണ്. ഇവയെ പൊതുജനശ്രദ്ധയിൽ കൊണ്ടുവരികയാണ് ദിനാചരണങ്ങളുടെ ഒരു ലക്ഷ്യം. വിവിധ മേഖലകളിൽ മനുഷ്യോപകാരപ്രദമായ കണ്ടുപിടിത്തങ്ങൾ നടത്തി കാലയവനികയ്ക്കുള്ളിൽ മറഞ്ഞ പ്രഗത്ഭർ അസംഖ്യമുണ്ട്. അവരുടെ വ്യക്തിഗതസംഭാവനകളും, ശാസ്ത്രവും സാങ്കേതികവിദ്യയും വികസിക്കാതിരുന്ന ഒരു കാലത്ത് തങ്ങളുടെ പഠനപ്രവർത്തനങ്ങൾക്ക് വേണ്ടി അവർ നേരിട്ട കഷ്ടപ്പാടുകളും വെല്ലുവിളികളും തലമുറകൾ അറിഞ്ഞിരിക്കേണ്ടതാണ്. ഈ ലോകം ഇന്നത്തെ രീതിയിലാകുന്നതിന് കാരണഭൂതരായിത്തീർന്ന ഇത്തരം പ്രതിഭകളെ സ്മരിക്കാനുള്ള അവസരമായി ഏർപ്പെടുത്തിയിട്ടുള്ള ദിനാചരണങ്ങളുമുണ്ട്. പൊയ്പ്പോയ കാലങ്ങളിലെ അതിപ്രധാനമായ ചില ദിവസങ്ങളുടെ സവിശേഷ പ്രാധാന്യം ഓർമ്മിപ്പിക്കാനും അവയുടെ പ്രസക്തി പ്രചരിപ്പിക്കാനുമുള്ള എളുപ്പവഴിയായും ദിനാചരണങ്ങൾ മാറിയിട്ടുണ്ട്. മാനവരാശിയെ ഗ്രസിക്കുന്ന രോഗങ്ങളെക്കുറിച്ചും ജീവിതത്തിൽ അനുവർത്തിക്കേണ്ട ചിട്ടകളെയും അടിസ്ഥാന ജീവിതരീതികളെയും കുറിച്ചും ഒഴിവാക്കേണ്ട ദുശ്ശീലങ്ങളെക്കുറിച്ചുമൊക്കെ അവബോധമുണർത്താനുള്ള ഉപാധികളുമാണ് ദിനാചരണങ്ങൾ. രോഗങ്ങളുമായി ബന്ധപ്പെട്ടുള്ള ദിനാചരണങ്ങൾ അതാത് രോഗങ്ങളെപ്പറ്റിയും അവയുടെ നിയന്ത്രണ-പ്രതിരോധമാർഗ്ഗങ്ങളെപ്പറ്റിയുമുള്ള അറിവുകൾ സമൂഹത്തിൽ പ്രചരിപ്പിച്ച് രോഗസാദ്ധ്യത കുറയ്ക്കാനോ രോഗനിർമ്മാർജ്ജനം നടത്താനോ ഉദ്ദേശിച്ചുള്ളവയാണ്.

അന്താരാഷ്ട്ര താല്പര്യങ്ങളും പ്രശ്നങ്ങളും ചർച്ച ചെയ്യുന്നതിനും അവയ്ക്ക് പരിഹാരം കാണുന്നതിനുമായും ദിനാചരണങ്ങൾ നടത്തുന്നു. ജനങ്ങൾ അഭിമുഖീകരിക്കുന്നതും അവരെ അലട്ടുന്നതുമായ വിഷയങ്ങൾ പൊതുശ്രദ്ധയിൽ കൊണ്ടുവരാനും മനുഷ്യർ വിവിധ മേഖലകളിൽ കൈവരിച്ച നേട്ടങ്ങൾ കൊണ്ടാടുവാനും മനുഷ്യോപകാരപ്രദമായ പ്രവർത്തനങ്ങൾ കാഴ്ചവച്ചവരെയും സ്ഥാപനങ്ങളെയും സംഘടനകളെയും എക്കാലവും ഓർക്കുന്ന രീതിയിൽ ആദരിക്കാനും പ്രോത്സാഹിപ്പിക്കാനും ദിനാചരണങ്ങൾ ലക്ഷ്യമിടുന്നു. ലോകത്ത് നടന്നിട്ടുള്ളതും നടക്കുന്നതുമായ പ്രധാന സംഭവങ്ങളുടെ സ്മരണ നിലനിർത്താനും ആശയങ്ങൾ പ്രചരിപ്പിക്കാനും ദിനാചരണങ്ങൾ നടത്താറുണ്ട്. ചില ദിനാചരണങ്ങൾ ലോകജനതയുടെ നന്മയ്ക്കായി പ്രവർത്തിക്കാനുള്ള ആഹ്വാനം നൽകുന്നവയാണ്. ദേശീയതലത്തിൽ മാത്രം ആചരിക്കപ്പെടുന്ന ദിനാചരണങ്ങൾ പൊതുവെ ദേശസ്നേഹം ഊട്ടിയുറപ്പിക്കാൻ ലക്ഷ്യമിടുന്നു. രാജ്യത്തിന്റെ കാവലാളുകളായ സേനാംഗങ്ങളുടെ കർമ്മധീരതയും രാജ്യസ്നേഹവും ഉയർത്തിക്കാട്ടാനും യുദ്ധത്തിൽ വീരമൃത്യു വരിച്ചവരെ ആദരിക്കാനും ഉദ്ദേശിച്ചുള്ളവയാണ് സേനാദിനങ്ങൾ.

മിക്ക ദിനാചരണങ്ങളും, പൊതുജനങ്ങളെയും വിദ്യാർത്ഥികളെയും ബോധവൽക്കരിക്കാൻ ഉദ്ദേശിച്ചുള്ളവയാണ്. ഒരു പ്രത്യേക പ്രമേയത്തിലൂന്നിയായിരിക്കും ഓരോ ദിനാചരണവും പ്രഖ്യാപിക്കപ്പെടുന്നത്. ദിനാചരണപ്രവർത്തനങ്ങൾ ഏകോപിപ്പിക്കുന്നതിന് ഓരോ വർഷവും അനുയോജ്യമായ ഓരോ സന്ദേശവാക്യം അഥവാ തീം നിശ്ചയിക്കുന്നതും പതിവാണ്. ഇത് അടിസ്ഥാനമാക്കിയായിരിക്കും ആ വർഷത്തെ ദിനാചരണപരിപാടികൾ നടത്തുന്നത്. ദിനാചരണത്തിന്റെ രൂപീകരണ ലക്ഷ്യങ്ങൾ പ്രചരിപ്പിക്കുന്നതിനായി തീമുമായി ബന്ധപ്പെട്ട വിഷയങ്ങളിൽ സെമിനാറുകൾ, സിമ്പോസിയങ്ങൾ, ചർച്ചാക്ലാസ്സുകൾ, ചിത്രപ്രദർശനങ്ങൾ, പ്രഭാഷണങ്ങൾ, ഉപന്യാസ-ചിത്രരചനാ-പെയിന്റിങ്ങ്-പ്രശ്നോത്തരി മത്സരങ്ങൾ, ജാഥകൾ എന്നിങ്ങനെ വിവിധ പരിപാടികൾ സംഘടിപ്പിക്കാറുണ്ട്.

ലോകപ്രശസ്തമായിത്തീർന്നിട്ടുള്ളതും കാലികപ്രസക്തിയുള്ളതുമായ ദിനാചരണങ്ങളുടെ ഉത്ഭവം, ചരിത്രം, ഉദ്ദേശ്യം, ആചരണരീതികൾ എന്നിവയാണ് ഈ ഗ്രന്ഥത്തിലെ പ്രതിപാദ്യം. കലണ്ടർ മാസങ്ങളുടെയും തീയതികളുടെയും ക്രമത്തിലാണ് ദിനാചരണങ്ങൾ വിവരിച്ചിരിക്കുന്നത്.

ജനുവരി 1

ആഗോള കുടുംബദിനം (Global Family Day)

ജനുവരി ഒന്ന് ആഗോളതലത്തിൽ കുടുംബദിനമായി ആചരിക്കുന്നു. പുതുവർഷം തുടങ്ങുന്നത്, ലോകത്തുള്ള മനുഷ്യരെല്ലാം ഒരേ കുടുംബത്തിൽപ്പെട്ടവരാണെന്ന കാഴ്ചപ്പാടോടെയാവണമെന്ന ആശയത്തിലൂന്നിയാണ് ലോക സമാധാനദിനമെന്നും അറിയപ്പെടുന്ന ഈ ദിനാചരണം നടക്കുന്നത്. ഭാഷയോ വേഷമോ സംസ്ക്കാരമോ മതമോ വംശമോ പൗരത്വമോ ഏതായാലും ഭൂമിയെന്ന വലിയ കുടുംബത്തിലെ അംഗങ്ങളാണ് നാമെല്ലാമെന്ന തിരിച്ചറിവോടെ പരസ്പരം സഹായിച്ചും സഹകരിച്ചും ഐക്യത്തോടെ നിന്നാൽ മാത്രമേ മനുഷ്യകുലത്തിന് നിലനിൽക്കാൻ സാധിക്കുകയുള്ളൂ എന്ന സന്ദേശം പ്രചരിപ്പിക്കുകയാണ് ദിനാചരണ ലക്ഷ്യം.

1997-ൽ ഐക്യരാഷ്ട്ര പൊതുസഭ ഇരുപതാം നൂറ്റാണ്ടിലെ ആദ്യത്തെ പത്തുവർഷങ്ങൾ, ലോകത്തിലെ കുട്ടികൾക്കായി, സമാധാനവും അക്രമരാഹിത്യവും സംസ്ക്കാരമാക്കാനുള്ള അന്താരാഷ്ട്രദശകമായി പ്രഖ്യാപിച്ചതോടെയാണ് ലോകസമാധാനത്തിനായി ഒരു ദിനം വേണമെന്ന ആശയം പല രാജ്യങ്ങൾക്കുമുണ്ടായത്. 2001 ലാണ് ജനുവരി ഒന്ന് ആഗോള കുടുംബദിനമായി ഐക്യരാഷ്ട്രസഭ പ്രഖ്യാപിച്ചത്. 1999-ൽ യു.എൻ.അംഗരാഷ്ട്രങ്ങൾ സമാധാനം സ്ഥാപിക്കാനുള്ള പ്രവർത്തനങ്ങൾക്കായി വർഷത്തിലെ ആദ്യദിനം നീക്കിവച്ചതിന്റെ വിജയമാണ് ഐക്യരാഷ്ട്രസഭയെ ആഗോളകുടുംബദിനം പ്രഖ്യാപിക്കാൻ പ്രേരിപ്പിച്ചത്.

ജനുവരി 4

ലോക ഹിപ്നോട്ടിസം ദിനം (World Hypnotism day)

ലോക ഹിപ്നോട്ടിസം ദിനം എല്ലാ വർഷവും ജനുവരി നാലിനാണ് ആചരിക്കുന്നത്. മാന്ത്രികരും സൈക്കോളജിസ്റ്റുകളും പ്രയോഗിച്ചുവരുന്ന മോഹനിദ്ര അഥവാ ഹിപ്നോട്ടിസത്തെക്കുറിച്ച് പ്രചരിക്കുന്ന കെട്ടുകഥകളും പുലർത്തുന്ന തെറ്റിദ്ധാരണകളും മാറ്റിയെടുക്കാനുള്ള ശ്രമമാണ്

ഈ ദിനാചരണത്തിൽ നടത്തുന്നത്. പ്രത്യേക ശബ്ദവിന്യാസവും കൃത്യമായ നിർദ്ദേശങ്ങളും വഴി കൃത്രിമമായ നിദ്രയിലേക്ക് നയിച്ചശേഷം ഒരാളിന്റെ ഉപബോധമനസ്സിലുള്ള കാര്യങ്ങൾ മുൻകൂട്ടി നിശ്ചയിച്ച ചോദ്യങ്ങളുടെ ഉത്തരം പറയിച്ച് മനസ്സിലാക്കിയെടുക്കുന്ന വിദ്യയായ ഹിപ്നോട്ടിസത്തിന്റെ ചികിത്സാപരമായ ഉപയോഗം ലോകത്തിന് ബോദ്ധ്യപ്പെടുത്തിക്കൊടുക്കാൻ ഈ ദിനാചരണം ലക്ഷ്യമിടുന്നു. 2004 മുതലാണ് ദിനാചരണം തുടങ്ങിയത്. മാനസികകാരണങ്ങളാലുണ്ടാകുന്ന ശാരീരിക രോഗങ്ങളുടെ ചികിത്സയ്ക്കായി കൃത്രിമനിദ്ര പ്രയോജനപ്പെടുത്തിയിരുന്ന ഐറിഷ് ഭിഷഗ്വരനായ ജാക്ക് ഗിബ്സണോടുള്ള ആദരസൂചകമായിട്ടാണീ ദിനാചരണം.

ജനുവരി 4

ലോക ബ്രെയ്‌ലിദിനം (World Braille day)

കാഴ്ചപരിമിതിയുള്ളവരും അന്ധരും ഉപയോഗിക്കുന്ന എഴുത്തുവിദ്യയാണ് ബ്രെയിലി. ഈ ലിപി, പ്രത്യേകതരം കട്ടിക്കടലാസിൽ നാരായം പോലുള്ള ഒരു ഉപകരണം(സ്റ്റൈലസ്) ഉപയോഗിച്ചാണ് എഴുതുന്നത്. കടലാസിന്റെ പ്രതലത്തിൽ നിന്ന് അല്പം ഉയർന്നുനിൽക്കുന്ന രീതിയിൽ രണ്ടുവരികളിലായി ചതുരാകൃതിയിൽ ആറ് കുത്തുകൾ പല രീതിയിലായിട്ടാണ് അക്ഷരങ്ങളും അക്കങ്ങളും ചിഹ്നങ്ങളുമൊക്കെ രേഖപ്പെടുത്തുന്നത്. കടലാസിലെ കുത്തുകളിലൂടെ വിരലോടിച്ചാണ് ഇവ വായിച്ചു മനസ്സിലാക്കുന്നത്. ബാല്യത്തിലുണ്ടായ ഒരു അപകടം കാരണം അന്ധനായിത്തീർന്ന ലൂയി ബ്രെയിലിയെന്ന ഫ്രഞ്ചുകാരൻ 15-ാം വയസ്സിലാണ് ഇത് കണ്ടുപിടിച്ചത്. കാഴ്ചപരിമിതിയുള്ളവർക്ക് വായനയുടെയും അറിവിന്റെയും ലോകം തുറന്നുകൊടുത്ത അദ്ദേഹത്തിന്റെ ജന്മദിനമായ ജനുവരി 4 ആണ് ലോകമൊട്ടാകെ ബ്രെയിലിദിനമായി ആചരിക്കുന്നത്. ഈ ദിനാചരണത്തിന് തുടക്കമിട്ടത് ഐക്യരാഷ്ട്ര പൊതുസഭ 2018 നവംബറിൽ പുറപ്പെടുവിച്ച വിജ്ഞാപനമാണ്. കാഴ്ചപരിമിതരുടെ മാനുഷികാവകാശങ്ങൾ സാക്ഷാത്കരിക്കുന്നതിൽ, ആശയവിനിമയത്തിനുള്ള ഉപാധിയായ ബ്രെയിലിഭാഷയ്ക്കുള്ള പ്രാധാന്യത്തെക്കുറിച്ച് ജനങ്ങളിൽ അവബോധം വളർത്തുകയാണ് ഈ ദിനാചരണത്തിന്റെ ഉദ്ദേശ്യം. 2019 ലാണ് ആദ്യത്തെ ദിനാചരണം നടന്നത്.

ഉടമ്പടി (കൺവെൻഷൻ ഓൺ ദ് റൈറ്റ്സ് ഓഫ് ദ് ചൈൽഡ്) അനുസരിച്ച് ഉന്നതവിദ്യാഭ്യാസം എല്ലാ പൗരന്മാർക്കും പ്രാപ്യമാക്കാൻ ഓരോ രാജ്യവും പ്രതിജ്ഞാബദ്ധവുമാണ്. ഇവ രണ്ടും പ്രാബല്യത്തിൽ വരുത്താനും വിദ്യാഭ്യാസത്തിന്റെ പ്രാധാന്യം ലോകജനതയെ ബോദ്ധ്യപ്പെടുത്താനുമാണ് ദിനാചരണം ലക്ഷ്യമിടുന്നത്. ലോകസമാധാനം നിലനിർത്തുന്നതിനും സുസ്ഥിരവികസനം കൈവരിക്കാനും വിദ്യാഭ്യാസം വഹിക്കുന്ന പങ്ക് ഉയർത്തിക്കാട്ടാനായി ഐക്യരാഷ്ട്ര പൊതുസഭ 2018 ഡിസംബർ മൂന്നിനാണ് ജനുവരി 24 രാജ്യാന്തര വിദ്യാഭ്യാസ ദിനമായി പ്രഖ്യാപിച്ചത്. 2019-ന് ആദ്യ ദിനാചരണം നടന്നു.

ജനുവരി 24

ദേശീയ ബാലികാദിനം (National Girl child day)

2008 മുതൽ ജനുവരി 24 ഇൻഡ്യയിൽ ബാലികാദിനമായി ആചരിച്ചുവരുന്നു. കേന്ദ്ര വനിതാ-ശിശുവികസനമന്ത്രാലയമാണ് ഈ ദിനാചരണത്തിന് തുടക്കമിട്ടത്. സ്ത്രീശക്തിയുടെ പ്രതീകമായിരുന്ന ഒരു വനിത ഇൻഡ്യയുടെ ഭരണാധികാരിയായ ദിനത്തിന്റെ ഓർമയ്ക്കാണ് ജനുവരി 24 പെൺകുട്ടികൾക്കുള്ള ദിനമായി മാറ്റിവച്ചത്. 1966 -ൽ ഇന്ദിരാഗാന്ധി ഇൻഡ്യയുടെ ആദ്യ വനിതാപ്രധാനമന്ത്രിയായി ചുമതലയേറ്റത് ജനുവരി 24 നായിരുന്നു. ഇൻഡ്യൻ സാമൂഹികവ്യവസ്ഥിതിയിൽ പെൺകുട്ടികൾ നേരിടുന്ന വിവേചനത്തെക്കുറിച്ച് പൊതുജനങ്ങൾക്ക് അറിവ് പകരാനും പെൺകുട്ടികളുടെ അവകാശങ്ങളെക്കുറിച്ച് അവബോധം നൽകാനും ഈ ദിനാചരണം ലക്ഷ്യമിടുന്നു. ലിംഗവിവേചനം മൂലം ഒരു വലിയ വിഭാഗം പെൺകുട്ടികൾക്കും വിദ്യാഭ്യാസം നിഷേധിക്കപ്പെടുന്നു. ചെറുപ്രായത്തിലേ ജോലികളിലേർപ്പെടാൻ നിർബ്ബന്ധിതരാകുന്ന ഇവരിൽ പലർക്കും ഉല്ലാസപൂർണ്ണമായ ബാല്യകാലമോ പോഷകസമ്പുഷ്ടമായ ഭക്ഷണമോ ലഭിക്കുന്നില്ല. പലരും ശാരീരിക-മാനസിക പീഡനങ്ങൾക്ക് ഇരയാവുകയോ ബാല്യവിവാഹത്തിന് നിർബ്ബന്ധിക്കപ്പെടുകയോ ചെയ്യുന്നു. ഈയൊരു രീതിക്ക് മാറ്റം വരണമെന്ന ലക്ഷ്യവുമായി, എല്ലാ പെൺകുട്ടികൾക്കും ആരോഗ്യരക്ഷയും വൈദ്യസഹായവും നൽകാനും അവർക്ക് വിദ്യാഭ്യാസത്തിനും ജോലിനേടുന്നതിനും സൗകര്യങ്ങൾ ചെയ്തുകൊടുക്കാനും ബാലികാദിനം ആഹ്വാനം ചെയ്യുന്നു.

ജനുവരി 25

ദേശീയ വിനോദസഞ്ചാരദിനം (National Tourism day)

എല്ലാ വർഷവും ജനുവരി 25 ഭാരതത്തിൽ ദേശീയ വിനോദസഞ്ചാര ദിനമായി ആചരിക്കുന്നു. ആഭ്യന്തര വിനോദസഞ്ചാരം പ്രോത്സാഹിപ്പിക്കുകയാണ് ഇതിന്റെ മുഖ്യലക്ഷ്യം. വിദേശരാജ്യങ്ങളിലുള്ളതുപോലെ നമ്മുടെ നാട്ടിലും അതിമനോഹരവും അത്യന്തം വ്യത്യസ്തവുമായ വിനോദ-വിജ്ഞാനകേന്ദ്രങ്ങളുണ്ട്. ഇത്തരം സ്ഥലങ്ങളെക്കുറിച്ചുള്ള വിവരങ്ങൾക്ക് പ്രചാരം നൽകി ഇവിടങ്ങളിലേക്ക് കൂടുതൽ ആളുകളെ ആകർഷിച്ച് വരുത്താനുള്ള ശ്രമങ്ങൾ ഈ ദിനത്തിന്റെ ലക്ഷ്യങ്ങളിൽപ്പെടുന്നു. ദിനാചരണത്തിന്റെ ഭാഗമായി പൊതുജനങ്ങൾക്ക്, വിനോദസഞ്ചാരത്തിന്റെ പ്രാധാന്യവും നാടിന്റെ സാമ്പത്തികസ്ഥിതി ഉയർത്തുന്നതിൽ അതിനുള്ള പങ്കും സംബന്ധിച്ച ബോധവൽക്കരണം നൽകുകയാണ് സർക്കാർ ചെയ്യുന്നത്. വിനോദസഞ്ചാരത്തിന്റെ സാമൂഹ്യ-സാമ്പത്തിക-രാഷ്ട്രീയ-സാംസ്ക്കാരിക മൂല്യങ്ങൾ സ്വദേശികൾക്ക് ബോദ്ധ്യപ്പെടുത്തിക്കൊടുക്കാനുള്ള അവസരമാണിത്.

ജനുവരി 25

ദേശീയ സമ്മതിദാനാവകാശദിനം (National Voter's day)

വോട്ടർമാരെ, പ്രത്യേകിച്ചും യുവാക്കളെ തെരഞ്ഞെടുപ്പ് പ്രക്രിയയുമായി കൂടുതൽ സഹകരിപ്പിക്കാനും 18 വയസ്സു തികഞ്ഞ എല്ലാ ഭാരതീയ പൗരന്മാരുടെയും അവകാശവും കടമയുമാണ് വോട്ട് അഥവാ സമ്മതിദാനം രേഖപ്പെടുത്തൽ എന്ന് ഉദ്ബോധിപ്പിക്കാനുമായി എല്ലാ ജനുവരി 25 നും ദേശീയ വോട്ടവകാശദിനം ആചരിക്കുന്നു. ഇത് സമ്മതിദായകദിനമെന്നും അറിയപ്പെടുന്നു. 1950 ജനുവരി 25-ന് തെരഞ്ഞെടുപ്പ് കമ്മീഷൻ(ഇലക്ഷൻ കമ്മീഷൻ ഓഫ് ഇൻഡ്യ) നിലവിൽ വന്നതിന്റെ ഓർമ്മ നിലനിർത്താനാണ് ഈ ദിവസം ദിനാചരണത്തിനായി തെരഞ്ഞെടുത്തിരിക്കുന്നത്. 2011-ലാണ് ദിനാചരണം തുടങ്ങിയത്. ഇതോടനുബന്ധിച്ച്, രാഷ്ട്രപതി മുഖ്യാതിഥിയായി ന്യൂഡൽഹിയിൽ നടക്കുന്ന ചടങ്ങിൽ പല കലാ-സാംസ്ക്കാരിക പരിപാടികളും അവതരിപ്പിക്കാറുണ്ട്.

ജനുവരി 26

അന്താരാഷ്ട്ര കസ്റ്റംസ് ദിനം (International Customs day)

ജനുവരി 26 അന്താരാഷ്ട്ര കസ്റ്റംസ് ദിനമാണ്. 1953 ജനുവരി 26-ന് ബൽജിയത്തിലെ ബ്രസ്സൽസിൽ കസ്റ്റംസ് കോഓർഡിനേഷൻ കൗൺസിൽ ഉദ്ഘാടനം ചെയ്യപ്പെട്ടതിന്റെ ഓർമ്മയ്ക്കായി, 1983-ലാണ് ഈ ദിനാചരണത്തിന് തുടക്കമിട്ടത്. കസ്റ്റംസ് കോഓർഡിനേഷൻ കൗൺസിൽ 1994-ൽ വേൾഡ് കസ്റ്റംസ് ഓർഗനൈസേഷൻ എന്ന് പുനർനാമകരണം ചെയ്യപ്പെട്ടു. 182 രാജ്യങ്ങൾ അംഗങ്ങളായുള്ള വേൾഡ് കസ്റ്റംസ് ഓർഗനൈസേഷൻ ആണ് അന്താരാഷ്ട്ര കസ്റ്റംസും അതിർത്തികളിലെ നിയന്ത്രണങ്ങളുമൊക്കെ ശ്രദ്ധിക്കുന്നത്. ഈ സംഘടനയുടെ നേതൃത്വത്തിലാണ് കസ്റ്റംസ് ദിനാചരണം നടത്തുന്നത്.

വാണിജ്യത്തിനും വ്യാപാരത്തിനും വ്യക്തിപരമായ ആവശ്യങ്ങൾക്കുമുള്ള വസ്തുക്കൾ സുരക്ഷിതമായി രാജ്യാതിർത്തികളിലൂടെ അങ്ങോട്ടുമിങ്ങോട്ടും കടത്തിവിടുന്നതിനായി പ്രവർത്തിക്കുന്ന കസ്റ്റംസ് ഉദ്യോഗസ്ഥരുടെയും കസ്റ്റംസ് വകുപ്പുമായി ബന്ധപ്പെട്ട് പ്രവർത്തിക്കുന്ന ഏജൻസികളുടെയും മർമ്മപ്രധാനമായ സേവനങ്ങളെ ആദരിക്കുന്നതിനുവേണ്ടിയാണ് ഈ ദിനാചരണം. ഉദ്യോഗസ്ഥരുടെ, തൊഴിലിടങ്ങളിലെ സാഹചര്യങ്ങളും കൃത്യനിർവ്വഹണത്തിൽ അവർക്ക് അഭിമുഖീകരിക്കേണ്ടിവരുന്ന വെല്ലുവിളികളുമെല്ലാം ഈ ദിനത്തിൽ ചർച്ച ചെയ്യപ്പെടുന്നു. വേൾഡ് കസ്റ്റംസ് ഓർഗനൈസേഷന്റെ പ്രവർത്തനങ്ങളും ഉത്തരവാദിത്വങ്ങളും പരിശ്രമങ്ങളുമൊക്കെ സംബന്ധിച്ച വിവരങ്ങൾ വെളിപ്പെടുത്തുന്ന ആഘോഷപരിപാടിയിൽ മികച്ച സേവനം കാഴ്ചവയ്ക്കുന്ന ഉദ്യോഗസ്ഥരെ ആദരിക്കുകയും ചെയ്യുന്നു.

ജനുവരി 27

അന്തർദ്ദേശീയ കൂട്ടക്കുരുതി അനുസ്മരണദിനം (International Holocaust Remembrance Day)

ജർമ്മൻ ഏകാധിപതിയായ അഡോൾഫ് ഹിറ്റ്ലറുടെ ഭരണകാലത്ത് കൂട്ടക്കുരുതിക്ക് അഥവാ ഹോളോകോസ്റ്റിന് ഇരയായ മനുഷ്യരെ സ്മരിക്കാനായി ഐക്യരാഷ്ട്ര പൊതുസഭ പ്രഖ്യാപിച്ച ദിനമാണ് അന്തർദ്ദേശീയ കൂട്ടക്കുരുതി അനുസ്മരണദിനം. 1933 മുതൽ 1945 വരെയുള്ള കാലഘട്ടത്തിൽ ഹിറ്റ്ലറുടെ പട്ടാളമായ നാസികൾ നടത്തിയ കൊലപാതക പരമ്പരകളാണ് ഹോളോകോസ്റ്റ് എന്നറിയപ്പെടുന്നത്. ഇതിലൂടെ

ജീവൻ നഷ്ടപ്പെട്ട ദശലക്ഷക്കണക്കിന് ജൂതരെയും എണ്ണമറ്റ മറ്റു ന്യൂന പക്ഷവിഭാഗങ്ങളെയും ഓർമ്മിക്കാനായി 2005-ലാണ് ദിനാചരണം പ്രഖ്യാപിച്ചത്. പോളണ്ടിലുണ്ടായിരുന്ന, യൂറോപ്പിലെ ഏറ്റവും വലിയ നാസി തടങ്കൽപ്പാളയം (കോൺസൻട്രേഷൻ ക്യാമ്പ്) ആയിരുന്ന ഓഷ്വിറ്റ്സ് 1945-ൽ, സോവിയറ്റ് റഷ്യയുടെ ചെമ്പട (റെഡ് ആർമി) പിടിച്ചെടുത്ത ദിനമായ ജനുവരി 27 ആണ് ഇതിനായി ഐക്യരാഷ്ട്രസഭ നിർദ്ദേശിച്ചത്. നാസി തടങ്കൽപ്പാളയങ്ങൾ കീഴടക്കി ഹോളോകോസ്റ്റിന് അന്ത്യം കുറിച്ചതിന്റെ 60-ാം വാർഷികത്തോടനുബന്ധിച്ച് നടന്ന ഐക്യരാഷ്ട്ര സഭാ പ്രത്യേക സമ്മേളനത്തിലാണ് ഈ ദിനാചരണം പ്രഖ്യാപിക്കപ്പെട്ടത്.

ജനുവരി 30

ദേശീയ രക്തസാക്ഷിദിനം (National Martyr's day)

ജനുവരി 30 ദേശീയ രക്തസാക്ഷിദിനമാണ്. രാഷ്ട്രപിതാവായ മഹാത്മാഗാന്ധി രക്തസാക്ഷിയായ ദിവസത്തിന്റെ ഓർമ്മയ്ക്കായിട്ടാണ് ഈ ദിനാഘോഷം. ബിർലാ ഹൗസിൽ പ്രാർത്ഥനാനിരതനായിരിക്കെ നാഥുറാം വിനായക് ഗോഡ്സേയുടെ വെടിയേറ്റ് മഹാത്മാഗാന്ധി അന്തരിച്ചത് 1948 ജനുവരി 30-നാണ്. രാഷ്ട്രത്തിന് വേണ്ടി ജീവിതം സമർപ്പിച്ച മഹാത്മജിയുടെ ബഹുമാനാർത്ഥമാണ് അദ്ദേഹം രക്തസാക്ഷിത്വം വരിച്ച ദിവസം രക്തസാക്ഷിദിനമായി രാജ്യമൊട്ടാകെ ആചരിക്കുന്നത്.

1947-ൽ ഇൻഡ്യാവിഭജനത്തെത്തുടർന്ന് പാകിസ്ഥാനിൽ കൊന്നൊടുക്കപ്പെട്ട ഹിന്ദുക്കളുടെ ജഡങ്ങൾ തീവണ്ടിയിൽ കയറ്റി ഇൻഡ്യയിലേക്കയച്ചതിൽ ഹിന്ദുമഹാസഭാപ്രവർത്തകർ വളരെയധികം ക്ഷുഭിതരായി. പ്രവർത്തകരോട് സംയമനം പാലിക്കാൻ ഗാന്ധിജി ആവശ്യപ്പെട്ടു. ഇൻഡ്യാവിഭജനത്തിനും തുടർന്നുള്ള കൂട്ടക്കൊലയ്ക്കും വഴിയൊരുക്കിയത് ഗാന്ധിജിയാണെന്നും വീണ്ടും അദ്ദേഹം മുസ്ലീങ്ങളെ അനുകൂലിക്കുകയാണെന്നും ആരോപിച്ചാണ് ഹിന്ദുമഹാസഭാപ്രവർത്തകനായ ഗോഡ്സേ അദ്ദേഹത്തെ വധിച്ചത്. ഇൻഡ്യൻ സ്വാതന്ത്ര്യസമരത്തിന്റെ അനിഷേദ്ധ്യ നേതാവിന്റെ വിയോഗത്തിൽ ദു:ഖം രേഖപ്പെടുത്താനായി അന്നു മുതൽ ജനുവരി 30 രക്തസാക്ഷിദിനമായി ആചരിച്ചുവരുന്നു. അന്നേ ദിവസം, അദ്ദേഹത്തിന്റെ സമാധിസ്ഥലമായ രാജ്ഘട്ടിൽ രാഷ്ട്രപതി, പ്രധാനമന്ത്രി, പ്രതിരോധവകുപ്പുമന്ത്രി എന്നിവരും മൂന്ന് സേനകളുടെയും തലവന്മാരും പുഷ്പചക്രങ്ങൾ അർപ്പിക്കുകയും പുഷ്പാർച്ചന നടത്തുകയും ചെയ്യും. തികഞ്ഞ അഹിംസാവാദിയായിരുന്ന ആ ധന്യാത്മാവിന്റെ സ്മരണയിൽ എല്ലാ സംസ്ഥാനങ്ങളിലും കേന്ദ്രഭരണപ്രദേശങ്ങളിലും 11 മണിക്ക് രണ്ട് മിനിറ്റ് മൗനമാചരിക്കുകയും ചെയ്യുന്നു.

ജനുവരി 30

ദേശീയ കുഷ്ഠരോഗ നിവാരണദിനം (National Leprosy day)

ജനുവരി അവസാന ഞായർ

ലോക കുഷ്ഠരോഗ നിവാരണദിനം (World Leprosy day)

പ്രാചീനകാലം മുതൽ മനുഷ്യൻ ഭയപ്പെട്ടിരുന്ന ഒരു രോഗമാണ് കുഷ്ഠം. ഇത് ഉന്മൂലനം ചെയ്യാൻ ലക്ഷ്യമിട്ട് ഇൻഡ്യയിൽ ജനുവരി 30 കുഷ്ഠരോഗനിവാരണദിനമായി ആചരിക്കുന്നു. ഇതേ ലക്ഷ്യത്തോടെ ജനുവരിയിലെ അവസാനത്തെ ഞായറാഴ്ച ലോകവ്യാപകമായി കുഷ്ഠ രോഗനിവാരണദിനമായി ആചരിക്കുന്നുമുണ്ട്. ഫ്രഞ്ചുകാരനായ റേവോൾ ഫൊലേറോ ആണ് 1953-ൽ ഈ ദിനാചരണത്തിന് തുടക്കം കുറിച്ചത്. രാഷ്ട്രപിതാവായ മഹാത്മാഗാന്ധിക്ക് കുഷ്ഠരോഗികളോടുണ്ടായിരുന്ന സഹാനുഭൂതിയും ദയാവായ്പും കണക്കിലെടുത്ത്, അദ്ദേഹത്തിനുള്ള ആദരമായി ജനുവരി 30 ആണ് അദ്ദേഹം ഇതിനായി തെരഞ്ഞെടുത്തത്. പിന്നീട്, ആഗോളതലത്തിലുള്ള ദിനാചരണം ജനുവരി അവസാന ഞായ റിലേക്ക് മാറ്റി. പക്ഷേ, ദേശീയതലത്തിൽ ഇപ്പോഴും ഗാന്ധിസമാധിദിന മായ ജനുവരി 30-നു തന്നെയാണ് കുഷ്ഠരോഗ നിർമ്മാർജ്ജനദിനം ആച രിക്കുന്നത്.

ത്വക്കിനെയും ഉപരിതലനാഡികളെയും ബാധിക്കുന്ന ഒരു പകർച്ച വ്യാധിയാണ് കുഷ്ഠം. മൈക്കോബാക്ടീരിയം ലെപ്രേ എന്ന ബാക്ടീരിയ യാണ് രോഗഹേതുവെന്ന് കണ്ടെത്തിയ ജി.എച്ച്.എ. ഹാൻസൺ എന്ന നോർവ്വേക്കാരൻ ഡോക്ടറുടെ പേരിൽ നിന്നും ഹാൻസൺസ് രോഗ മെന്നും ഇതറിയപ്പെടുന്നു. പൂർണ്ണമായി ചികിത്സിച്ച് ഭേദമാക്കാവുന്ന ഈ രോഗത്തെക്കുറിച്ച് ജനങ്ങളുടെയിടയിൽ അനേകം അന്ധവിശ്വാസങ്ങളും അബദ്ധധാരണകളും നിലനില്ക്കുന്നുണ്ട്. അവ തിരുത്താനും യഥാസ മയമുള്ള കൃത്യമായ ചികിത്സയിലൂടെ രോഗമുക്തി നേടാനുമുള്ള അവ ബോധം പൊതുജനങ്ങൾക്ക് നൽകുകയാണ് കുഷ്ഠരോഗദിനാചരണ ത്തിന്റെ ലക്ഷ്യം.

ജനുവരി 30

ദേശീയ ശുചിത്വദിനം (National Cleanliness day)

വ്യക്തിശുചിത്വത്തിന്റെയും പരിസരശുചിത്വത്തിന്റെയും പ്രാധാന്യം പൊതുജനങ്ങളിലെത്തിക്കാൻ ജനുവരി 30-ന് ഇൻഡ്യയൊട്ടാകെ ആചരിക്കപ്പെടുന്നതാണ് ദേശീയ ശുചിത്വദിനം. സ്വച്ഛ ഭാരത് അഭിയാൻ (ക്ലീൻ ഇൻഡ്യ മൂവ്മെന്റ്) തുടങ്ങിയ 2014 മുതൽ മുടങ്ങാതെ ഈ ദിനാചരണം നടന്നുവരുന്നു. രോഗങ്ങളെ അകറ്റിനിർത്തിയുള്ള ആരോഗ്യപൂർണ്ണമായ ജീവിതരീതിക്ക് ശുചിത്വം എത്രത്തോളം പ്രധാനമാണെന്ന് ഏവരെയും ബോദ്ധ്യപ്പെടുത്തുകയാണ് ഇതിന്റെ ലക്ഷ്യം. വീടുകൾക്കകത്തും വീടിന് പുറത്തും ജോലിസ്ഥലങ്ങളിലും ശുചിത്വം പാലിക്കുന്നതിന് പുറമേ റോഡുകളും തെരുവുകളും നടവഴികളും പൊതുസ്ഥലങ്ങളുമെല്ലാം വൃത്തിയായി സൂക്ഷിക്കുന്ന ഒരു സംസ്ക്കാരം വളർത്തിയെടുക്കാൻ ഈ ദിനം ആഹ്വാനം ചെയ്യുന്നു. ശൗചാലയ നിർമ്മാണം, വിവിധ മാർഗ്ഗങ്ങളിലൂടെയുള്ള മാലിന്യനിർമ്മാർജ്ജനം, പഞ്ചായത്തുകളിലും ഗ്രാമങ്ങളിലും ശുചീകരണപ്രവർത്തനങ്ങൾ, വിദ്യാർത്ഥികൾക്കായി ഈ വിഷയത്തിൽ മത്സരങ്ങൾ, ചർച്ചകൾ എന്നിവയെല്ലാം ദിനാചരണത്തിന്റെ ഭാഗമായി നടക്കുന്നു.

ഫെബ്രുവരി 1

ദേശീയ തീരസംരക്ഷണസേനാ ദിനം
(Indian Coast Guard Raising Day)

ഇൻഡ്യൻ സൈന്യത്തിലെ നാലാമത്തെ വിഭാഗമായ തീരസംരക്ഷണസേന(ഇൻഡ്യൻ കോസ്റ്റ് ഗാർഡ്) രൂപീകരിച്ചതിന്റെ ഓർമ്മയ്ക്കായി കൊണ്ടാടുന്ന ദിവസമാണ് തീരസംരക്ഷണസേനാദിനം. സൈനികേതര സേവനത്തിനായി 1977 ഫെബ്രുവരി ഒന്നിനാണ് പ്രതിരോധമന്ത്രാലയത്തിന് കീഴിൽ പ്രവർത്തിക്കുന്ന രീതിയിൽ ഒരു ഇടക്കാല തീരസംരക്ഷണസേനയ്ക്ക് രൂപംകൊടുത്തത്. പിന്നീട്, 1978 ഓഗസ്റ്റ് 18-ന് ഇൻഡ്യൻ പാർലമെന്റ് കോസ്റ്റ് ഗാർഡ് ആക്ട് പാസ്സാക്കുകയും സേന അതനുസരിച്ച് പ്രവർത്തിക്കാൻ തുടങ്ങുകയും ചെയ്തു. സമുദ്രപരിസ്ഥിതി സംരക്ഷിക്കുന്നതിലും പരിപാലിക്കുന്നതിലും രാജ്യത്തിന്റെ സമുദ്രാതിർത്തി കാക്കുന്നതിലും ഇത് ശ്രദ്ധവയ്ക്കുന്നു. നാവികസേനയും പോലീസ് സേനയുമായി സഹകരിച്ച് പ്രവർത്തിക്കുന്ന ഈ സേന മത്സ്യത്തൊഴിലാളികൾക്കും നാവികർക്കും സംരക്ഷണം നൽകുന്നതിന് പുറമേ കള്ളക്കടത്ത് തടയാൻ കസ്റ്റംസ് വകുപ്പിനെയും മറ്റും സഹായിക്കുകയും ചെയ്യുന്നു.

ഫെബ്രുവരി 2

ലോക നീർത്തട ദിനം (World Wetlands day)

എല്ലാ വർഷവും ഫെബ്രുവരി രണ്ട് നീർത്തടദിനമായി ലോകമെങ്ങും ആചരിക്കുന്നു. 1971 ഫെബ്രുവരി 2-ന് ഇറാനിലെ റാംസർ നഗരത്തിൽ വച്ച് ലോക നീർത്തട ഉടമ്പടി (കൺവെൻഷൻ ഓൺ വെറ്റ്ലാൻഡ്സ് അഥവാ റാംസർ കൺവെൻഷൻ) ഒപ്പുവച്ചതിന്റെ ഓർമ്മയ്ക്കായിട്ടാണ് ഈ ദിനാചരണം. നീർത്തടങ്ങളുടെ പ്രാധാന്യത്തെക്കുറിച്ച് പ്രധാനമായും റാംസർ ഉടമ്പടിയെക്കുറിച്ച് പ്രത്യേകമായും പൊതുജനങ്ങൾക്കും പുതു തലമുറയ്ക്കും അവബോധം നൽകുകയാണ് ഇതിന്റെ ലക്ഷ്യം. സർക്കാരുകൾ, സർക്കാരിതരസംഘടനകൾ, സന്നദ്ധപ്രവർത്തകർ എന്നിവർ മാത്രമല്ല സമൂഹത്തിന്റെ എല്ലാ തലത്തിലുമുള്ള പൗരന്മാർ നീർത്തടങ്ങൾ സംരക്ഷിക്കാൻ വേണ്ടി സജീവമായി രംഗത്തിറങ്ങണമെന്ന് ഉദ്ബോധിപ്പിക്കുന്ന ഈ ദിനാചരണം 1997-ലാണ് ആരംഭിച്ചത്. സെമിനാറുകൾ, ചർച്ചകൾ, ലഘുലേഖകൾ, പോസ്റ്ററുകൾ, പ്രകൃതിപഠനയാത്രകൾ, അഭിമുഖങ്ങൾ, നീർത്തട സംരക്ഷണ-പുനഃസ്ഥാപന-പരിപാലനപ്രവർത്തനങ്ങൾ, മത്സരങ്ങൾ എന്നിവ വഴി നീർത്തടസംരക്ഷണ സന്ദേശം രാജ്യത്തിന്റെ ഓരോ കോണിലുമെത്തിക്കാൻ ഈ ദിനം ഉപയോഗപ്പെടുത്തുന്നു.

ഫെബ്രുവരി 4

ലോക അർബുദ ദിനം (World Cancer Day)

പൊതുജനങ്ങളിൽ അർബുദരോഗത്തെക്കുറിച്ചുള്ള അവബോധം വളർത്തി, രോഗപ്രതിരോധമാർഗ്ഗങ്ങൾ അവലംബിച്ചും രോഗം കാലേ കൂട്ടി കണ്ടെത്തി ഫലപ്രദമായ ചികിത്സ തേടിയും അർബുദമെന്ന മാരകരോഗത്തെ ചെറുക്കുന്നതിനായി ലോകവ്യാപകമായി ആചരിക്കുന്ന ദിനമാണ് ലോക അർബുദദിനം. എല്ലാ വർഷവും ഫെബ്രുവരി 4 ആണ് ഇതിനായി മാറ്റിവച്ചിരിക്കുന്നത്. അർബുദവുമായി ബന്ധപ്പെട്ട് 120 രാജ്യങ്ങളിൽ പ്രവർത്തിക്കുന്ന 470 സംഘടനകളുടെ കൂട്ടായ്മയായ ദ ഇന്റർനാഷണൽ യൂണിയൻ എഗെൻസ്റ്റ് ക്യാൻസർ-ന്റെ നേതൃത്വത്തിലാണ് ഈ ദിനാചരണം നടക്കുന്നത്. 2005-ൽ ആഗോളതലത്തിൽ അർബുദ വിരുദ്ധപ്രചാരണ പരിപാടികൾക്ക് തുടക്കമിട്ട ഈ കൂട്ടായ്മയോടൊപ്പം ലോകാരോഗ്യ സംഘടനയും ഇന്റർനാഷണൽ അറ്റോമിക് എനർജി ഏജൻസി ഉൾപ്പെടെയുള്ള അന്തർദ്ദേശീയ സംഘടനകളും ഇതിന്റെ പിന്നിൽ പ്രവർത്തിക്കുന്നു.

2000-ത്തിൽ പാരീസിൽ വച്ച് നടന്ന വേൾഡ് സമ്മിറ്റ് എഗൈൻസ്റ്റ് ക്യാൻസർ എന്ന സംഘടനയുടെ ആദ്യസമ്മേളനത്തിലാണ് ഈ ദിനാചരണത്തിനുള്ള ആഹ്വാനമുണ്ടായത്. അന്ന് സമ്മിറ്റിൽ പങ്കെടുത്ത ലോകനേതാക്കന്മാരും അർബുദഗവേഷണത്തിൽ ഏർപ്പെട്ടിരുന്ന സ്ഥാപനങ്ങളും ചേർന്ന് ചാർട്ടർ ഓഫ് പാരിസ് എഗൈൻസ്റ്റ് ക്യാൻസർ എന്ന പ്രമാണം ഒപ്പുവയ്ക്കുകയുണ്ടായി. ഇതിലാണ് ഫെബ്രുവരി 4 ലോക അർബുദ ദിനമായി പ്രഖ്യാപിച്ചത്. അർബുദരോഗികളുടെ ജീവിതനിലവാരം മെച്ചപ്പെടുത്താനും അർബുദം സംബന്ധിച്ച ഗവേഷണങ്ങളും ചികിത്സാവിധികളും പ്രതിരോധമാർഗ്ഗങ്ങളും വികസിപ്പിക്കാനും ചാർട്ടർ ഓഫ് പാരിസ് എഗൈൻസ്റ്റ് ക്യാൻസർ ശ്രദ്ധവയ്ക്കുന്നു. ഇപ്പോൾ, ഈ ദിനാചരണത്തിന് ചുക്കാൻ പിടിക്കുന്നത് ജനീവ ആസ്ഥാനമായി 1993-ൽ നിലവിൽ വന്ന യൂണിയൻ ഫോർ ഇന്റർനാഷണൽ ക്യാൻസർ കൺട്രോൾ എന്ന സംഘടനയാണ്. മനുഷ്യന് ജീവഹാനി വരുത്തുന്നതിൽ മുൻപന്തിയിലാണ് അർബുദം. ലോകാരോഗ്യസംഘടനയുടെ കണക്കുകൾ പ്രകാരം ലോകത്ത് ഓരോ മിനിറ്റിലും 17 പേർ അർബുദം മൂലം മരണമടയുന്നുണ്ട്. തുടക്കത്തിൽത്തന്നെ രോഗം തിരിച്ചറിഞ്ഞ് ചികിത്സിച്ചാൽ മരണനിരക്ക് കുറയ്ക്കാൻ സാധിക്കുമെന്ന സന്ദേശം ഏവരിലുമെത്തിക്കാൻ ഈ ദിനാചരണം ലക്ഷ്യമിടുന്നു.

ഫെബ്രുവരി 8

ഇന്റർനെറ്റ് സുരക്ഷാ ദിനം (Safer Internet Day)

ഇന്റർനെറ്റ് ഉപയോഗിക്കുന്ന വ്യക്തികളുടെയും സ്ഥാപനങ്ങളുടെയും എണ്ണം ദിനംപ്രതി വർദ്ധിക്കുകയാണ്. അതിനാൽത്തന്നെ, സൈബർ സ്വകാര്യതയും സുരക്ഷയും ഉറപ്പാക്കേണ്ടത് കാലഘട്ടത്തിന്റെ ആവശ്യകതയായി മാറിയിരിക്കുന്നു. ഉത്തരവാദിത്വത്തോടെയും അവധാനതയോടെയും ഈ സാങ്കേതികവിദ്യ കൈകാര്യം ചെയ്യാനും സൃഷ്ടിപരമായി ഇത് ഉപയോഗിക്കാനുമുള്ള അവബോധം സൃഷ്ടിക്കാനായി എല്ലാ വർഷവും ഫെബ്രുവരി 8 ലോകമൊട്ടാകെ ഇന്റർനെറ്റ് സുരക്ഷാദിനമായി ആചരിക്കുന്നു. ഇന്റർനെറ്റുമായി ബന്ധപ്പെട്ടുണ്ടാകുന്ന പുത്തൻ പ്രവണതകളും പ്രശ്നങ്ങളും കൈകാര്യം ചെയ്യാനുള്ള പരിജ്ഞാനം എല്ലാവർക്കും പകരാൻ ഈ ദിനാചരണം ഉപയോഗപ്പെടുത്തുന്നു. 2004-ൽ യൂറോപ്യൻ യൂണിയന്റെ സേഫ് ബോർഡേഴ്സ് പ്രോജക്ടിന്റെ ആശയമായിട്ടാണ് ദിനാചരണം തുടങ്ങിയത്. ഇത് 2005-ൽ ഇൻസേഫ് നെറ്റ്വർക്ക് ഏറ്റെടുത്ത് അവരുടെ പരിപാടിയാക്കി. ഇപ്പോൾ, ലോകമൊട്ടാകെയുള്ള വളരെയേറെ രാജ്യങ്ങളിൽ ഈ ദിനാചരണം നടക്കുന്നു.

ഫെബ്രുവരി 10

ദേശീയ വിരനിയന്ത്രണ ദിനം (National Deworming Day)

കേന്ദ്ര ആരോഗ്യ-കുടുംബക്ഷേമ മന്ത്രാലയത്തിന്റെ ആഭിമുഖ്യത്തിൽ 2015 മുതൽ രാജ്യവ്യാപകമായി ആചരിക്കുന്ന ഒരു ദിനമാണ് വിരനിയന്ത്രണദിനം. ഫെബ്രുവരി 10 നാണ് ഈ ദിനാചരണം നടക്കുന്നത്. രാജ്യത്തെ ഏറ്റവും വലിയ പൊതുജനാരോഗ്യ പരിപാടികളിലൊന്നാണിത്. മണ്ണിൽ നിന്ന് മനുഷ്യശരീരത്തിലെത്തുന്ന പരാദവിരകൾ വരുത്തിവയ്ക്കുന്ന രോഗങ്ങൾ തടയുകയെന്നതാണ് ആ ദിനാചരണത്തിന്റെ ലക്ഷ്യം. ശരീരത്തിലെ രോഗകാരികളായ വിരകളെ നശിപ്പിക്കേണ്ടതിന്റെ ആവശ്യകതയെപ്പറ്റി അറിവ് പകർന്ന് രാജ്യത്തെ എല്ലാ കുട്ടികളെയും വിരജന്യരോഗങ്ങളിൽ നിന്ന് മോചിപ്പിക്കാൻ ഈ ദിനാചരണം ലക്ഷ്യമിടുന്നു. സ്കൂളുകളും അങ്കണവാടികളും കേന്ദ്രീകരിച്ച് ഒന്നു മുതൽ 19 വയസ്സു വരെയുള്ള കുട്ടികൾക്ക് വിരനിയന്ത്രണത്തിനുള്ള ഗുളികകൾ നൽകി അവരുടെ പൊതുവായ ആരോഗ്യവും പോഷകനിലവാരവും മെച്ചപ്പെടുത്താനുള്ള പ്രവർത്തനങ്ങളാണ് അന്ന് നടത്താറുള്ളത്. മനുഷ്യവിഭവ വികസന മന്ത്രാലയം, മാതൃ-ശിശുവികസന മന്ത്രാലയം, ജലശക്തി മന്ത്രാലയം എന്നിവയുടെ ഈ സംയുക്തസംരംഭത്തിന് പഞ്ചായത്തിരാജ്, ഗ്രാമവികസന-നഗരവികസന-ആദിവാസിക്ഷേമ മന്ത്രാലയങ്ങളും തദ്ദേശസ്ഥാപനങ്ങളും പിന്തുണ നൽകുന്നു.

ഫെബ്രുവരി 10

ലോക പയറുവിള ദിനം (World Pulses Day)

ഫെബ്രുവരി 10 ലോക പയർവിളദിനമാണ്. ഐക്യരാഷ്ട്രസഭയുടെ ആഹ്വാനപ്രകാരം 2019 മുതൽ എല്ലാ വർഷവും ഈ ദിനാചരണം നടക്കുന്നു. ശാരീരികാരോഗ്യം നിലനിർത്തുന്നതിൽ പയറുവർഗ്ഗങ്ങൾക്കുള്ള പ്രാധാന്യത്തെക്കുറിച്ച് അവബോധമുണ്ടാക്കുന്നതിന് വേണ്ടിയാണ് ഈ ദിനാചരണം. അടിസ്ഥാന ജീവിതസൗകര്യങ്ങളും അവകാശങ്ങളും നിഷേധിക്കപ്പെട്ട് ലോകമെങ്ങും ജീവിതം തള്ളിനീക്കുന്ന ജനതയ്ക്ക് ഭക്ഷ്യസുരക്ഷയും പോഷകസുരക്ഷയും ഉറപ്പാക്കുന്നതിൽ പയറുവർഗ്ഗങ്ങളെന്ന പോഷകക്കലവറകൾക്കുള്ള പ്രസക്തി എടുത്തുകാട്ടാൻ ഈ ദിനാചരണം സഹായകമാവുന്നു. 2030-ൽ ഫലപ്രാപ്തിയിലെത്താനുള്ള ഐക്യരാഷ്ട്രസഭയുടെ സുസ്ഥിരവികസനലക്ഷ്യങ്ങൾ സാദ്ധ്യമാക്കുന്നതിൽ പയറുവർഗ്ഗങ്ങൾക്ക് വഹിക്കാനാവുന്ന നിർണ്ണായക പങ്കിനെക്കുറിച്ച് അറിവ് പകരുന്നതും ഇതിന്റെ ലക്ഷ്യങ്ങളിൽപ്പെടുന്നു.

ഫെബ്രുവരി 12

ദേശീയ ഉല്പാദനക്ഷമതാ ദിനം (National Productivity Day)

എല്ലാ വർഷവും ഫെബ്രുവരി 12 ഇൻഡ്യയിൽ ഉല്പാദനക്ഷമതാദിനമായി ആചരിക്കുന്നു. ഒരാളിന്റെ അല്ലെങ്കിൽ ഒരു സ്ഥാപനത്തിന്റെ സമയവും നൈപുണ്യവും ബുദ്ധിയും ഊർജ്ജവും അവസരങ്ങളും വിഭവങ്ങളും വേണ്ടവണ്ണം ഉപയോഗപ്പെടുത്തി ലക്ഷ്യങ്ങൾ നേടിയെടുക്കാനുള്ള കഴിവാണ് ഉല്പാദനക്ഷമത. രാജ്യത്തെ എല്ലാ മേഖലയുടെയും ഉല്പാദനക്ഷമത വർദ്ധിപ്പിക്കാനുള്ള പ്രചോദനവും അവബോധവും നൽകാൻ ലക്ഷ്യമിട്ടാണ് ഈ ദിനാചരണം നടത്തുന്നത്. കേന്ദ്ര സർക്കാരിന്റെ വാണിജ്യ-വ്യവസായ മന്ത്രാലയത്തിന് കീഴിൽ 1958-ൽ ഡൽഹി ആസ്ഥാനമായി സ്ഥാപിതമായ നാഷണൽ പ്രൊഡക്ടിവിറ്റി കൗൺസിലാണ് ഇതിന് ചുക്കാൻ പിടിക്കുന്നത്. രാജ്യത്തിന് സ്വയംപര്യാപ്തത കൈവരിക്കാൻ, ലഭ്യമായ വിഭവസ്രോതസ്സുകളെ കാര്യക്ഷമമായും ഗുണപരമായും സുസ്ഥിരമായും ഉപയോഗിക്കേണ്ടതിന്റെ ആവശ്യകതയെപ്പറ്റി അവബോധം പകരുകയാണിതിന്റെ രൂപീകരണലക്ഷ്യം. ഫെബ്രുവരി 12-ന് കൗൺസിൽ രൂപംകൊണ്ടതിന്റെ ഓർമ്മ നിലനിർത്താനാണ് ഈ തീയതിയിൽ ദിനാചരണം നടത്തുന്നത്.

ഫെബ്രുവരി 13

ലോക റേഡിയോദിനം (World Radio day)

2012 മുതൽ ഫെബ്രുവരി 13 ലോകമൊട്ടാകെ റേഡിയോ ദിനമായി ആചരിക്കുന്നു. ലോകത്ത് ഏറ്റവുമധികം പ്രചാരത്തിലുള്ളതും, മറ്റ് മാദ്ധ്യമങ്ങൾക്ക് എത്തിച്ചേരാൻ പറ്റാത്തത്ര വിദൂരമായ സ്ഥലങ്ങളിൽപ്പോലും പ്രവർത്തനക്ഷമമായതുമായ റേഡിയോ എന്ന ശ്രവ്യമാധ്യമത്തിനെക്കുറിച്ചും അതിന്റെ സാദ്ധ്യതകളെക്കുറിച്ചുമുള്ള അവബോധം നൽകുന്നതിനായിട്ടാണ് ഈ ദിനാചരണം. ഇത്തരമൊരു ദിനാചരണം ആവശ്യമാണെന്ന ആശയം യുനെസ്ക്കോയുടെ 36-ാമത് പൊതുസമ്മേളനത്തിൽ അവതരിപ്പിച്ചത് സ്പെയിനായിരുന്നു. 2011-ൽ നടന്ന സമ്മേളനം ആ ആശയം അംഗീകരിക്കുകയും 2012 ഫെബ്രുവരി 13 അന്താരാഷ്ട്ര റേഡിയോ ദിനമായി ഐക്യരാഷ്ട്രസഭ പ്രഖ്യാപിക്കുകയും ചെയ്തു. 1946 ഫെബ്രുവരി 13-ന് ഐക്യരാഷ്ട്രസഭാ റേഡിയോ (യു.എൻ.റേഡിയോ) പ്രക്ഷേപണം ആരംഭിച്ചതിന്റെ സ്മരണ നിലനിർത്താനാണ് ഈ തീയതി തന്നെ റേഡിയോ ദിനാചരണത്തിനായി തെരഞ്ഞെടുത്തത്. ഐക്യ

രാഷ്ട്രസഭയുടെ എല്ലാ അംഗരാജ്യങ്ങളിലും ഈ ദിനാചരണം നടക്കുന്നുണ്ട്.

കമ്പിയില്ലാക്കമ്പി വഴി സന്ദേശങ്ങൾ കൈമാറാമെന്ന് തെളിഞ്ഞതോടുകൂടിയാണ് റേഡിയോയുടെ പ്രസക്തി വർദ്ധിച്ചത്. ഇന്ത്യയിൽ ആദ്യമായി റേഡിയോ പ്രക്ഷേപണം തുടങ്ങിയത് 1923-ൽ ഇംഗ്ലീഷുകാരുടെ റേഡിയോ ക്ലബ്ബ് ഓഫ് ബോംബെ എന്ന സംഘടനയാണ്. 1927 ജൂലൈയിൽ ഭാരതത്തിലെ ആദ്യത്തെ പ്രക്ഷേപണനിലയം ബോംബെയിൽ തുറന്നു. വൈസ്രോയി ആയിരുന്ന ഇർവിൻ പ്രഭുവാണ് ഈ ചരിത്രമുഹൂർത്തത്തിന് തുടക്കം കുറിച്ചത്. ആദ്യകാലത്ത് ഇന്ത്യൻ ബ്രോഡ്കാസ്റ്റിങ് സർവീസ് എന്നറിയപ്പെട്ടിരുന്ന ഇതിനെ ഇംഗ്ലീഷുകാർ തന്നെ ഓൾ ഇന്ത്യ റേഡിയോ എന്ന് പുനർനാമകരണം ചെയ്തു. 1957-ൽ ഔദ്യോഗികനാമം ആകാശവാണി എന്നാക്കി.

1943 മാർച്ചിൽ തിരുവിതാംകൂറിൽ സ്വന്തമായി സ്വതന്ത്രമായി ഒരു റേഡിയോനിലയം പ്രവർത്തിച്ചു തുടങ്ങി. ട്രാവൻകൂർ ബ്രോഡ്കാസ്റ്റിങ്ങ് സർവ്വീസ് (തിരുവിതാംകൂർ റേഡിയോ) എന്നാണ് ഇത് അറിയപ്പെട്ടിരുന്നത്. ശ്രീചിത്തിരതിരുനാൾ മഹാരാജാവാണ് ഇതിന് തുടക്കം കുറിച്ചത്. സ്വാതന്ത്ര്യാനന്തരം ഭാരതത്തിലെ വിവിധ നാട്ടുരാജ്യങ്ങളിലെ റേഡിയോ നിലയങ്ങളെല്ലാം ഓൾ ഇന്ത്യ റേഡിയോയുടെ കീഴിലായി.

ഫെബ്രുവരി 14

വാലന്റൈൻസ് ദിനം (Valentine's Day)

ഫെബ്രുവരി 14 വാലന്റൈൻസ് ദിനമാണ്. പരസ്പരം സ്നേഹിക്കുന്നവരുടെ ദിനമായി ഇത് ലോകത്തെ പല രാജ്യങ്ങളിലും ആചരിച്ചുവരുന്നു. പൂക്കളും ആശംസാകാർഡുകളും ആശംസാസന്ദേശങ്ങളും കൈമാറി തങ്ങളുടെ സ്നേഹം പ്രകടിപ്പിക്കാൻ ദമ്പതികളും യുവജനങ്ങളും ഈ ദിനം ഉപയോഗിക്കുന്നു. പുരാതന റോമിൽ ഫെബ്രുവരി 13 മുതൽ 15 വരെ നടന്നിരുന്ന ലൂപ്പർകാലിയ വിരുന്നാണത്രെ ഈ ദിനാചരണത്തിന്റെ പൂർവ്വരൂപം. പക്ഷേ, വാലന്റൈൻസ് ദിനമെന്ന പേരിൽ ഇത് പ്രചാരം നേടിയത് മൂന്നാം നൂറ്റാണ്ടിലായിരുന്നു. വിവാഹിതരായാൽ പുരുഷന്മാർ യുദ്ധവീര്യം മറന്ന് കുടുംബജീവിതത്തിൽ മാത്രം ശ്രദ്ധ കേന്ദ്രീകരിക്കുമെന്ന ചിന്തമൂലം ക്ലോഡിയസ് രണ്ടാമൻ ചക്രവർത്തി, റോമിൽ വിവാഹം നിരോധിച്ചു. എന്നാൽ, സെന്റ് വാലന്റൈൻ എന്നു പേരായ ഒരു വൈദികൻ രഹസ്യമായി യുവാക്കളുടെ വിവാഹം നടത്തിക്കൊടുത്തിരുന്നു. ഇതിന്റെ പേരിൽ ചക്രവർത്തി വൈദികനെ തടവിലാക്കി.

തടവിൽ കിടക്കെ, വൈദികൻ ജയിലറുടെ അന്ധയായ മകളെ സ്നേഹിച്ചു. ഇതുമൂലം, ഈ വൈദികനെ ഫെബ്രുവരി 14-ന് ചക്രവർത്തി വധശിക്ഷയ്ക്ക് വിധിച്ചു. വിധിക്ക് കീഴടങ്ങാൻ പോകുംമുമ്പ് വൈദികൻ അവൾക്ക് 'ഫ്രം യുവർ വാലന്റൈൻ' എന്ന കുറിപ്പോടെ ആശംസാകാർഡ് കൈമാറിയത്രെ. പരസ്പരസ്നേഹത്തിന്റെ ആൾരൂപമായിരുന്ന ഈ വൈദികന്റെ ഓർമ്മയ്ക്കായാണ് വാലന്റൈൻസ് ദിനം ആചരിക്കുന്നത്. വിദേശരാജ്യങ്ങളിലെ ക്രൈസ്തവർ മാത്രം ആഘോഷിച്ചിരുന്ന ഇത് ഇപ്പോൾ പ്രണയത്തിന്റെ ദിനമെന്ന രീതിയിൽ ലോകവ്യാപകമായി ആഘോഷിക്കപ്പെടുന്നു.

ഫെബ്രുവരി 20

ലോക സാമൂഹ്യനീതിദിനം (World Day of Social Justice)

2009 മുതൽ ഫെബ്രുവരി 20 ലോകമൊട്ടാകെ സാമൂഹ്യനീതിദിനമായി ആചരിച്ചുവരുന്നു. 2007 നവംബർ 26-നാണ് ഐക്യരാഷ്ട്ര പൊതുസഭ ഇത് സംബന്ധിച്ച പ്രഖ്യാപനം നടത്തിയത്. സാമൂഹ്യനീതി സമത്വദിനം (Social Justice Equality Day) എന്നും വിളിക്കപ്പെടുന്ന ഈ ദിനാചരണത്തിന്റെ ലക്ഷ്യം ലോകജനതയ്ക്ക് സാമൂഹ്യനീതി ഉറപ്പുവരുത്തുകയാണ്. ലോകമൊട്ടാകെ നടക്കുന്ന നീതിനിഷേധങ്ങൾക്കെതിരെ ശബ്ദമുയർത്തുകയും അവയ്ക്ക് ആവശ്യമായ പരിഹാരങ്ങളും പരിഷ്ക്കരണങ്ങളും നിർദ്ദേശിക്കുന്നതോടൊപ്പം ദാരിദ്ര്യം, ലിംഗസമത്വം, തൊഴിലില്ലായ്മ, സാമൂഹ്യബഹിഷ്ക്കരണം, മനുഷ്യാവകാശസംരക്ഷണം എന്നിവയിൽ ഇത് ശ്രദ്ധചെലുത്തുകയും ഇടപെടുകയും ചെയ്യുന്നു.

ഫെബ്രുവരി 21

ലോക മാതൃഭാഷാദിനം (International Mother Language Day)

ഫെബ്രുവരി 21 ലോകമൊട്ടാകെ മാതൃഭാഷാദിനമായി ആചരിക്കുന്നു. ഓരോ വ്യക്തിക്കും മാതൃഭാഷയുണ്ട്. ഓരോ ഭാഷയ്ക്കും അതിന്റേതായ സവിശേഷതകളുമുണ്ട്. ലോകത്ത് 6500-ലധികം സംസാരഭാഷകളുള്ളതായിട്ടാണ് കണക്കുകൾ. 1999-ൽ യുനെസ്ക്കൊ ആണ് ഭാഷയുടെ വൈവിദ്ധ്യവും അവയുടെ പ്രത്യേകതകളും, ഭാഷയുമായി ബന്ധപ്പെട്ട സംസ്കാരവും സംരക്ഷിക്കാനായി ഒരു ദിനാചരണം നടത്തണമെന്ന ആശയം മുന്നോട്ടുവച്ചത്. ഈ ആശയം 2000-ത്തിൽ ഐക്യരാഷ്ട്ര പൊതുസഭ അംഗീകരിക്കുകയും ഫെബ്രുവരി 21 അതിനുള്ള ദിവസമായി പ്രഖ്യാപിക്കുകയും ചെയ്തു. 2008-ലാണ് ആദ്യ മാതൃഭാഷാദിനം

ആചരിച്ചത്. ആ വർഷം ലോകഭാഷാ വർഷമായും ആചരിക്കപ്പെട്ടു. പൊതുജനങ്ങൾ ഓരോ ഭാഷയുടെയും പ്രത്യേകതകൾ മനസിലാക്കി അവയുടെ തനിമ സംരക്ഷിക്കണമെന്നും അത് സമൂഹത്തിന്റെ വളർച്ചയ്ക്ക് മുതൽക്കൂട്ടാക്കണമെന്നുമാണ് ഐക്യരാഷ്ട്രസഭ ഈ ദിനാചരണത്തിലൂടെ ആഹ്വാനം ചെയ്യുന്നത്.

മാതൃഭാഷാദിനാചരണമെന്ന ആശയത്തിന്റെ ഉറവിടം ബംഗ്ലാദേശാണ്. കിഴക്കൻ പാകിസ്ഥാൻ എന്നറിയപ്പെട്ടിരുന്ന ഇവിടത്തെ ഭൂരിപക്ഷം ജനങ്ങളുടെയും ഭാഷ ബംഗ്ലാ ആയിരുന്നിട്ടും ഔദ്യോഗികഭാഷയായി പാകിസ്ഥാൻ ഭരണകൂടം നിശ്ചയിച്ചത് ഉർദുവായിരുന്നു. ഔദ്യോഗിക ഭാഷയായി ബംഗ്ലായെ അംഗീകരിക്കണമെന്ന ആവശ്യം മുൻനിർത്തി സർക്കാരിനെതിരെ വലിയ പ്രക്ഷോഭങ്ങൾ നടന്നു. 1952 ഫെബ്രുവരി 21-ന് പ്രക്ഷോഭകർക്ക് നേരെ നടന്ന പോലീസ് വെടിവയ്പ്പിൽ നിരവധി ആളുകൾ മരിക്കുകയും നിരവധി പേർക്ക് പരിക്കേൽക്കുകയും ചെയ്തു. മാതൃഭാഷയ്ക്കു വേണ്ടി ജീവൻ ബലികൊടുത്തവരോടുള്ള ആദരസൂചകമായി എല്ലാ വർഷവും ഫെബ്രുവരി 21 ബംഗ്ലാദേശിൽ ഭാഷാപ്രസ്ഥാനദിനമായി ആചരിച്ചിരുന്നു. ഇതിന് അന്തർദ്ദേശീയതലത്തിൽ ലഭിച്ച അംഗീകാരമായിട്ടാണ് ലോകമാതൃഭാഷാദിനമായി ഫെബ്രുവരി 21 തെരഞ്ഞെടുത്തത്. ലോകമാകെയുള്ള മാതൃഭാഷകളുടെ പ്രസക്തിയും സവിശേഷതകളുമെല്ലാം പുതിയ തലമുറകളെ അറിയിക്കാനും ബഹുഭാഷാത്വം പ്രോത്സാഹിപ്പിക്കാനും ഈ ദിനാചരണത്തിലൂടെ സാധിക്കുന്നു.

ഫെബ്രുവരി 22

ലോക സ്കൗട്ട്സ് ദിനം (World Scouts Day)

ഫെബ്രുവരി 22 ലോകമൊട്ടാകെ സ്കൗട്ട്സ് ദിനമായി ആചരിക്കുന്നു. സ്കൗട്ട്സ് പ്രസ്ഥാനത്തിന്റെ സ്ഥാപകനായ റോബർട്ട് ബേഡൻ പവലിനോടുള്ള ആദരസൂചകമായിട്ടാണ് അദ്ദേഹത്തിന്റെ ജന്മദിനമായ ഫെബ്രുവരി 22 സ്കൗട്ട്സ് ദിനമായി ആചരിക്കുന്നത്. 1857-ൽ ലണ്ടനിൽ ജനിച്ച ബേഡൻപവൽ, കുട്ടികളുടെ വ്യക്തിത്വവികസനവും അച്ചടക്കവും ലാക്കാക്കിയാണ് ഈ പ്രസ്ഥാനം തുടങ്ങിയത്. കുട്ടികളിൽ സഹജീവിസ്നേഹവും സേവനതല്പരതയും മനോധൈര്യവും വളർത്തിയെടുക്കാൻ ഈ പ്രസ്ഥാനം ഉപകരിക്കുന്നു. ശരിയായ പരിശീലനം കിട്ടിയാൽ മുതിർന്നവരെപ്പോലെ കുട്ടികൾക്കും അവശ്യഘട്ടങ്ങളിൽ കാര്യക്ഷമമായി പ്രവർത്തിക്കാൻ കഴിയുമെന്ന ചിന്താഗതിയാണ് സ്കൗട്ട്സിന്റെ രൂപീകരണത്തിൽ കലാശിച്ചത്. ഈ ദിനം പ്രാദേശികതലത്തിലും ദേശീയതലത്തിലും അന്തർദ്ദേശീയതലത്തിലും പലവിധ പരിപാടികളോടെ ആഘോഷിക്കപ്പെടുന്നു.

ഫെബ്രുവരി 24

സെൻട്രൽ എക്സൈസ് ദിനം (Central Excise day)

സെൻട്രൽ ബോർഡ് ഓഫ് എക്സൈസ് ആന്റ് കസ്റ്റംസ് ഉദ്യോഗസ്ഥരുടെ സേവനങ്ങളെ ആദരിക്കുന്നതിനും അവരെ സ്വന്തം ഔദ്യോഗിക ചുമതലകൾ പരമാവധി ആത്മാർത്ഥതയോടെ നിർവ്വഹിക്കാൻ പ്രേരിപ്പിക്കുന്നതിനുമായി ഭാരതത്തിൽ ഫെബ്രുവരി 24 സെൻട്രൽ എക്സൈസ് ദിനമായി ആചരിച്ചുവരുന്നു. 1944 ഫെബ്രുവരി 24-ന് സെൻട്രൽ എക്സൈസ് ആന്റ് സാൾട്ട് ആക്ട് നടപ്പാക്കിയതിന്റെ ഓർമ്മയ്ക്കായിട്ടു കൂടിയാണ് ഈ ദിനാചരണം. സെമിനാറുകളും ശില്പശാലകളും അടങ്ങുന്ന വിവിധ പരിപാടികളോടൊപ്പം ഈ വകുപ്പിലെ ഉദ്യോഗസ്ഥർക്ക് മികച്ച സേവനത്തിനുള്ള പുരസ്ക്കാരങ്ങളും ദിനാചരണത്തിന്റെ ഭാഗമായി നൽകപ്പെടുന്നു.

ഫെബ്രുവരി 27

അന്താരാഷ്ട്ര ധ്രുവക്കരടി ദിനം (International Polar Bear day)

മഞ്ഞുമൂടിക്കിടക്കുന്ന ആർട്ടിക്ക് മേഖലയിൽ വസിക്കുന്ന സസ്തനികളായ ധ്രുവക്കരടികളുടെ നിലനില്പ് നിലവാരത്തെക്കുറിച്ച് അവബോധമുണർത്താനുള്ള വാർഷിക ദിനാചരണമാണ് അന്താരാഷ്ട്ര ധ്രുവക്കരടിദിനം. എല്ലാ വർഷവും ഫെബ്രുവരി 27-നാണ് ഈ ദിനം ആചരിക്കുന്നത്. ധ്രുവക്കരടികളുടെ സംരക്ഷണത്തിനായി പ്രവർത്തിക്കുന്ന പോളാർ ബെയേഴ്സ് ഇന്റർനാഷണൽ എന്ന സംഘടനയുടെ നേതൃത്വത്തിലാണ് ദിനാചരണ പരിപാടികൾ നടക്കുന്നത്. കാലാവസ്ഥാവ്യതിയാനങ്ങളും ആഗോളതാപനവും ധ്രുവങ്ങളിലെ മഞ്ഞുപാളികളുടെ അളവിൽ വന്ന കുറവുമൊക്കെ ധ്രുവക്കരടികളുടെ ജീവനും ജീവിതത്തിനും വലിയ ഭീഷണിയാകുകയാണ്. അവയുടെ അംഗസംഖ്യയിൽ വരുന്ന ഭീമമായ കുറവിനെക്കുറിച്ച് ലോകജനതയെ ബോദ്ധ്യപ്പെടുത്തുകയും കാർബൺ പാദമുദ്ര കുറയ്ക്കാൻ ഏവരെയും ഉദ്ബോധിപ്പിക്കുകയുമാണ് ഈ ദിനാചരണത്തിന്റെ ലക്ഷ്യം.

1973-ൽ അമേരിക്ക, റഷ്യ, ഡെന്മാർക്ക്, നോർവ്വേ എന്നീ രാജ്യങ്ങൾ ചേർന്ന്, ധ്രുവക്കരടികളെയും അവയുടെ വാസസ്ഥാനങ്ങളെയും സംരക്ഷിക്കാനുള്ള അന്താരാഷ്ട്ര ഉടമ്പടിയിൽ (ഇന്റർനാഷണൽ എഗ്രിമെന്റ് ഓൺ ദ കൺസർവേഷൻ ഓഫ് പോളാർ ബെയേഴ്സ് ആന്റ് ദെയർ ഹാബിറ്ററ്റ്) ഒപ്പുവയ്ക്കുകയും തുടർന്ന് ധ്രുവക്കരടിയെ വംശനാശഭീഷണി

നേരിടുന്ന ജീവിയായി അമേരിക്ക പ്രഖ്യാപിക്കുകയും ചെയ്തു. ധ്രുവ ക്കരടികളുടെ സംരക്ഷണം തങ്ങളുടെ ദൗത്യമായി ഏറ്റെടുത്ത് 1994-ൽ രൂപീകൃതമായ പോളാർ ബെയേഴ്സ് ഇന്റർനാഷണൽ സംരക്ഷണ പ്രവർത്തനങ്ങളുടെ ഭാഗമായിട്ടാണ് അന്താരാഷ്ട്ര ധ്രുവക്കരടിദിനം ആച രിച്ചുതുടങ്ങിയത്. 2011-ലായിരുന്നു ആദ്യ ദിനാചരണം.

ഫെബ്രുവരി 28

ദേശീയ ശാസ്ത്രദിനം (National Science day)

വർഷം തോറും ദേശീയതലത്തിൽ ശാസ്ത്രദിനമായി ആചരിക്കുന്ന ദിവസമാണ് ഫെബ്രുവരി 28. നോബൽ പുരസ്ക്കാരജേതാവായ സി.വി. രാമൻ (ചന്ദ്രശേഖര വെങ്കട്ട രാമൻ), രാമൻ പ്രഭാവം (രാമൻ ഇഫക്ട്) കണ്ടുപിടിച്ച ദിനത്തിന്റെ ഓർമ്മയ്ക്കായാണ് ഈ ദിനാചരണം നടത്തു ന്നത്. തമിഴ്നാട്ടിലെ തിരുച്ചിറപ്പള്ളി സ്വദേശിയായ സി.വി.രാമൻ 1928 ഫെബ്രുവരി 28-നാണ് രാമൻ പ്രഭാവം കണ്ടുപിടിച്ചത്. 1930-ൽ ഈ കണ്ടു പിടിത്തത്തിനാണ് അദ്ദേഹത്തിന് ഭൗതികശാസ്ത്രത്തിനുള്ള നൊബേൽ സമ്മാനം നൽകപ്പെട്ടത്. ഭൗതികശാസ്ത്ര നൊബേൽ നേടിയ ആദ്യ ഏഷ്യക്കാരനായ ആ ശാസ്ത്രപ്രതിഭയ്ക്കുള്ള ആദരമായിട്ടാണ് ശാസ്ത്ര ദിനാചരണം നടക്കുന്നത്. ഭാരതത്തിന്റെ യശസ്സുയർത്തിയ മഹത്തരമായ കണ്ടുപിടിത്തം പ്രസിദ്ധീകരിച്ച ദിവസമായ ഫെബ്രുവരി 28 ശാസ്ത്രദി നമായി ആചരിക്കണമെന്ന ആശയം മുന്നോട്ടുവച്ചത് ദേശീയ ശാസ്ത്ര സാങ്കേതിക വിവരവിനിമയ സമിതി (നാഷണൽ കൗൺസിൽ ഫോർ സയൻസ് ആന്റ് ടെക്നോളജി കമ്മ്യൂണിക്കേഷൻ) ആണ്. 1987 മുതൽ ഈ ദിനാചരണം നടന്നുവരുന്നു.

ശാസ്ത്രത്തിന്റെയും സാങ്കേതികവിദ്യയുടെയും പ്രാധാന്യത്തെ ഉയർ ത്തിക്കാട്ടാനും ജനങ്ങൾക്ക് നിത്യജീവിതത്തിൽ അവ കൊണ്ടുള്ള ഉപ യോഗങ്ങളെക്കുറിച്ച് അറിവ് പകരാനുമാണ് ശാസ്ത്രദിനം ആചരിക്കു ന്നത്. ഇൻഡ്യയിൽ, ആചരിക്കപ്പെടുന്ന ഏറ്റവും വലിയ ശാസ്ത്രാഘോഷ മാണിത്.

ഫെബ്രുവരി രണ്ടാം തിങ്കളാഴ്ച:

ലോക അപസ്മാര ദിനം (International Epilepsy Day)

എല്ലാ വർഷവും ഫെബ്രുവരി രണ്ടാമത്തെ തിങ്കളാഴ്ച അപസ്മാര മെന്ന മസ്തിഷ്ക്കരോഗത്തെക്കുറിച്ച് ശരിയായ അറിവുകൾ പ്രചരിപ്പി

ക്കാനുള്ള അന്താരാഷ്ട്രദിനമായി ആചരിക്കുന്നു. 2015-ലാണ് അപസ്മാര ദിനാചരണം തുടങ്ങിയത്. ഇന്റർനാഷണൽ ബ്യൂറോ ഫോർ എപ്പിലെപ്സി, ഇന്റർനാഷണൽ ലീഗ് എഗൻസ്റ്റ് എപ്പിലെപ്സി എന്നീ സംഘടനകളുടെ സംയുക്താഭിമുഖ്യത്തിലാണ് ഈ ദിനാചരണം നടക്കുന്നത്.

ലോകാരോഗ്യസംഘടനയുടെ കണക്കനുസരിച്ച് ലോകത്ത് 50 ദശലക്ഷത്തിലധികം ആളുകൾ അപസ്മാരം വഴിയുള്ള ബുദ്ധിമുട്ടുകൾ അനുഭവിക്കുന്നു. ഇതിന് ചികിത്സകളുണ്ടെങ്കിലും രോഗത്തെക്കുറിച്ചുള്ള അജ്ഞത മൂലവും മനോരോഗമാണെന്നോ പ്രേതബാധയാണെന്നോ ഒക്കെയുള്ള തെറ്റിദ്ധാരണകൾ മൂലവും വികസ്വര രാജ്യങ്ങളിലെ 10 രോഗികളിൽ 8 പേർക്കും മതിയായ ചികിത്സ ലഭിക്കുന്നില്ലെന്നാണ് കണ്ടെത്തൽ. ഈയൊരു പശ്ചാത്തലത്തിലാണ്, പൊതുജനങ്ങൾക്ക് അപസ്മാരത്തെക്കുറിച്ച് വിശദമായ അറിവ് പകർന്ന്, രോഗികൾക്ക് മെച്ചപ്പെട്ട ചികിത്സയും പരിചരണവും ലഭ്യമാക്കാനും ഈ രോഗത്തെപ്പറ്റിയുള്ള ഗവേഷണങ്ങൾ പ്രോത്സാഹിപ്പിക്കാനുമായിട്ടാണ് അപസ്മാരദിനാചരണം തുടങ്ങിയത്. രോഗികൾക്ക് അവരുടെ രോഗാനുഭവങ്ങളും സമൂഹത്തിൽ നിന്ന് നേരിടുന്ന പാർശ്വവൽക്കരണവും അവഗണനയും ലോകസമക്ഷം പങ്കുവയ്ക്കാനും ഇത് അവസരമൊരുക്കുന്നു.

ഫെബ്രുവരി മൂന്നാം ഞായറാഴ്ച

ലോക തിമിംഗല ദിനം (World Whale Day)

കടലിലെ ഭീമന്മാരെന്ന് പേരെടുത്തിട്ടുള്ള തിമിംഗലങ്ങളെ സംരക്ഷിക്കാനുള്ളതാണ് ലോക തിമിംഗലദിനാചരണം. എല്ലാ വർഷവും ഫെബ്രുവരി മൂന്നാമത്തെ ഞായറാഴ്ചയാണ് ഇതിനായി നീക്കിവച്ചിരിക്കുന്നത്. നിലനില്പ്പുഭീഷണി നേരിടുന്ന കൂനൻതിമിംഗലങ്ങളുടെ സംരക്ഷണത്തിനായി, പസഫിക്ക് വെയ്ൽ ഫൗണ്ടേഷൻ സ്ഥാപകനായ ഗ്രെഗ് കോഫ്മാന്റെ മനസ്സിലുദിച്ച ആശയമാണ് ദിനാചരണത്തിന് നാന്ദി കുറിച്ചത്. 1980-ൽ ഹവായിയിലെ മാവുയീ (Maui) പട്ടണത്തിൽ ഫൗണ്ടേഷൻ സംഘടിപ്പിച്ച മാവുയീ വെയ്ൽ ഫെസ്റ്റിവലിന്റെ ഭാഗമായിട്ടായിരുന്നു ആദ്യ ദിനാചരണം നടന്നത്. അതിന് ശേഷം മറ്റെല്ലായിനം തിമിംഗലങ്ങളുടെയും സംരക്ഷണം ദിനാചരണത്തിന്റെ ലക്ഷ്യമായി. സമുദ്ര ആവാസവ്യവസ്ഥകൾ ഗുരുതരമായി മലിനീകരിക്കപ്പെടുകയും മാംസത്തിനായും കൊഴുപ്പിനായും തിമിംഗലങ്ങൾ നിർദ്ദയം വേട്ടയാടപ്പെടുകയും ചെയ്യുന്ന സാഹചര്യത്തിൽ അവയുടെ നിലനില്പ് അവതാളത്തിലാകുന്നുവെന്ന തിരിച്ചറിവിന്റെ പശ്ചാത്തലത്തിലായിരുന്നു തിമിംഗലദിനാചരണത്തിന്റെ വിപുലീകരണം.

മാർച്ച് 1

ലോക വിവേചനരഹിത ദിനം (Zero Discrimination Day)

ഐക്യരാഷ്ട്രസഭയുടെ നേതൃത്വത്തിൽ ലോകമെങ്ങുമുള്ള അന്താരാഷ്ട്ര സംഘടനകൾ മാർച്ച് ഒന്നിന് വിവേചനരഹിതദിനം ആചരിക്കുന്നു. ഐക്യരാഷ്ട്രസഭയുടെ അംഗരാജ്യങ്ങളിൽ, നിയമത്തിന്റെ മുന്നിലോ പ്രായോഗികതലത്തിലോ ഒരുതരത്തിലുമുള്ള വിവേചനം ഇല്ലാത്ത തുല്യത പ്രോത്സാഹിപ്പിക്കാനായിട്ടാണ് ഈ ദിനാചരണം തുടങ്ങിയത്. എച്ച് ഐ വി, എയ്ഡ്സ് രോഗങ്ങൾക്കെതിരെയുള്ള നടപടികൾക്കായി പ്രവർത്തിക്കുന്ന യു.എൻ.എയ്ഡ്സ് എന്ന സംഘടനയുടെ എക്സിക്യൂട്ടീവ് ഡയറക്ടറായിരുന്ന മൈക്കൽ സിദിബെ പ്രഖ്യാപിച്ചതനുസരിച്ച് 2014-ലാണ് ആദ്യ ദിനാചരണം നടന്നത്.വ്യക്തികളുടെ ജീവിതാഭിലാഷങ്ങളും ലക്ഷ്യങ്ങളും നേടാനുള്ള വഴിയിൽ തടസ്സം നിൽക്കുന്ന ഘടകമായ വിവേചനം നിർമ്മാർജ്ജനം ചെയ്യാനുള്ള ആഹ്വാനമാണ് ഓരോ ദിനാചരണവും.

മാർച്ച് 3

ലോക വന്യജീവിദിനം (World Wildlife day)

പൊതുജനങ്ങളിൽ വന്യജീവികളെയും സസ്യജാലങ്ങളെയും പറ്റി അവബോധം നൽകാനും അവയെ സംരക്ഷിക്കാനുള്ള താല്പര്യം ജനിപ്പിക്കാനും ലക്ഷ്യമിട്ട് മാർച്ച് 3 ലോകവന്യജീവിദിനമായി ആചരിക്കുന്നു. 2013 ഡിസംബറിൽ നടന്ന ഐക്യരാഷ്ട്ര പൊതുസഭയുടെ 68-ാമത് സമ്മേളനത്തിലാണ് മാർച്ച് മൂന്ന് ലോക വന്യജീവിദിനമായി ആചരിക്കാൻ തീരുമാനിച്ചത്. ഇത്തരമൊരു ദിനാചരണത്തിന്റെ ആവശ്യകത സഭയിൽ അവതരിപ്പിച്ചത് തായ്‌ലൻഡായിരുന്നു. 1973-ൽ, വംശനാശഭീഷണി നേരിടുന്ന ജീവജാലങ്ങളുടെ അന്താരാഷ്ട്ര വിപണനം സംബന്ധിച്ച ഉടമ്പടി (കൺവെൻഷൻ ഓൺ ഇന്റർനാഷണൽ ട്രേഡ് ഇൻ എൻഡേഞ്ചേർഡ് സ്പീഷീസ് ഓഫ് വൈൽഡ് ഫോണ ആന്റ് ഫ്ളോറ- CITES) നിലവിൽ വന്ന ദിനത്തിന്റെ സ്മരണയ്ക്കാണ് മാർച്ച് മൂന്ന് ഈ ദിനാചരണത്തിനായി നിശ്ചയിച്ചത്. ഈ ഉടമ്പടിയുടെ സെക്രട്ടേറിയറ്റിനാണ് ദിനാചരണം നടത്താനുള്ള ചുമതല.

വന്യജീവികൾക്കായി നീക്കിവച്ചിട്ടുള്ള ഏറ്റവും പ്രധാനപ്പെട്ട ഒരു ദിവസമാണിത്. ഭൂമിയിൽ വന്യജീവികൾ കടുത്ത ഭീഷണിയാണ് നേരിടുന്നത്. പലതും വംശനാശത്തിന്റെ വക്കിലാണ്. കാലാവസ്ഥാവ്യതിയാ

നവും കാട്ടുതീയും മലിനീകരണവും രാസവസ്തുക്കളുടെ ഉപയോഗവും വേട്ടയുമൊക്കെക്കാരണം ഓരോ വർഷവും ചുവന്ന പട്ടികയിൽ എത്തിപ്പെടുന്ന ജീവജാലങ്ങളുടെ എണ്ണം കൂടിക്കൊണ്ടിരിക്കുന്നു. ഈയൊരു സാഹചര്യത്തിൽ ഇവയെക്കുറിച്ചറിയുന്നതും ഇവയുടെ പ്രസക്തി മനസ്സിലാക്കുന്നതും സംരക്ഷണം ഉറപ്പാക്കുന്നതിന് അത്യാവശ്യമാണ്.

ഇന്ത്യയിൽ 1972-ൽ വന്യജീവി (സംരക്ഷണ) നിയമം നിലവിൽ വന്നു. ഇതുമായി ബന്ധപ്പെട്ട കാര്യങ്ങൾ നടപ്പാക്കാൻ വൈൽഡ്ലൈഫ് ഇൻസ്റ്റിറ്റ്യൂട്ട് ഓഫ് ഇന്ത്യ എന്ന സ്ഥാപനവുമുണ്ടായി. വന്യജീവി സംരക്ഷണത്തിനായി 100-ലധികം ദേശീയോദ്യാനങ്ങളും 550-ലധികം വന്യജീവി സങ്കേതങ്ങളും 50-ഓളം കടുവാസംരക്ഷണ കേന്ദ്രങ്ങളും 30-ലധികം ആനസംരക്ഷണമേഖലകളും 125-ൽപരം കമ്മ്യൂണിറ്റി റിസർവ്വുകളുമുണ്ട്. ഇൻഡ്യയിൽ അങ്ങോളമിങ്ങോളം വ്യാപിച്ചുകിടക്കുന്ന ഈ സംരക്ഷിതമേഖലകളിൽ വന്യജീവികൾക്ക് സാമാന്യം നല്ല സംരക്ഷണം ലഭിക്കുന്നുണ്ടെങ്കിലും അവയെല്ലാം പലതരത്തിലുള്ള ഭീഷണി നേരിടുന്നുണ്ടെന്നുള്ളതാണ് യാഥാർത്ഥ്യം. വന്യജീവികളെയും അവയുടെ ആവാസമേഖലകളെയും സംരക്ഷിക്കാൻ പൊതുസമൂഹവും പരിസ്ഥിതി സ്നേഹികളും സദാ ജാഗരൂകരായിരിക്കണമെന്ന് വന്യജീവിദിനം ഉദ്ബോധിപ്പിക്കുന്നു.

മാർച്ച് 3

ലോക കേൾവി ദിനം (World Hearing Day)

മാർച്ച് മൂന്നിന് ലോകമെങ്ങും ആചരിക്കുന്ന ഒരു ദിനമാണ് കേൾവി ദിനം. ലോകാരോഗ്യസംഘടനയുടെ കീഴിൽ പ്രവർത്തിക്കുന്ന അന്ധതയും ബധിരതയും തടയാനുള്ള ഓഫീസിന്റെ ആഹ്വാനപ്രകാരമാണ് ശ്രവണദിനമെന്നും വിളിക്കപ്പെടുന്ന ഈ ദിനാചരണം നടക്കുന്നത്. 2007-ലാണ് ആദ്യ ദിനാചരണം നടന്നത്. 2016 വരെ ഇന്റർനാഷണൽ ഇയർ കെയർ ഡേ (International Ear care day) എന്നാണ് ഇത് അറിയപ്പെട്ടിരുന്നത്.

മറ്റുള്ളവരുമായി ആശയവിനിമയം നടത്താനും ഭാഷ ഉപയോഗിക്കാനും ബൗദ്ധികമായ വളർച്ച കൈവരിക്കാനും അനിവാര്യമായ കേൾവിശക്തി സംരക്ഷിക്കേണ്ടതിന്റെ ആവശ്യകതയെപ്പറ്റിയും കേൾവി നഷ്ടമാകാത്ത സുരക്ഷിതമായ ശബ്ദത്തെപ്പറ്റിയുമൊക്കെ അവബോധം വളർത്തുകയാണ് ഈ ദിനാചരണത്തിന്റെ ലക്ഷ്യം. കുട്ടികളിലും മുതിർന്നവരിലും ഉണ്ടാകുന്ന ഏതുതരത്തിലുള്ള കേൾവിത്തകരാറുകളും തുടക്കത്തിലേ

കണ്ടുപിടിച്ച് ആവശ്യമായ ചികിത്സകൾ ലഭ്യമാക്കണമെന്ന ആഹ്വാനമാണ് ഓരോ ദിനാചരണവും. സമൂഹത്തിൽ നിന്ന് അന്യവൽക്കരിക്കപ്പെടാനും ഒറ്റപ്പെടാനും വഴിയൊരുക്കുന്ന ബധിരതയും ശ്രവണനഷ്ടവും തുടച്ചുനീക്കുകയാണ് ദിനാചരണത്തിന്റെ ആത്യന്തിക ലക്ഷ്യം.

മാർച്ച് 4

ലോക പൊണ്ണത്തടിദിനം (World Obesity Day)

2020 മുതൽ മാർച്ച് 4 ലോകമെങ്ങും അമിതവണ്ണദിനമായി ആചരിക്കുന്നു. പൊണ്ണത്തടിക്കും അത് മൂലമുണ്ടാകുന്ന ആരോഗ്യപ്രശ്നങ്ങൾക്കും അറുതിവരുത്തണമെന്ന ലക്ഷ്യത്തോടെയാണ് ഈ ദിനാചരണം നടത്തുന്നത്. ജങ്ക്ഫുഡുകളുടെയും ഫാസ്റ്റ്ഫുഡുകളുടെയും മധുരവും കൊഴുപ്പും കൂടിയ മറ്റ് ഭക്ഷ്യവസ്തുക്കളുടെയും ഉപയോഗവും വ്യായാമമില്ലായ്മയും നിമിത്തം ലോകത്ത് പൊണ്ണത്തടിയും അതിനോടനുബന്ധിച്ച ശാരീരികപ്രശ്നങ്ങളും വർദ്ധിച്ചുവരികയാണ്. 800 ദശലക്ഷം ജനങ്ങൾ അമിതവണ്ണം മൂലമുള്ള ബുദ്ധിമുട്ടുകൾ അനുഭവിക്കുന്നതായി ലോകാരോഗ്യ സംഘടനയുടെ കണക്കുകൾ വെളിപ്പെടുത്തുന്നു. 2020-ലെ കണക്കനുസരിച്ച് അഞ്ച് വയസ്സിൽത്താഴെയുള്ള നാല് കോടിയോളം കുട്ടികൾ അമിതവണ്ണക്കാരാണ്. ഇതേ തോതിൽ പോകുകയാണെങ്കിൽ 2030 ആകുമ്പോൾ അമിതവണ്ണക്കാരുടെ സംഖ്യ 25 കോടിയാകുമത്രെ. ഈയൊരു പശ്ചാത്തലത്തിലാണ് പൊണ്ണത്തടിയുണ്ടാകാനുള്ള കാരണങ്ങളെയും അതുകൊണ്ടുണ്ടാകാവുന്ന ശാരീരിക, മാനസിക, ആരോഗ്യപ്രശ്നങ്ങളെയും കുറിച്ച് ബോധവൽക്കരണം നടത്താൻ ലക്ഷ്യമിട്ട് മാർച്ച് 4 പൊണ്ണത്തടിദിനമായി പ്രഖ്യാപിച്ചത്. നല്ല ഭക്ഷണവും കൃത്യമായ വ്യായാമവും ചേർന്ന സന്തുലിതമായ ജീവിതശൈലി പിന്തുടരുന്നതിലൂടെ അമിതവണ്ണം തടയുകയാണ് ഇതിന്റെ ലക്ഷ്യം. പൊണ്ണത്തടി വരാതിരിക്കാനും ആരോഗ്യകരമായ ഭാരം കൈവരിക്കാനും നിലനിർത്താനുമുള്ള പ്രായോഗികവഴികൾ നിർദ്ദേശിക്കാനും പ്രചരിപ്പിക്കാനും സഹായിക്കാനും ഈ ദിനത്തിൽ ആരോഗ്യപ്രവർത്തകരും സന്നദ്ധസംഘടനകളും ശ്രദ്ധവയ്ക്കുന്നു.

മാർച്ച് 8

അന്താരാഷ്ട്ര വനിതാദിനം (International Women's day)

ഒരു നൂറ്റാണ്ടിലേറെയായി മാർച്ച് 8-ന് ആഗോളതലത്തിൽ നടന്നുവരുന്ന ഒരു ദിനാചരണമാണ് അന്താരാഷ്ട്ര വനിതാദിനം. സാമൂഹ്യ, സാമ്പത്തിക, സാംസ്ക്കാരിക, രാഷ്ട്രീയ രംഗങ്ങളിൽ വനിതകൾ എത്തിപ്പിടിച്ച നേട്ടങ്ങൾ ഉയർത്തിക്കാട്ടാനും ലിംഗസമത്വത്തിനു വേണ്ടി പ്രവർത്തിക്കാനുമുള്ള ദിവസമാണിത്.

വനിതകൾക്കായുള്ള ദിനമാണെങ്കിലും ഇതിന്റെ വേരുകൾ വടക്കേ അമേരിക്കയിലെയും യൂറോപ്പിലെയും തൊഴിൽപരമായ പ്രശ്നങ്ങളുമായി ബന്ധപ്പെട്ടതാണ്. 1857 മാർച്ച് 8-ന് തൊഴിൽസമയം കുറയ്ക്കാനും വേതനം കൂട്ടാനും വോട്ടവകാശം ലഭിക്കാനും വേണ്ടി ന്യൂയോർക്കിലെ തുണിമില്ലുകളിലെ തൊഴിലാളിസ്ത്രീകൾ നടത്തിയ സമരമായിരുന്നു ഇതിന് നാന്ദി കുറിച്ചതെന്ന് പറയാം. ഈ സമരത്തിന് ശേഷം ലോകത്ത് പലയിടങ്ങളിലും തൊഴിലവകാശങ്ങൾക്കും തുല്യനീതിക്കും വേണ്ടിയും പുരുഷമേധാവിത്വത്തിനെതിരെയും സമരങ്ങൾ അരങ്ങേറുകയും, സ്ത്രീകളുടെ അവകാശസംരക്ഷണത്തിനായി പല കൂട്ടായ്മകളും സംഘടനകളും രൂപംകൊള്ളുകയും ചെയ്തു. അത്തരത്തിലുള്ള ഒന്നായ ഇന്റർനാഷണൽ സോഷ്യലിസ്റ്റ് വിമെൻസ് കോൺഗ്രസ്സിന്റെ സമ്മേളനത്തിൽ വച്ച് ജർമ്മനിയിലെ രാഷ്ട്രീയപ്രവർത്തകയായ ക്ലാരാ സെത്കിൻ ആണ് ഫെബ്രുവരി 28 വനിതാദിനമായി ലോകമൊട്ടാകെ ആചരിക്കണമെന്ന ആശയം മുന്നോട്ടുവച്ചത്. അങ്ങനെ. 1911 ഫെബ്രുവരി 28-ന് ആദ്യമായി സാർവ്വദേശീയമായി വനിതാദിനാചരണം നടന്നു. രണ്ടു വർഷങ്ങൾക്ക് ശേഷം 1913-ലാണ് ദിനാചരണം മാർച്ച് 8-ലേക്ക് മാറ്റിയത്. 1857 മാർച്ച് 8-ന് ന്യൂയോർക്കിലെ തൊഴിലാളിസ്ത്രീകൾ നടത്തിയ സമരത്തിന്റെ ഓർമ്മയ്ക്കായിട്ടാണ് ദിനാചരണത്തിന് ഈ തീയതി തെരഞ്ഞെടുത്തത്. 1975-ൽ ഐക്യരാഷ്ട്രസഭ മാർച്ച് 8 അന്താരാഷ്ട്ര വനിതാദിനമായി പ്രഖ്യാപിച്ചു.

മാർച്ച് 11

ലോക പ്ലമിങ്ങ് ദിനം (World Plumbing Day)

ലോകാരോഗ്യ സംഘടനയുമായും അംഗരാജ്യങ്ങളുമായും സഹകരിച്ച് ലോകമെങ്ങും സുരക്ഷിതമായ പ്ലമിങ്ങ് പ്രോത്സാഹിപ്പിക്കുന്നതിനായി പ്രവർത്തിക്കുന്ന സംഘടനയാണ് ലോക പ്ലമിങ്ങ് കൗൺസിൽ. ഇതിന്റെ

ആഭിമുഖ്യത്തിൽ മാർച്ച് 11 അന്തർദ്ദേശീയ പ്ലമിങ്ങ് ദിനമായി ആചരിക്കുന്നു. സുരക്ഷിതമായ പ്ലമിങ്ങ് പൊതുജനാരോഗ്യം കാത്തുസൂക്ഷിക്കുന്നതിൽ എത്രത്തോളം പ്രധാനമായ പങ്കാണ് വഹിക്കുന്നതെന്ന് എല്ലാവരെയും ബോദ്ധ്യപ്പെടുത്താനായി ഒരു ദിവസം മാറ്റിവയ്ക്കണമെന്ന് 2010-ലാണ് കൗൺസിൽ തീരുമാനിച്ചത്. ആരോഗ്യം സംരക്ഷിക്കുന്നതിലും ആരോഗ്യമുള്ള പരിസ്ഥിതി നിലനിർത്തുന്നതിലും വികസ്വര രാജ്യങ്ങളിലെ ജനലക്ഷങ്ങൾക്ക് രോഗങ്ങളില്ലാത്ത സുസ്ഥിരഭാവി കെട്ടിപ്പടുക്കുന്നതിനും പ്ലമിങ്ങിന്റെ സേവനം എടുത്തുകാട്ടാൻ ഈ ദിനാചരണം പ്രയോജനപ്പെടുത്തുന്നു. ഇതിന്റെ ഭാഗമായി ആഘോഷങ്ങളും പ്ലമിങ്ങുമായി ബന്ധപ്പെട്ട മത്സരങ്ങളും സെമിനാറുകളും മറ്റു പ്രവർത്തനങ്ങളും ലോകമൊട്ടാകെ നടത്തപ്പെടുന്നു.

മാർച്ച് 12

ലോക ഗ്ലോക്കോമ ദിനം (World Glaucoma Day)

നേത്രനാഡിയെ ബാധിക്കുന്ന ഗുരുതരമായ ഒരു രോഗമാണ് ഗ്ലോക്കോമ. ശരിയായ സമയത്ത് ചികിത്സിച്ചില്ലെങ്കിൽ ഇത് നിത്യമായ അന്ധതയിലേക്ക് നയിക്കും. എന്നാൽ, തുടക്കത്തിൽത്തന്നെ ചികിത്സ ലഭിച്ചാൽ കാഴ്ച നഷ്ടമാകാതെയിരിക്കും. ലോകാരോഗ്യ സംഘടനയുടെ കണക്കനുസരിച്ച് ലോകത്തെ 4.5 ദശലക്ഷം ജനങ്ങൾ ഈ രോഗബാധ മൂലം അന്ധരായിത്തീർന്നിട്ടുണ്ട്. ഇൻഡ്യക്കാരിൽ 12 ദശലക്ഷം പേർക്ക് രോഗം ബാധിക്കുകയും 1.2 ദശലക്ഷം പേർക്ക് അന്ധത ബാധിക്കുകയും ചെയ്തിട്ടുണ്ട്. അന്ധതയ്ക്ക് കാരണമാകുന്ന രണ്ടാമത്തെ പ്രധാന കാരണമായ ഗ്ലോക്കോമയെക്കുറിച്ച് അവബോധമുണർത്താനും കൃത്യമായ ഇടവേളകളിലെ നേത്രപരിശോധന പ്രോത്സാഹിപ്പിച്ച് ഈ രോഗം മൂലമുള്ള അന്ധതയ്ക്ക് വിരാമമിടാനും ലക്ഷ്യമിട്ടാണ് മാർച്ച് 12 ലോകമെങ്ങും ഗ്ലോക്കോമദിനമായി ആചരിക്കുന്നത്. ലോക ഗ്ലോക്കോമ അസോസിയേഷൻ, ലോക ഗ്ലോക്കോമ പേഷ്യന്റ് അസോസിയേഷൻ എന്നിവയുടെ സംയുക്താഭിമുഖ്യത്തിൽ മാർച്ച് 6 മുതൽ ഒരാഴ്ച ഗ്ലോക്കോമ വാരമായും ആചരിച്ചുവരുന്നു. നേത്രചികിത്സാവിദഗ്ദ്ധരും ആരോഗ്യപ്രവർത്തകരും സർവ്വകലാശാലകളും മെഡിക്കൽ സെന്ററുകളും രോഗബാധിതരും അവരുടെ സുഹൃത്തുക്കളും ബന്ധുക്കളുമെല്ലാം ഈയൊരു ലക്ഷ്യസാദ്ധ്യത്തിനായി മുന്നിട്ടിറങ്ങുന്നു.

മാർച്ച് 14

പൈദിനം/അന്താരാഷ്ട്ര ഗണിതശാസ്ത്രദിനം (Pi day/International Day of Mathematics)

ഗണിതശാസ്ത്രത്തിലെ സ്ഥിരമൂല്യമുള്ള അഭിന്നകമായ (Irrational number) പൈ (π) യുടെ മൂല്യവുമായി ബന്ധപ്പെട്ടാണ് പൈ ദിനാചരണം നടക്കുന്നത്. ഒരു വൃത്തത്തിന്റെ ചുറ്റളവും അതിന്റെ വ്യാസവുമായുള്ള അനുപാതത്തെ പ്രതിനിധീകരിക്കുന്ന ചിഹ്നമാണ് പൈ. ഈ അഭിന്ന കത്തിന് പൈ എന്ന് പേരിട്ടത് 1706-ൽ വില്യം ജോൺസെന്ന ഗണിത ശാസ്ത്രജ്ഞനാണ്. ചുറ്റളവ് അഥവാ പെരിമീറ്റർ എന്നർത്ഥം വരുന്ന ഗ്രീക്ക് പദത്തിന്റെ ആദ്യാക്ഷരമാണ് പൈ. ഇത് ഗ്രീക്ക് അക്ഷരമാലയിലെ പതിനാറാമത്തെ അക്ഷരവുമാണ്. അനന്തമായി നീളുന്ന പൈയുടെ മൂല്യം ആദ്യമായി നിർണ്ണയിച്ചത് ആർക്കിമിഡീസാണ്. എന്നാൽ, നാല് ദശാംശ സ്ഥാനം വരെയുള്ള മൂല്യം കൃത്യമായി നിർണ്ണയിച്ചത് ഭാരതീയ ശാസ്ത്ര ജ്ഞനായ ആര്യഭടനാണ്.

മൂന്നാം മാസമായ മാർച്ചിലെ 14-ാം ദിവസം, മാസം/തീയതി ക്രമത്തിൽ 3/14 അല്ലെങ്കിൽ 3-14 എന്നാണല്ലോ എഴുതുന്നത്. 3,1,4 എന്നിവ പൈയുടെ മൂല്യത്തിലെ (3.14159265.......) ആദ്യത്തെ മൂന്നക്കങ്ങളാണല്ലോ. അതിനാ ലാണ് ഈ ദിനം പൈദിനമെന്നറിയപ്പെടുന്നത്. 1988-ലാണ് പൈ ദിനാച രണം തുടങ്ങിയത്. സാൻഫ്രാൻസിസ്ക്കോയിലെ ശാസ്ത്ര-സാങ്കേതിക - കലാ മ്യൂസിയമായ എക്സ്പ്ലോറട്ടോറിയത്തിലെ ക്യൂറേറ്ററും ഭൗതിക ശാസ്ത്രജ്ഞനുമായിരുന്ന ലാറി ഷായാണ് ഈ ദിനാചരണത്തിന് തുട ക്കമിട്ടത്. സഹപ്രവർത്തകരോടൊപ്പം വട്ടത്തിൽ നിന്ന് പൈ (Pie) എന്ന പലഹാരം തിന്നുകൊണ്ട് പ്രദക്ഷിണം വച്ചാണ് അന്ന് പൈ ദിനം ആഘോ ഷിച്ചത്. ഇപ്പോൾ പൈ തിന്നുകൊണ്ടും പൈയുടെ മൂല്യം മനഃപാഠമാക്കി പ്പറയുന്ന മത്സരങ്ങൾ സംഘടിപ്പിച്ചുകൊണ്ടും പൈയുടെ പ്രാധാന്യം ചർച്ച ചെയ്തുകൊണ്ടുമൊക്കെയാണ് ഈ ദിനം കൊണ്ടാടുന്നത്.

2015 മാർച്ച് 14 (3/14/15) പൈയുടെ നാല് ദശാംശം വരെയുള്ള മൂല്യ ത്തിന് (3.1415) തുല്യമായതിനാൽ ആ വർഷത്തെ പൈദിനത്തിന് സൂപ്പർ പൈദിനമെന്നാണ് പേര് നൽകിയിരുന്നത്. 2019-ൽ യുനെസ്ക്കോ പൈ ദിനത്തെ അന്താരാഷ്ട്ര ഗണിതശാസ്ത്രദിനമെന്ന് പുനർനാമകരണം ചെയ്തു.

മാർച്ച് 14

ദേശീയ ശലഭപഠന ദിനം (National Learn About Butterflies Day)

ലോകത്തിലെ ഏറ്റവും ഭംഗിയുള്ളതും വർണ്ണപ്പകിട്ടേറിയതുമായ ജീവികളിലൊന്നായ ചിത്രശലഭങ്ങളെപ്പറ്റി അറിയുകയെന്ന ലക്ഷ്യം മുൻനിർത്തി മാർച്ച് 14 അമേരിക്കയിൽ ദേശീയ ശലഭപഠനദിനമായി ആചരിക്കുന്നു. കണ്ണിനും കരളിനും ആനന്ദവും കൗതുകവും പകരുന്നതിന് പുറമേ പൂക്കളിൽ പരാഗണം നടത്തി പ്രകൃതിയെ നിലനിർത്തുന്നതിലും അല്പായുസ്സുകളായ ഈ നിശ്ശബ്ദജീവികൾക്ക് പങ്കുണ്ട്. ക്രീറ്റേഷ്യസ് കാലഘട്ടത്തിൽ, 40–135 ദശലക്ഷം വർഷങ്ങൾക്ക് മുമ്പാണ് ഇവയുടെ പൂർവ്വികർ ഉരുത്തിരിഞ്ഞതെന്ന് കരുതുന്നു. പിന്നീട്, ദശലക്ഷക്കണക്കിന് വർഷങ്ങളിലൂടെയുള്ള പരിണാമം വഴിയാണ് ശലഭങ്ങൾ ഇന്നത്തെ രൂപത്തിലായിത്തീർന്നത്. മുട്ട, പുഴു, സമാധി, ശലഭം എന്നീ നാല് ദശകളിലൂടെ പൂർത്തിയാകുന്ന ഇവയുടെ ജീവിതചക്രത്തെപ്പറ്റിയും വ്യത്യസ്ത ഇനങ്ങളുടെ വൈവിദ്ധ്യപൂർണ്ണമായ ശരീരഘടന, സ്വഭാവസവിശേഷതകൾ, ആഹാരരീതി എന്നിവയെപ്പറ്റിയുമൊക്കെ അറിയാനുള്ള അഭിവാഞ്ഛ എല്ലാവരിലുമുണ്ടാക്കാനും ആവാസവ്യവസ്ഥകളെ നിലനിർത്തുന്നതിന് അവ നൽകുന്ന സേവനങ്ങളെക്കുറിച്ച് അവബോധമുണ്ടാക്കാനും ഈ ദിനാചരണം ലക്ഷ്യമിടുന്നു.

മാർച്ച് 15

ലോക ഉപഭോക്തൃ അവകാശദിനം (World Consumer Rights Day)

1983 മുതൽ മാർച്ച് 15 ലോക ഉപഭോക്തൃ അവകാശദിനമായി ആചരിച്ചുവരുന്നു. ഉപഭോക്താവെന്ന നിലയിൽ തങ്ങളുടെ നിയമപരമായ അവകാശങ്ങളെക്കുറിച്ച് ഓരോ പൗരനെയും ബോധവാനാക്കുകയെന്നതാണ് ഈ ദിനാചരണത്തിന്റെ ലക്ഷ്യം. ചതിക്കപ്പെടുകയോ പറ്റിക്കപ്പെടുകയോ ചെയ്യുന്നത് തിരിച്ചറിയാനും ഉല്പന്നങ്ങളെക്കുറിച്ചും ഉപഭോക്തൃസേവനങ്ങളെക്കുറിച്ചും പരാതികൾ ഉന്നയിക്കാനും വിപണിയിലെ ദുഷ്പ്രവണതകൾക്കെതിരെ പ്രതികരിക്കാനും പ്രതിഷേധിക്കാനും അവകാശങ്ങളെക്കുറിച്ച് അറിഞ്ഞിരിക്കേണ്ടത് അനിവാര്യമാണ്. എല്ലാത്തരം ഉപഭോക്താക്കളുടെയും അവകാശങ്ങൾ സംരക്ഷിക്കപ്പെടണമെന്നുള്ള സന്ദേശം പ്രചരിപ്പിക്കാൻ ഈ ദിനം പ്രയോജനപ്പെടുത്തുന്നു.

1962 മാർച്ച് 15–ന് അന്നത്തെ അമേരിക്കൻ പ്രസിഡന്റ് ജോൺ എഫ്. കെന്നഡി ലോകത്താദ്യമായി ഉപഭോക്താക്കളുടെ അവകാശങ്ങളെപ്പറ്റി

പ്രസംഗിച്ചതിന്റെ ഓർമ്മയ്ക്കായിട്ടാണ് മാർച്ച് 15 ഉപഭോക്തൃ അവകാശ ദിനമായി പ്രഖ്യാപിച്ചത്.

മാർച്ച് 16

ദേശീയ രോഗപ്രതിരോധ കുത്തിവയ്പ്പുദിനം (National Vaccination Day/ National Immunization Day)

ഇൻഡ്യയിൽ മാർച്ച് 16 ആചരിക്കപ്പെടുന്നത് ദേശീയ രോഗപ്രതിരോധ കുത്തിവയ്പ്പുദിനമായിട്ടാണ്. ബലഹീനമാക്കിയ രോഗാണുവിനെയോ രോഗാണുവിന്റെ ജൈവതന്മാത്രകളെയോ കുത്തിവയ്ച്ച്, ശരീരത്തിന് രോഗങ്ങളെ പ്രതിരോധിക്കാനോ ലഘൂകരിക്കാനോ ഉള്ള ശേഷിയുണ്ടാക്കുന്ന പ്രക്രിയയായ പ്രതിരോധകുത്തിവയ്പ്പ് അഥവാ വാക്സിനേഷന്റെ പ്രാധാന്യത്തെക്കുറിച്ച് ബോധവൽക്കരണം നൽകുകയാണ് ഈ ദിനാചരണത്തിന്റെ ലക്ഷ്യം. രോഗത്തെക്കുറിച്ചും രോഗവ്യാപന രീതിയെക്കുറിച്ചും അറിവ് പകരാനും ഇത് ലക്ഷ്യമിടുന്നു.

പ്രതിവർഷം അര ലക്ഷത്തോളം കുട്ടികളെ വരെ ബാധിച്ചിരുന്ന പോളിയോമൈലൈറ്റിസ് എന്ന വൈറസ് രോഗം നിർമ്മാർജ്ജനം ചെയ്യണമെന്ന ലക്ഷ്യത്തോടെ കേന്ദ്ര സർക്കാർ നടപ്പാക്കിയ പൾസ് പോളിയോ പദ്ധതി വഴി കുട്ടികൾക്ക് പോളിയോ വാക്സിന്റെ ആദ്യഡോസ് നൽകിയത് 1995 മാർച്ച് 16-നായിരുന്നു. അഞ്ചുവയസ്സിൽത്താഴെയുള്ള കുട്ടികൾക്ക് രണ്ടു തുള്ളി വീതം ഓറൽ പോളിയോ വാക്സിൻ നൽകി അവരെ ഈ രോഗത്തിൽ നിന്ന് രക്ഷിക്കാൻ ലക്ഷ്യമിട്ട ഈ പദ്ധതിക്ക് തുടക്കമിട്ട അന്നു മുതൽ തന്നെ ദേശീയ കുത്തിവയ്പ്പ് ദിനാചരണവും ആരംഭിച്ചു. പോളിയോരോഗത്തെ ഫലപ്രദമായി നിയന്ത്രിക്കാൻ കഴിഞ്ഞതിന്റെ അംഗീകാരമായി 2014-ൽ ഇൻഡ്യയെ പോളിയോ വിമുക്തരാജ്യമായി ലോകാരോഗ്യസംഘടന പ്രഖ്യാപിക്കുകയുണ്ടായി.

1978-ൽ ആരോഗ്യ-കുടുംബക്ഷേമ മന്ത്രാലയം എക്സ്പാന്റഡ് പ്രോഗ്രാം ഓൺ ഇമ്മ്യൂണൈസേഷൻ എന്ന പേരിൽ ആരംഭിച്ച പദ്ധതി 1985-ൽ യൂണിവേഴ്സൽ ഇമ്മ്യൂണൈസേഷൻ പ്രോഗ്രാമെന്ന് പുനർനാമകരണം ചെയ്ത് രാജ്യത്തെല്ലായിടത്തും വ്യാപിപ്പിച്ചു. രാജ്യമൊട്ടാകെയുള്ള, അഞ്ചുവയസ്സിൽത്താഴെ പ്രായമുള്ള കുട്ടികൾക്കും ഗർഭിണികൾക്കും സൗജന്യമായി, സമയബന്ധിതമായി വാക്സിനുകൾ നൽകി രാജ്യത്ത് ശിശുമരണനിരക്ക് കുറയ്ക്കുകയെന്ന ലക്ഷ്യത്തിനായി രൂപം കൊണ്ട ബൃഹത്തായ ആരോഗ്യപദ്ധതിയാണ് യൂണിവേഴ്സൽ ഇമ്മ്യൂണൈസേഷൻ പ്രോഗ്രാം. ഇപ്പോൾ ഇത് വഴി, ക്ഷയം, ഡിഫ്ത്തീരിയ,

വില്ലൻചുമ, ടെറ്റനസ്, പോളിയോ, അഞ്ചാംപനി, ഹെപ്പറ്റൈറ്റിസ് എ.,ബി., മെനിൻജൈറ്റിസ്, ജർമ്മൻ മീസിൽസ്, റോട്ടാവൈറസ് ഡയറിയ, ന്യൂമോ കോക്കൽ ന്യൂമോണിയ, ജാപ്പനീസ് എൻസെഫലൈറ്റിസ് എന്നിങ്ങനെ 15-ഓളം രോഗങ്ങൾക്കുള്ള വാക്സിനുകൾ നൽകിവരുന്നു.

മാർച്ച് 20

ലോക അങ്ങാടിക്കുരുവി ദിനം (World House Sparrow Day)

മുമ്പ് അങ്ങാടികളിലും അവയുടെ പരിസരങ്ങളിലും ധാരാളമായി കണ്ടുവന്നിരുന്ന ചെറുപക്ഷികളാണ് അങ്ങാടിക്കുരുവികൾ. ഇവയുടെ സംരക്ഷണത്തിനായി മാറ്റിവച്ചിരിക്കുന്ന ദിനമാണ് മാർച്ച് 20. വിളക ളിൽ കീടനാശിനികളുടെ അമിതോപയോഗം, മൊബൈൽ ടവറുകളിൽ നിന്നുള്ള വികിരണങ്ങൾ, ആവാസവ്യവസ്ഥകളുടെ ശിഥിലീകരണം, ഭക്ഷണലഭ്യതയിൽ വന്ന കുറവ്, ഉല്പന്നങ്ങളെ പ്ലാസ്റ്റിക്ക് പായ്ക്കറ്റു കളിലാക്കിയുള്ള വില്പനരീതി എന്നിങ്ങനെ വിവിധ കാരണങ്ങളാൽ ഇവയുടെ എണ്ണത്തിൽ വളരെയധികം കുറവ് വന്നിട്ടുണ്ട്. ഈ സാഹച ര്യത്തിൽ ഇവയുടെ സംരക്ഷണം ലക്ഷ്യം വച്ചാണ് ലോകമെങ്ങും അങ്ങാ ടിക്കുരുവിദിനം ആചരിക്കുന്നത്. ഈ പക്ഷികളെപ്പറ്റിയുള്ള അറിവുകൾ പ്രചരിപ്പിക്കാനും അവയ്ക്ക് ജീവിക്കാനുള്ള സൗകര്യങ്ങൾ ഒരുക്കിക്കൊ ടുക്കാനും ഇവയുടെ അംഗബലം കുറയാനിടയാക്കുന്ന കാരണങ്ങളെ ക്കുറിച്ച് പൊതുജനങ്ങൾക്ക് അറിവ് പകരാനും ഈ ദിനാചരണം ലക്ഷ്യ മിടുന്നു. മഹാരാഷ്ട്രയിലെ നാസിക്ക് സ്വദേശിയായ മുഹമ്മദ് ദിലാവർ എന്ന പരിസ്ഥിതിസംരക്ഷകൻ 2009-ൽ, ബ്രിട്ടനിലെ റോയൽ സൊസൈറ്റി ഫോർ പ്രൊട്ടക്ഷൻ ഓഫ് ബേർഡ്സ് എന്ന സംഘടനയിൽ പ്രവർത്തിച്ചു കൊണ്ടിരിക്കുമ്പോൾ ആരംഭിച്ച നേച്ചർ ഫോർ എവർ എന്ന സംഘടന യാണ് ഈ ദിനാചരണം തുടങ്ങിയത്. ഇപ്പോൾ ലോകത്തെ 30-ലധികം രാജ്യങ്ങളിൽ ഈ ദിനാചരണം നടക്കുന്നു.

മാർച്ച് 20

ലോക വദനാരോഗ്യ ദിനം (World Oral Health Day)

മാർച്ച് 20 ലോക വദനാരോഗ്യദിനമാണ്. വദനശുചിത്വം കാത്തുസൂ ക്ഷിക്കേണ്ടതിന്റെ ആവശ്യകതയെക്കുറിച്ചും വദനാരോഗ്യവുമായി ബന്ധ പ്പെട്ടുണ്ടാകുന്ന പ്രശ്നങ്ങളെക്കുറിച്ചും അവബോധമുണ്ടാക്കാനായി ആണ്ടുതോറും നടത്തുന്ന ദിനാചരണമാണിത്. ലോകത്തെ 90 ശതമാനം

ആൾക്കാരും വദനരോഗങ്ങൾക്ക് വശംവദരാണെന്ന് കണക്കുകൾ സൂചിപ്പിക്കുന്നു. ഇവയിൽ പലതും ഒഴിവാക്കാനാവുന്നതാണെന്നതിനാൽ ശരിയായ വദനശുചിത്വം പാലിച്ചാൽ ആരോഗ്യമുള്ള വായകളോടെ സന്തോഷകരമായ ജീവിതം നയിക്കാനാകുമെന്ന സന്ദേശമാണ് ദിനാചരണത്തിലൂടെ പ്രചരിപ്പിക്കുന്നത്.

ദന്തവൈദ്യവുമായി ബന്ധപ്പെട്ട് 1900-ത്തിൽ പാരിസിൽ രൂപംകൊണ്ട എഫ്.ഡി.ഐ. വേൾഡ് ഡെന്റൽ ഫെഡറേഷൻ എന്ന സംഘടനയാണ് ഈ ദിനാചരണത്തിന് നേതൃത്വം കൊടുക്കുന്നത്. 2013 മാർച്ച് 20-നാണ് ആദ്യ ദിനാചരണം നടന്നത്. ലോകമൊട്ടുക്കുള്ള 130-ലധികം രാജ്യങ്ങളിൽ പ്രവർത്തിക്കുന്ന ഡെന്റൽ സംഘടനകൾ ഈ ദിനത്തിൽ ദന്തസംരക്ഷണത്തെയും വദനാരോഗ്യത്തെയും പറ്റിയുള്ള ബോധവൽക്കരണ പ്രവർത്തനങ്ങൾ നടത്തുന്നു. വായ ആരോഗ്യത്തോടെ സൂക്ഷിക്കുന്നത് വഴി പല്ലുകൾക്കും മോണകൾക്കും വരുന്ന രോഗങ്ങളും ഒഴിവാക്കാനാവുമെന്ന് ദിനാചരണം ഉദ്ബോധിപ്പിക്കുന്നു.

മാർച്ച് 21

ലോക കവിതാദിനം (World Poetry Day)

യുനെസ്ക്കോയുടെ ആഹ്വാനമനുസരിച്ച് എല്ലാ വർഷവും മാർച്ച് 21 ആഗോളതലത്തിൽ കവിതാദിനമായി ആചരിക്കുന്നു. ചരിത്രവും സംസ്കാരവും പഠനവുമൊക്കെ സമ്മേളിക്കുന്ന സാഹിത്യവിഭാഗമായ കവിതകൾ ഭാഷാഭേദമെന്യേ എല്ലാവരും ശ്രദ്ധിക്കുന്നവയും ആസ്വദിക്കുന്നവയുമായതിനാൽ ഭാഷാവൈവിദ്ധ്യം നിലനിർത്താൻ ഇവ സഹായകമാണെന്ന വിലയിരുത്തലാണ് ഇത്തരമൊരു ദിനാചരണം പ്രഖ്യാപിക്കാൻ യുനെസ്ക്കോയെ പ്രേരിപ്പിച്ചത്. 1999-ൽ പാരിസിൽ കൂടിയ, യുനെസ്ക്കോയുടെ മുപ്പതാം സമ്മേളനമാണ് മാർച്ച് 21 ലോക കവിതാദിനമായി പ്രഖ്യാപിച്ചത്. കവിതകളെയും കവികളെയും പ്രോത്സാഹിപ്പിക്കുന്നതിലൂടെ നാശോന്മുഖമാകുന്ന ഭാഷകളെ ലോകശ്രദ്ധയിലെത്തിക്കുകയെന്ന ലക്ഷ്യവും യുനെസ്ക്കോക്കുണ്ട്. കവിതയെഴുത്തും പാരായണവും പഠനവും പ്രസാധനവും അദ്ധ്യാപനവും പ്രോത്സാഹിപ്പിച്ച് പ്രാദേശികവും ദേശീയവും അന്തർദ്ദേശീയവുമായ കാവ്യപ്രസ്ഥാനങ്ങളെ അംഗീകരിക്കാനും പ്രചോദിപ്പിക്കാനും ദിനാചരണം ലക്ഷ്യമിടുന്നു.

മാർച്ച് 21

ലോക വനദിനം (International Day of Forests)

എല്ലാ വർഷവും മാർച്ച് 21 വനങ്ങൾക്ക് വേണ്ടിയുള്ള അന്താരാഷ്ട്ര ദിനമായി ആചരിക്കുന്നു. വനങ്ങളെയും അവയുടെ പാരിസ്ഥിതിക പ്രസക്തിയെയും കുറിച്ച് പൊതുജനങ്ങളെ ബോധവാന്മാരാക്കുന്നത് വഴി വനനശീകരണം തടയുകയാണ് ഇതിന്റെ ലക്ഷ്യം. ഇപ്പോഴുള്ള തലമുറയ്ക്കും വരുംതലമുറകൾക്കും ഉപകാരപ്പെടുമാറ് എല്ലാത്തരം വനങ്ങളെയും സംരക്ഷിക്കുന്നതിന് പുറമേ വനേതരവൃക്ഷങ്ങളെയും സംരക്ഷിക്കാൻ ഈ ദിനം ആഹ്വാനം ചെയ്യുന്നു. ഈ ദിനത്തിൽ, ലോകമെങ്ങും സംഘടിത രീതിയിൽ വൃക്ഷത്തൈകൾ നടലും ബോധവൽക്കരണ പ്രവർത്തനങ്ങളും നടത്താറുണ്ട്.

ഐക്യരാഷ്ട്ര പൊതുസഭയുടെ 2012 നവംബർ 28-ലെ തീരുമാനം അനുസരിച്ച് 2013 മുതലാണ് ഈ ദിനാചരണം തുടങ്ങിയത്. ഓരോ വർഷവും വ്യത്യസ്തമായ തീമുകൾ അടിസ്ഥാനമാക്കിയാണ് ഈ ദിനം ആചരിക്കുന്നത്. ഭൂമിയിലെ ജൈവവൈവിദ്ധ്യം നിലനിർത്തുന്നതിലും മനുഷ്യന്റെ ജീവനും ജീവിതവും മികച്ച രീതിയിൽ നിലനിർത്തുന്നതിലും വനങ്ങൾ വഹിക്കുന്ന പങ്ക് വിവരണാതീതമാണ്. ഭൂമിയിലെ ഏതാണ്ട് 90% ജൈവവൈവിദ്ധ്യവും കാണപ്പെടുന്നത് വനങ്ങളിലാണ്. ഇതിൽ ത്തന്നെ ഏറ്റവും കൂടുതൽ ജൈവവൈവിദ്ധ്യമുള്ളത് ഉഷ്ണമേഖലാ നിത്യഹരിതവനങ്ങളിലാണ്. ജലസംരക്ഷണം, വായുസംരക്ഷണം, മണ്ണു സംരക്ഷണം എന്നിവയ്ക്കെല്ലാം അടിസ്ഥാനം വനസംരക്ഷണമാണ്.

ലോകബാങ്കിന്റെ കണക്ക് പ്രകാരം ലോകത്താകമാനമുള്ള 1.7 ബില്യൺ ജനങ്ങൾ വനങ്ങളെ നേരിട്ട് ആശ്രയിക്കുന്നു. 350 മില്യൺ ജനങ്ങൾ വനങ്ങളുടെ അടുത്തോ വനത്തിനുള്ളിലോ ജീവിക്കുന്നവരാണ്. ലോകത്തിലെ വിവിധ രാജ്യങ്ങളിലെ സർക്കാറുകൾക്ക് വനംകൊണ്ട് വലിയ സാമ്പത്തിക നേട്ടമാണുള്ളത്. ലോകബാങ്കിന്റെ ഒരു കണക്ക് പ്രകാരം 327 ബില്യൺ യു എസ് ഡോളറിന്റെ തടിവ്യാപാരമാണ് പ്രതിവർഷം നടക്കുന്നത്. ഇതുകൂടാതെ പഴങ്ങൾ, ഔഷധസസ്യങ്ങൾ, തേൻ, പശ, കൂൺ, തുടങ്ങിയവയും വനങ്ങളിൽ നിന്ന് ലഭിക്കുന്നുണ്ട്. ഇത്രയും സേവനങ്ങൾ തരുന്നതിനാൽത്തന്നെ ലോകത്താകമാനമുള്ള വനങ്ങൾ സംരക്ഷിക്കപ്പെടണം. മരംമുറിയും കാട്ടുതീയും അനിയന്ത്രിതമായ വനവിഭവ ശേഖരണവും തടയാനും കാടിന്റെ പച്ചപ്പും നിബിഡതയും നിലനിർത്താനുമുള്ള ആഹ്വാനമാണ് ഓരോ വനദിനാചരണവും.

മാർച്ച് 22

ലോക ജലദിനം (World Water day)

പ്രകൃതിയുടെ കനിവായി നമുക്കു കിട്ടുന്ന ജലത്തിന്റെ ഒരു തുള്ളി പോലും പാഴാക്കിക്കളയാതെ, സൂക്ഷിച്ച് ഉപയോഗിക്കേണ്ടതിന്റെ ആവശ്യകത ലോകജനതയെ ബോദ്ധ്യപ്പെടുത്താനായി മാർച്ച് 22 ലോക ജലദിനമായി ആചരിക്കുന്നു. ജലത്തിനു വേണ്ടി ഒരു ദിനാചരണമെന്ന ആശയം ആദ്യമായി ഉരുത്തിരിഞ്ഞത് 1992-ൽ ബ്രസീലിലെ റിയോ ഡീ ജനീറോയിൽ നടന്ന യു.എൻ.കോൺഫറൻസ് ഓൺ എൻവയോൺ മെന്റ് ആന്റ് ഡെവലപ്മെന്റ് സമ്മേളനത്തിലാണ്. അങ്ങനെ, ഐക്യ രാഷ്ട്ര പൊതുസഭയുടെ തീരുമാനപ്രകാരം 1993 മുതൽ എല്ലാ വർഷവും മാർച്ച് 22 ആഗോളതലത്തിൽ ജലദിനമായി ആചരിച്ചുവരുന്നു. ലോക ത്താകമാനം ശുദ്ധജലത്തിന്റെ ലഭ്യത കുറഞ്ഞുകൊണ്ടിരിക്കുകയും ജലം ഉല്പാദിപ്പിക്കാനുള്ള വിദ്യ മനുഷ്യന് വശമല്ലാതിരിക്കുകയും ചെയ്യുന്ന സാഹചര്യത്തിൽ, മഴക്കാലത്ത് പരമാവധി വെള്ളം സംഭരിച്ചും, ലഭ്യ മായ വെള്ളം, പാഴാക്കാതെ, മിതമായി ഉപയോഗിച്ചും പുനരുപയോഗിച്ചും ജലനഷ്ടം പരമാവധി കുറച്ചും ജീവിക്കണമെന്ന ആഹ്വാനമാണ് ഓരോ ജലദിനവും മുന്നോട്ടുവയ്ക്കുന്നത്.

മാർച്ച് 22

സീലുകൾക്കായുള്ള അന്താരാഷ്ട്രദിനം (International day of the Seal)

മാർച്ച് 22 ആഗോളതലത്തിൽ സീലുകൾക്കായുള്ള ദിനമായി ആചരി ച്ചുവരുന്നു. ലോകമൊട്ടാകെയുള്ള സമുദ്രങ്ങളിൽ കണ്ടുവരുന്ന ജലസ സ്തനികളാണ് സീലുകൾ. മാംസത്തിനും തോലിനും തൊലിക്കടിയിലെ ബ്ലബ്ബർ എന്നു പേരായ കൊഴുപ്പിനും വേണ്ടി ഇവ നിരന്തരം വേട്ടയാട പ്പെടുന്നു. കാലാവസ്ഥാവ്യതിയാനങ്ങളും ജലമലിനീകരണവും മൂലവും മത്സ്യബന്ധനവലകളിൽ കുടുങ്ങിയും ജലവാഹനങ്ങളിടിച്ചും ഇവയ്ക്ക് ജീവഹാനിയുണ്ടാകുന്നു. ആകെ, 33 ഇനം സീലുകളുള്ളതിൽ 10 ഇനങ്ങൾ വിവിധ കാരണങ്ങളാൽ വംശനാശഭീഷണി നേരിടുന്നതായി ഐ.യു. സി.എൻ. വിലയിരുത്തുന്നു. ഇക്കഴിഞ്ഞ നൂറ്റാണ്ടിൽ രണ്ടിനങ്ങൾ ഈ ഭൂമിയിൽ നിന്ന് തുടച്ചുമാറ്റപ്പെടുകയും ചെയ്തു. ഈയൊരു പശ്ചാത്ത ലത്തിലാണ് അവയുടെ സംരക്ഷണത്തിനായി യു.എസ്. കോൺഗ്രസ്സ് 1982-ൽ സീൽ ദിനാചരണം പ്രഖ്യാപിച്ചത്. സീലുകൾ നേരിടുന്ന ക്രൂര

മായ വേട്ടയിലേക്ക് ജനശ്രദ്ധ ക്ഷണിക്കാനും അവയ്ക്ക് വംശനാശം വരുന്നത് തടയാനുമാണ് ഈ ദിനാചരണം ലക്ഷ്യമിടുന്നത്.

മാർച്ച് 23

ലോക കാലാവസ്ഥാദിനം (World Meteorological Day)

മാർച്ച് 23 ലോക കാലാവസ്ഥാദിനമാണ്. കാലാവസ്ഥാപഠനം, ജലവിഭവവിനിയോഗം, ഭൗമശാസ്ത്രം എന്നീ മേഖലകളിൽ വിവിധ രാജ്യങ്ങളിൽ നടക്കുന്ന പ്രവർത്തനങ്ങളെയും പഠനങ്ങളെയും ഏകോപിപ്പിക്കുന്നതിനായി ഐക്യരാഷ്ട്രസഭയുടെ കീഴിൽ, ജനീവ ആസ്ഥാനമായി ലോക കാലാവസ്ഥാ സംഘടന (വേൾഡ് മീറ്റിയറോളജിക്കൽ ഓർഗനൈസേഷൻ) 1950 മാർച്ച് 23-ന് സ്ഥാപിതമായതിന്റെ ഓർമ്മയ്ക്കായി 1961 മുതലാണ് കാലാവസ്ഥാദിനം ആചരിച്ചുതുടങ്ങിയത്. സംഘടനയുടെ അംഗരാജ്യങ്ങളിലെല്ലാം, ഓരോ വർഷവും തീരുമാനിക്കുന്ന പ്രത്യേക തീം അടിസ്ഥാനമാക്കിയുള്ള വിവിധ പരിപാടികളോടെ ഈ ദിനാചരണം നടക്കുന്നുണ്ട്. കാലാവസ്ഥാവ്യതിയാനങ്ങൾ മൂലം ലോകത്ത് പലയിടങ്ങളിലും അന്തരീക്ഷസ്ഥിതിയിലും അന്തരീക്ഷതാപനിലയിലും ജലപരിസ്ഥിതിയിലും വലിയ ഏറ്റക്കുറച്ചിലുകൾ ഉണ്ടായിക്കൊണ്ടിരിക്കുകയാണ്. ഇതുമൂലം വരൾച്ചയും പ്രളയവും വെള്ളപ്പൊക്കവും പേമാരിയും കൊടുങ്കാറ്റും അത്യുഷ്ണവും അതിശൈത്യവും തുടങ്ങി വ്യത്യസ്തമായ അന്തരീക്ഷമാറ്റങ്ങൾക്കും അതുമൂലമുള്ള പരിസ്ഥിതിനാശങ്ങൾക്കും ഭൂമി വശംവദമാകുന്നു. ഇവ മുൻകൂട്ടി കണ്ടെത്തുന്നതിനും മുൻകരുതൽ നടപടികൾ സ്വീകരിക്കുന്നതിനും കഴിയുന്നത്ര നിയന്ത്രിക്കുന്നതിനും അന്താരാഷ്ട്ര സഹകരണം ഉറപ്പാക്കുകയാണ് ദിനാചരണത്തിലൂടെ ലക്ഷ്യമിടുന്നത്.

മാർച്ച് 23

ഷഹീദ് ദിനം/ദേശീയ രക്തസാക്ഷിദിനം (National Martyr's day)

ഷഹീദ് ഭഗത് സിങ്ങ്, ശിവറാം രാജ്ഗുരു, സുഖദേവ് ഥാപ്പർ എന്നീ സ്വാതന്ത്ര്യസമരസേനാനികളെ ബ്രിട്ടീഷുകാർ തൂക്കിലേറ്റിയത് 1931 മാർച്ച് 23-നാണ്. കേവലം 23 വയസു മാത്രം പ്രായമുണ്ടായിരുന്നപ്പോഴാണ് ഭഗത് സിങ്ങ് വധിക്കപ്പെട്ടത്. ഇൻഡ്യയിലെ ആദ്യ വിപ്ലവകാരിയെന്ന് ചരിത്രകാരന്മാർ വിശേഷിപ്പിക്കുന്ന ഇദ്ദേഹം ബാല്യം മുതൽ തന്നെ

ബ്രിട്ടീഷുകാർക്കെതിരായിരുന്നു. സായുധവിപ്ളവത്തിലായിരുന്നു ഭഗത് സിങ്ങിന് വിശ്വാസം. 1928-ൽ പോലീസ് മർദ്ദനമേറ്റ് ലാലാ ലജ്പത്റായി കൊല്ലപ്പെട്ടതിന് പ്രതികാരമായി, സൂപ്രണ്ടായ സ്കോട്ടിനെ വധിക്കാൻ പദ്ധതിയിടുകയും ഒരു ബ്രിട്ടീഷ് പൊലീസുദ്യോഗസ്ഥനെ വധിക്കുകയും ചെയ്ത കുറ്റത്തിന് സഹപ്രവർത്തകരായ രാജ്ഗുരു, സുഖദേവ് എന്നിവരോടൊപ്പം ഭഗത് സിങ്ങ് വധശിക്ഷയ്ക്ക് വിധിക്കപ്പെട്ടു. നിശ്ചയിച്ച സമയത്തിന് മുമ്പായി വധശിക്ഷ നടപ്പാക്കിയ അധികാരികൾ ഈ ദേശാഭിമാനികളുടെ മൃതശരീരം പോലും ബന്ധുക്കൾക്ക് വിട്ടുനൽകിയില്ല. ചെറുപ്രായത്തിൽ, മാതൃരാജ്യത്തിനു വേണ്ടി ജീവൻ ഹോമിച്ച ഈ ധീരയുവാക്കളുടെ ദേശഭക്തിയുടെയും ത്യാഗമനോഭാവത്തിന്റെയും സ്മരണ നിലനിർത്താനാണ് ഷഹീദ് ദിനമെന്നും അറിയപ്പെടുന്ന ദേശീയ രക്തസാക്ഷിദിനം ആചരിക്കുന്നത്.

മാർച്ച് 24

ലോക ക്ഷയരോഗദിനം (World TB Day)

മനുഷ്യജീവൻ കവരുന്നതിൽ കോവിഡ് 19 കഴിഞ്ഞാൽ അടുത്ത സ്ഥാനത്ത് നിൽക്കുന്ന ക്ഷയമെന്ന സാംക്രമികരോഗത്തെ ഉന്മൂലനം ചെയ്യുകയെന്ന ലക്ഷ്യത്തോടെ, ലോകമെമ്പാടും മാർച്ച് 24 ക്ഷയരോഗ ദിനമായി ആചരിക്കുന്നു. തക്കസമയത്ത് കണ്ടെത്തി ചികിത്സിച്ചാൽ ഭേദമാക്കാൻ കഴിയുന്നതാണെങ്കിലും പ്രതിവർഷം ഒന്നര ദശലക്ഷത്തിലധികം മരണങ്ങൾക്ക് ക്ഷയരോഗം കാരണമാകുന്നു. ലോകമൊട്ടാകെ 10 ദശലക്ഷത്തിലധികം പേരെ ഇത് ബാധിക്കുകയും ചെയ്യുന്നു. ഇതിന്റെ കാരണങ്ങളെയും പ്രതിരോധമാർഗ്ഗങ്ങളെയും നിയന്ത്രണമാർഗ്ഗങ്ങളെയും കുറിച്ച് പൊതുജനങ്ങളെ ബോധവൽക്കരിച്ച് ലോകത്തുനിന്ന് ഈ മാരകരോഗം നിർമ്മാർജ്ജനം ചെയ്യണമെന്ന ലക്ഷ്യം മുൻനിർത്തിയാണ് ലോകാരോഗ്യസംഘടന ക്ഷയരോഗദിനാചരണം ആഹ്വാനം ചെയ്തിരിക്കുന്നത്.രോഗം സൃഷ്ടിക്കുന്ന സാമൂഹികവും സാമ്പത്തികവുമായ പ്രശ്നങ്ങൾ കൈകാര്യം ചെയ്യുന്നതോടൊപ്പം രോഗവുമായി ബന്ധപ്പെട്ട ഗവേഷണങ്ങൾ മെച്ചപ്പെടുത്തി, ഫലപ്രദമായ മരുന്നുകൾ വികസിപ്പിച്ചെടുത്ത് രോഗത്തെ വരുതിയിലാക്കുകയാണ് 1999-ൽ തുടക്കം കുറിച്ച ഈ ദിനാചരണത്തിന്റെ ആത്യന്തിക ലക്ഷ്യം.

1882 മാർച്ച് 24-ന് റോബർട്ട് കോഷ് എന്ന ശാസ്ത്രജ്ഞൻ, ക്ഷയരോഗത്തിന് കാരണമാകുന്ന മൈക്കോബാക്ടീരിയം ട്യൂബർക്കുലോസിസ് (Mycobacterium tuberculosis) എന്ന അണുജീവിയെ കണ്ടെത്തിയതായി പ്രഖ്യാപിച്ചതിന്റെ ഓർമ്മയ്ക്കായിട്ടാണ് ഈ ദിവസം ദിനാചരണത്തിന് തെരഞ്ഞെടുത്തത്.

മാർച്ച് 27

ലോക നാടകദിനം (World Theatre Day)

എല്ലാ വർഷവും മാർച്ച് 27-ന് ആഘോഷിക്കുന്ന ഒരു അന്താരാഷ്ട്ര ദിനമാണ് ലോക നാടകദിനം. പ്രേക്ഷകർക്ക് മുന്നിൽ നിന്ന് ജീവിതസത്യങ്ങൾ ഹൃദയസ്പർശിയായി അവതരിപ്പിക്കുന്ന കലാരൂപമായ നാടകത്തിന്റെ പ്രസക്തിയും സാദ്ധ്യതകളും വെളിച്ചത്ത് കൊണ്ടുവരികയാണ് ദിനാചരണത്തിന്റെ ലക്ഷ്യം. അന്തർദ്ദേശീയ തിയേറ്റർ ഇൻസ്റ്റിറ്റ്യൂട്ടാണ് ഇതിന് തുടക്കം കുറിച്ചത്. 1961-ൽ വിയന്നയിൽ നടന്ന, ഇൻസ്റ്റിറ്റ്യൂട്ടിന്റെ ഒമ്പതാമത് സമ്മേളനത്തിലാണ് പ്രസിഡന്റ് അർവി കിവിമാ, ആഗോളതലത്തിൽ നാടകത്തിനായി ഒരു ദിനം മാറ്റിവയ്ക്കണമെന്ന ആശയം പങ്കുവച്ചത്.

ദേശീയവും അന്തർദ്ദേശീയവുമായ അനേകം പ്രവർത്തനങ്ങൾ ഈ ദിനാചരണവുമായി ബന്ധപ്പെട്ട് നടക്കുന്നു. ഇവയിൽ പ്രധാനപ്പെട്ട ഒന്നാണ് അന്തർദ്ദേശീയ നാടകദിന സന്ദേശം. ലോകപ്രശസ്തരായ നാടകപ്രവർത്തകരിലോ നാടകാസ്വാദകരിലോ ഉൾപ്പെട്ട ഒരാൾ ഇൻസ്റ്റിറ്റ്യൂട്ടിന്റെ ക്ഷണമനുസരിച്ച് നാടകദിന തീമിനെക്കുറിച്ചും സമാധാനം നിലനിർത്താൻ അന്താരാഷ്ട ഐക്യത്തിനുള്ള പങ്കിനെക്കുറിച്ചുമുള്ള കാഴ്ചപ്പാട് പ്രതിഫലിപ്പിക്കുന്ന ഒരു സന്ദേശം ലോകത്തെ നാടകപ്രവർത്തകർക്കായി പങ്കുവയ്ക്കുന്നു. ലോകത്തെ 50 തിലധികം ഭാഷകളിലേക്ക് പരിഭാഷപ്പെടുത്തുന്ന ഈ സന്ദേശം ആയിരക്കണക്കിന് തിയേറ്ററുകളിൽ പ്രേക്ഷകർക്ക് മുന്നിൽ വായിക്കപ്പെടുകയും ദിനപത്രങ്ങളിൽ അച്ചടിക്കപ്പെടുകയും ചെയ്തുവരുന്നു. റേഡിയോ വഴിയും ടെലിവിഷൻ വഴിയും സംപ്രേഷണം ചെയ്യപ്പെടുന്ന ഈ സന്ദേശം ലോകത്തിന്റെ മുക്കിലും മൂലയിലുമുള്ള ശ്രോതാക്കളിൽ വരെ എത്തിച്ചേരുന്നു. 1962-ൽ ഫ്രഞ്ചുകാരനായ ജീൻ കോക്റ്റോ ആണ് ആദ്യത്തെ നാടകദിനസന്ദേശം എഴുതിയത്. ആ വർഷം പാരിസിൽ തിയേറ്റർ ഓഫ് നേഷൻസ് തുടങ്ങിയ ദിവസമായതിനാലാണ് മാർച്ച് 27 നാടകദിനാചരണത്തിനായി തെരഞ്ഞെടുത്തത്. ലോകമെമ്പാടുമുള്ള 90 ലധികം അന്തർദ്ദേശീയ തിയേറ്റർ ഇൻസ്റ്റിറ്റ്യൂട്ടുകളെക്കൂടാതെ, നാടകപ്രവർത്തകരും നാടകപ്രേമികളും നാടകഗവേഷകരും നാടകവുമായി ബന്ധപ്പെട്ട സർവ്വകലാശാലകളും വൈവിദ്ധ്യമാർന്ന രീതികളിൽ നാടകദിനം ആഘോഷിക്കുന്നു.

മാർച്ച് 31

ലോക ഭിന്നലിംഗ ദൃശ്യതാ ദിനം (International Transgender Day of Visibility)

എല്ലാ വർഷവും മാർച്ച് 31-ന് നടക്കുന്ന ഒരു ദിനാചരണമാണ് ലോക ഭിന്നലിംഗ ദൃശ്യതാദിനം. ലോകത്താകമാനമുള്ള ഭിന്നലിംഗ വ്യക്തികളെ അംഗീകരിക്കാനും സമൂഹത്തിന് അവർ നൽകുന്ന സംഭാവനകളെ വാഴ്ത്താനും അവർ സമൂഹത്തിൽ നിന്ന് നേരിടുന്ന പാർശ്വവൽക്കരണത്തെപ്പറ്റി പൊതുസമൂഹത്തിന് അറിവ് പകരാനും ലക്ഷ്യമിട്ടുള്ള ദിനാചരണമാണിത്. എല്ലാ ഭിന്നലിംഗവ്യക്തികൾക്കും പൂർണ്ണ ലിംഗസമത്വം കിട്ടുന്നതിന് വേണ്ടി പൊരുതാൻ ഈ ദിനാചരണം ആഹ്വാനം ചെയ്യുന്നു. 2009-ൽ അമേരിക്കയിലെ മിഷിഗൻ സ്വദേശിയായ റേച്ചൽ ക്രാൻഡൾ ആണ് ഇതിന് തുടക്കമിട്ടത്. എന്നാൽ, 2009-നു ശേഷം അമേരിക്ക ആസ്ഥാനമായി പ്രവർത്തിക്കുന്ന യുവജനസംഘടനയായ ട്രാൻസ് സ്റ്റുഡന്റ് എജ്യുക്കേഷണൽ റിസോഴ്സസ് ആണ് ദിനാചരണത്തിന് ചുക്കാൻ പിടിക്കുന്നത്.

ഭിന്നലിംഗക്കാരുമായി ബന്ധപ്പെട്ട് നടത്തുന്ന ഒരേയൊരു പരിപാടി മരണപ്പെട്ട ഭിന്നലിംഗക്കാരെ സ്മരിക്കാൻ നവംബർ 20-ന് ആചരിക്കുന്ന ഭിന്നലിംഗസ്മൃതിദിനം (Transgender day of Remembrance) ആയിരുന്നു. എന്നാൽ, അക്കൂട്ടത്തിലെ ജീവിച്ചിരിക്കുന്നവരെ അംഗീകരിക്കാനോ അവരുടെ നേട്ടങ്ങൾ വാഴ്ത്താനോ ലോകം തയ്യാറായിരുന്നില്ല. സ്വവർഗ്ഗാനുരാഗികളായ സ്ത്രീകളും പുരുഷന്മാരും, സ്ത്രീകളോടും പുരുഷന്മാരോടും ലൈംഗികാകർഷണമുള്ളവരും, ഭിന്നലിംഗക്കാരും ഉൾക്കൊള്ളുന്ന സംഘടനയായ LGBT(Lesbian, Gay, Bisexual, Transgender) യ്ക്ക് അംഗീകാരമില്ലാത്തതിലും ക്രാൻഡളിന് അസ്വസ്ഥതയുണ്ടായിരുന്നു. ഇതിനോടൊക്കെ പ്രതിഷേധിച്ചാണ് റേച്ചൽ ക്രാൻഡൾ ഭിന്നലിംഗ ദൃശ്യതാദിനാചരണം തുടങ്ങിയത്.

മാർച്ച് രണ്ടാം ബുധനാഴ്ച

പുകവലി വിരുദ്ധദിനം (No Smoking day)

പുകവലി മൂലമുണ്ടാകുന്ന ആരോഗ്യപ്രശ്നങ്ങളെക്കുറിച്ച് ജനങ്ങളെ ബോധവാന്മാരാക്കാനും അവരെ പുകവലി നിർത്താൻ പ്രേരിപ്പിക്കാനുമായി എല്ലാ വർഷവും മാർച്ചിലെ രണ്ടാം ബുധനാഴ്ച പുകവലി വിരുദ്ധദിനമായി ആചരിക്കുന്നു. ലോകാരോഗ്യ സംഘടനയുടെ കണക്കനുസ

രിച്ച് ഉപയോഗിക്കുന്നവരിൽ പകുതിപ്പേർക്കും പുകയില ജീവഹാനി വരുത്തുന്നു. പ്രതിവർഷം 8 ദശലക്ഷത്തിലധികം പേർക്കാണ് പുകയില മൂലം ജീവൻ നഷ്ടപ്പെടുന്നത്. ഇതിൽ 7 ദശലക്ഷത്തിലധികം പേർ പുക വലിക്കുന്നത് മൂലമാണ് മരിക്കുന്നതെങ്കിൽ ബാക്കിയുള്ളവർ പുകവലിക്കാർ പുറന്തള്ളുന്ന പുക ശ്വസിക്കുന്ന പുകവലിക്കാത്തവർ (പാസ്സിവ് സ്മോക്കേഴ്സ്) ആണ്. പൊതുജനാരോഗ്യത്തെ ദോഷകരമായി ബാധിക്കുന്ന ലോകത്തെ ഒന്നാം നമ്പർ ദുശ്ശീലമായ പുകയില ഉപയോഗം നിർത്തലാക്കാൻ പുകയിലവിരുദ്ധദിനം ആഹ്വാനം ചെയ്യുന്നു. സിഗരറ്റും ബീഡിയും ചുരുട്ടും മറ്റ് പുകയില ഉല്പന്നങ്ങളുമുണ്ടാക്കുന്ന ദോഷഫലങ്ങളെക്കുറിച്ച് അവബോധമുണ്ടാക്കാനും പുകവലിക്കാരെ പുകവലി നിർത്താൻ സഹായിക്കാനും ഈ ദിനം ലക്ഷ്യമിടുന്നു. 1984-ൽ ഇംഗ്ലണ്ടിലാണ് പുകവലിവിരുദ്ധ ബോധവൽക്കരണ പരിപാടി ആദ്യമായി തുടങ്ങിയത്. അതിനുശേഷം തുടർച്ചയായി ഈ ദിനാചരണം നടന്നുവരുന്നു.

മാർച്ച് രണ്ടാം വ്യാഴാഴ്ച

ലോക വൃക്കദിനം (World Kidney Day)

എല്ലാ വർഷവും മാർച്ച് മാസത്തിലെ രണ്ടാമത്തെ വ്യാഴാഴ്ച ലോക വൃക്കദിനമായി ആചരിക്കുന്നു. ഇന്റർനാഷണൽ സൊസൈറ്റി ഓഫ് നെഫ്രോളജി, ഇന്റർനാഷണൽ ഫെഡറേഷൻ ഓഫ് കിഡ്നി ഫൗണ്ടേഷൻസ് എന്നീ സംഘടനകളുടെ നേതൃത്വത്തിലാണ് ഈ ദിനാചരണം നടക്കുന്നത്. മനുഷ്യശരീരത്തിൽ വൃക്കകൾക്കുള്ള പ്രാധാന്യത്തെക്കുറിച്ച് അവബോധം നൽകുന്നതോടൊപ്പം ഒരു മനുഷ്യായുസ്സു മുഴുവൻ പ്രവർത്തിക്കാൻ പ്രാപ്തിയുള്ള വൃക്കകളെ സംരക്ഷിക്കാനും വൃക്കരോഗങ്ങളും അനുബന്ധ ആരോഗ്യപ്രശ്നങ്ങളും കുറയ്ക്കാനും ലക്ഷ്യമിട്ടാണ് ലോകമൊട്ടാകെ ഈ ദിനം ആചരിക്കുന്നത്. 2006-ലാണ് ദിനാചരണം ആരംഭിച്ചത്.

മാർച്ച് മൂന്നാം വെള്ളിയാഴ്ച

ലോക നിദ്രാദിനം (World Sleep Day)

മാർച്ച് മാസത്തിൽ, രാത്രിയുടെയും പകലിന്റെയും ദൈർഘ്യം സമമായി വരുന്ന മഹാവിഷുവം (March Equinox) അഥവാ മാർച്ച് വിഷുവത്തിന് മുമ്പ് വരുന്ന വെള്ളിയാഴ്ച ലോക നിദ്രാദിനമായി ആചരിച്ചുവരുന്നു. നിദ്രാദിനാചരണത്തിന്റെ തീയതിയിൽ ഓരോ വർഷവും വ്യത്യാസം

വരാറുണ്ടെങ്കിലും അത് വെള്ളിയാഴ്ച ദിവസം തന്നെയായിരിക്കുമെന്നതിൽ മാറ്റം വരാറില്ല. ആരോഗ്യകരമായ ഉറക്കം ആഘോഷിക്കാനും ഉറക്കക്കുറവുമായി ബന്ധപ്പെട്ട പ്രശ്നങ്ങളിലേക്ക് ലോകശ്രദ്ധ ക്ഷണിക്കാനുമാണ് ഈ ദിനാചരണം ലക്ഷ്യമിടുന്നത്. ഉറക്കത്തിന്റെ പ്രാധാന്യ ത്തെപ്പറ്റിയും ഉറക്കവുമായി ബന്ധപ്പെട്ട അസുഖങ്ങളെപ്പറ്റിയും അവബോധമുണർത്താനുള്ള പ്രവർത്തനങ്ങൾ ഈ ദിനത്തിൽ സംഘടിപ്പിക്കപ്പെടുന്നു. എല്ലാവർക്കും നല്ല ഉറക്കം കിട്ടാനുള്ള വഴികൾ നിർദ്ദേശിക്കുന്നതു വഴി അനാരോഗ്യകരമായ ഉറക്കം വരുത്തിവയ്ക്കുന്ന ബുദ്ധിമുട്ടുകൾ സമൂഹത്തിൽ നിന്ന് ഒഴിവാക്കാൻ കഴിയുമെന്ന് ദിനാചരണം ഉദ്ബോധിപ്പിക്കുന്നു.

2008 മുതൽ നടന്നുവരുന്ന ഈ വാർഷിക പരിപാടിക്ക് ചുക്കാൻ പിടിക്കുന്നത് വേൾഡ് സ്ലീപ്പ് സൊസൈറ്റി എന്ന സംഘടനയുടെ വേൾഡ് സ്ലീപ്പ് ഡേ കമ്മിറ്റിയാണ്. ആദ്യ ദിനാചരണം നടന്നത് 2008 മാർച്ച് 14-നാണ്.

ഏപ്രിൽ 1

ലോക വിഡ്ഢി ദിനം (April Fool Day/ All Fools Day)

ലോകത്ത് എല്ലായിടത്തും ഏപ്രിൽ ഒന്ന് വിഡ്ഢിദിനമായി ആചരിക്കുന്നു. മറ്റുള്ളവരെ നിർദ്ദോഷകരമായ കള്ളങ്ങൾ പറഞ്ഞ് പറ്റിക്കുകയും ചെറിയ കുസൃതികളും തമാശകളും പ്രയോഗിക്കുകയും ചെയ്താണ് ജനങ്ങൾ ഈ ദിനം ആഘോഷിക്കുന്നത്. ലോകത്ത് ആചരിക്കപ്പെടുന്ന ദിനാചരണങ്ങളിൽ ഏറ്റവും രസകരമായതും ലളിതമായതും ഒരുപക്ഷേ, ഇതായിരിക്കും.

ഈ ദിനാചരണം നൂറ്റാണ്ടുകളായി നടക്കുന്നുണ്ടെങ്കിലും ഇതിന്റെ ഉല്പത്തിയെപ്പറ്റി കൃത്യമായ വിവരങ്ങളില്ല. ഫ്രാൻസിലാണ് ഈ ദിനാചരണത്തിന്റെ തുടക്കമെന്ന് പറയപ്പെടുന്നുണ്ട്. ഫ്രഞ്ചുകാർ പിന്തുടർന്നിരുന്ന ജൂലിയൻ കലണ്ടറിന് പകരം 1582-ൽ ഗ്രിഗോറിയൻ കലണ്ടർ നിലവിൽ വന്നത്, വാർത്താവിനിമയ ഉപാധികളുടെ അപര്യാപ്തത മൂലം കുറേപ്പേർ അറിയാതെ പോകുകയോ അറിഞ്ഞവർ അത് അംഗീകരിക്കാൻ തയ്യാറാകാതിരിക്കുകയോ ചെയ്തു. അവർ മുമ്പത്തെപ്പോലെ സമ്മാനങ്ങളും ആശംസകളും കൈമാറി ഏപ്രിൽ ഒന്ന് പുതുവർഷ ദിനമായി ആഘോഷിക്കുന്ന രീതി തുടർന്നു. ഗ്രിഗോറിയൻ കലണ്ടർ അനുസരിച്ച് ജനുവരി ഒന്നിന് പുതുവർഷം ആഘോഷിക്കാൻ തുടങ്ങിയ കൂട്ടർ ഇവരെ വിഡ്ഢികളെന്ന് വിളിച്ച് ആക്ഷേപിച്ചു. പരിഷ്ക്കാരങ്ങൾ അംഗീകരിക്കാൻ തയ്യാറാകാത്ത യാഥാസ്ഥിതികർക്കും ഏപ്രിൽ വിഡ്ഢി

കളെന്ന പരിഹാസപ്പേര് കേൾക്കേണ്ടിവന്നു. രസകരമായിത്തോന്നിയതി നാലാവാം ഏപ്രിൽ ഒന്നിന് ആളുകളെ വിഡ്ഢികളാക്കുന്ന പരിപാടി ലോകവ്യാപകമായി അംഗീകരിക്കപ്പെട്ടത്. ഫ്രാൻസിൽ ഏപ്രിൽ ഫിഷ് എന്നാണ് ഏപ്രിൽ ഫൂളിനെ വിളിക്കുന്നത്. ഏപ്രിൽ ഫൂളാക്കപ്പെടുന്ന വരുടെ വസ്ത്രത്തിൽ കടലാസ് മത്സ്യങ്ങളെ ഒട്ടിച്ചുവയ്ക്കുന്നത് ഫ്രഞ്ചു കാരുടെ പതിവാണ്.

ഏപ്രിൽ 2

ലോക ബാലപുസ്തക ദിനം (International Children's Book Day)

ഏപ്രിൽ 2 ലോകമെങ്ങുമുള്ള കുട്ടികളുടെ അന്താരാഷ്ട്ര പുസ്തക ദിനമാണ്. നാടോടിക്കഥകളിലൂടെ കുട്ടികളുടെ പ്രിയങ്കരനായി മാറിയ ഹാൻസ് ക്രിസ്റ്റ്യൻ ആൻഡേഴ്സൺ എന്ന ഡെന്മാർക്ക് സാഹിത്യകാര നോടുള്ള ആദരസൂചകമായിട്ടാണ് അദ്ദേഹത്തിന്റെ ജന്മദിനമായ ഏപ്രിൽ 2 ഈ ദിനാചരണത്തിനായി നിശ്ചയിച്ചത്. ബാലസാഹിത്യകൃതികളി ലേക്ക് ശ്രദ്ധ ക്ഷണിക്കുകയും വായനാശീലം വളർത്തുകയുമാണ് ഇതിന്റെ ലക്ഷ്യം.

1805–1875 കാലത്ത് ജീവിച്ചിരുന്ന ആൻഡേഴ്സൺ ധാരാളം നാടക ങ്ങളും നോവലുകളും യാത്രാവിവരണങ്ങളും കവിതകളുമൊക്കെ എഴു തിയിരുന്നെങ്കിലും 125–ലധികം ലോകഭാഷകളിലേക്ക് വിവർത്തനം ചെയ്യ പ്പെട്ട നാടോടിക്കഥകളിലൂടെയാണ് ലോകപ്രശസ്തനായതും കുട്ടികളുടെ മനസ്സിൽ ഇടംനേടിയതും. കുട്ടികൾക്ക് മാത്രമല്ല, മുതിർന്നവർക്കും പ്രിയ ങ്കരമായിത്തീർന്ന ഈ കഥകളിലൂടെ സ്മരിക്കപ്പെടുന്ന ആ അതുല്യ സാഹിത്യകാരനോടുള്ള ആദരവ് ഊട്ടിയുറപ്പിക്കുന്നു 1967 മുതൽ നടന്നു വരുന്ന ഈ ദിനാചരണം. സ്വിറ്റ്സർലന്റിലെ ബാസിൽ ആസ്ഥാനമായി പ്രവർത്തിക്കുന്ന ഇന്റർനാഷണൽ ബോർഡ് ഓൺ ബുക്ക്സ് ഫോർ യങ്ങ് പീപ്പിൾ എന്ന സംഘടനയുടെ ആഭിമുഖ്യത്തിലാണ് ഈ ദിനാച രണം നടക്കുന്നത്.

ഓരോ വർഷവും ഓരോ വ്യത്യസ്ത രാജ്യമാണ് ദിനാചരണം സ്പോൺസർ ചെയ്യുന്നത്. ഓരോ പ്രത്യേക തീം അടിസ്ഥാനമാക്കിയാണ് ദിനാചരണപരിപാടികൾ നടക്കുക. ആതിഥേയ രാജ്യത്തെ പ്രമുഖനായ ഒരു സാഹിത്യകാരനെക്കൊണ്ട് കുട്ടികൾക്കായി ഒരു സന്ദേശം എഴുതി പ്പിക്കുകയും പ്രശസ്തനായ ഒരു ചിത്രകാരനെക്കൊണ്ട് ഒരു പോസ്റ്റർ തയ്യാറാക്കിക്കുകയും ചെയ്യിച്ച് ഇവ ഉപയോഗിച്ച് ബാലസാഹിത്യ പുസ്ത കങ്ങളും പുസ്തകവായനയും പ്രചരിപ്പിക്കുകയാണ് സംഘടനയുടെ

രീതി. രചയിതാക്കളുമായുള്ള കൂടിക്കാഴ്ചകളും എഴുത്തുമത്സരങ്ങളും സംഘടിപ്പിക്കുന്നത് കൂടാതെ, ഈയവസരത്തിൽ പുസ്തകങ്ങൾക്ക് പുരസ്ക്കാരങ്ങളും നൽകാറുണ്ട്.

ഏപ്രിൽ 2

ലോക ഓട്ടിസം അവബോധ ദിനം (World Autism Awareness Day)

ഐക്യരാഷ്ട്രസഭയുടെ ആഹ്വാനമനുസരിച്ച് ലോകത്തെല്ലായിടത്തും ഏപ്രിൽ 2 ഓട്ടിസം ബോധവൽക്കരണ ദിനമായി ആചരിക്കുന്നു. കുട്ടികളെ ബാധിക്കുന്നതും ജീവിതകാലം മുഴുവൻ നീണ്ടുനിൽക്കുന്നതുമായ ഞരമ്പുസംബന്ധമായ രോഗമായ ഓട്ടിസത്തെക്കുറിച്ചുള്ള അവബോധം വർദ്ധിപ്പിക്കുകയാണ് ഇതിന്റെ ആത്യന്തിക ലക്ഷ്യം. ലോകമെങ്ങും ഓട്ടിസം ബാധിതരുടെ സംഖ്യ വർദ്ധിച്ചുവരുന്ന സാഹചര്യം കണക്കിലെടുത്ത് 2007 ഡിസംബർ 18-നാണ് ഐക്യരാഷ്ട്ര പൊതുസഭ ഓട്ടിസം ബോധ വൽക്കരണദിനം പ്രഖ്യാപിച്ചത്. എല്ലാ അംഗരാജ്യങ്ങളിലും ഈ രോഗാ വസ്ഥയെ സംബന്ധിച്ച ബോധവൽക്കരണ പ്രവർത്തനങ്ങൾ നടത്തണ മെന്ന് സഭ നിഷ്കർഷിക്കുന്നു. ഖത്തറിലെ മുൻ രാഷ്ട്രത്തലവനായ ഹമദ് ബിൻ ഖാലിഫ അൽ-താനിയുടെ ഭാര്യയും ഐക്യരാഷ്ട്രസഭയുടെ ഖത്തർ പ്രതിനിധിയുമായ ഷെയ്ഖാ മോസാ ബിന്റ് നാസ്സർ അൽ-മിസ്നെദ് ആണ് ഓട്ടിസത്തിനായി ഒരു ദിനാചരണം വേണമെന്ന ആശയം മുന്നോട്ട് വച്ചത്. മനുഷ്യാവകാശങ്ങൾ സംരക്ഷിക്കാനുള്ള ഐക്യരാഷ്ട്രസഭാ സംരംഭങ്ങളിലൊന്നായി ഇതിന് അംഗീകാരം കിട്ടി.

ഓട്ടിസവുമായി ബന്ധപ്പെട്ട് ലോകമൊട്ടാകെ പ്രവർത്തിക്കുന്ന സംഘട നകളെ ഒരു കുടക്കീഴിൽ കൊണ്ടുവരാനും, രോഗം കണ്ടെത്തുന്നതിനും ചികിത്സിക്കുന്നതിനും അതിനെപ്പറ്റി ഗവേഷണങ്ങൾ നടത്തുന്നതിനും സഹായങ്ങൾ ലഭ്യമാക്കാനും രോഗബാധിതർക്ക് അർഹമായ പരിഗ ണനയും പരിചരണവും നൽകാനും വഴിയൊരുക്കുകയാണ് ഈ ദിനാചര ണത്തിന്റെ വിശാലമായ ലക്ഷ്യം. ഈ ലക്ഷ്യം മുന്നിൽക്കണ്ട് ഏപ്രിലിനെ ഓട്ടിസം അവബോധമാസമായും പ്രഖ്യാപിച്ചിട്ടുണ്ട്.

ഏപ്രിൽ 4

അന്താരാഷ്ട്ര കുഴിബോംബ് അവബോധ ദിനം (International Day for Mine Awareness)

ഏപ്രിൽ 4 കുഴിബോംബ് അവബോധദിനമാണ്. യുദ്ധങ്ങൾക്ക് ശേഷം ഉപേക്ഷിക്കുന്ന കുഴിബോംബുകളും സ്ഫോടകവസ്തുക്കളും ജീവജാലങ്ങൾക്കും പ്രകൃതിക്കും ഉണ്ടാക്കിയേക്കാവുന്ന കൂട്ടനാശത്തിലേക്ക് വിരൽചൂണ്ടുന്ന ഈ ദിനാചരണം 2005 ഡിസംബർ 8-ന് ഐക്യരാഷ്ട്ര പൊതുസഭയാണ് പ്രഖ്യാപിച്ചത്. കുഴിബോംബുകളുടെ പ്രഹരശേഷിയെക്കുറിച്ച് അറിവ് പകരാനും അവയെ നീക്കം ചെയ്യാൻ അംഗരാജ്യങ്ങളെ പ്രേരിപ്പിക്കാനും ഈ ദിനം ഉപയോഗപ്പെടുത്തുന്നു. സമാധാന സ്ഥാപന പ്രവർത്തനങ്ങൾക്കായുള്ള ഐക്യരാഷ്ട്രസഭാവകുപ്പിന് കീഴിൽ, ഉപേക്ഷിക്കപ്പെട്ട കുഴിബോംബുകളെയും സ്ഫോടകശേഷിയുള്ള മറ്റ് ആയുധങ്ങളെയും കണ്ടെത്തി നിർവ്വീര്യമാക്കുന്നതിനായി സ്ഥാപിതമായ യു.എൻ.മൈൻ ആക്ഷൻ സർവ്വീസ് (UNMAS) ആണ് ദിനാചരണം നടത്താൻ നേതൃത്വം കൊടുക്കുന്നത്.

ഏപ്രിൽ 5

ദേശീയ കപ്പലോട്ട ദിനം (National Maritime Day)

ഭാരതത്തിന്റെ സമ്പദ്വ്യവസ്ഥയുടെ വികസനത്തിൽ കപ്പൽസഞ്ചാരം അഥവാ കപ്പലോട്ടത്തിന്റെ പ്രസക്തി വളരെ വലുതാണ്. ഭൂഖണ്ഡാന്തര വ്യാപാരത്തിന് ചരക്കുകൾ ഭൂമിയുടെ ഒരു കോണിൽ നിന്ന് വിദൂര ഭാഗങ്ങളിലേക്ക് കൊണ്ടുപോകാൻ കപ്പൽ പോലെ സൗകര്യപ്രദമായ മറ്റൊരു സംവിധാനവുമില്ല. ആഗോളവിപണിയിൽ രാജ്യത്തിന് പ്രമുഖമായ സ്ഥാനം നേടാൻ വഴിയൊരുക്കിയത് കപ്പലുകൾ വഴിയുള്ള ചരക്കുനീക്കം തന്നെയാണ്. അതിനെക്കുറിച്ച് അവബോധമുണ്ടാക്കാനായി എല്ലാ വർഷവും ഏപ്രിൽ 5 ദേശീയതലത്തിൽ കപ്പലോട്ടദിനമായി ആചരിക്കുന്നു. 1919 ഏപ്രിൽ 5-നാണ് ഭാരതത്തിന്റെ വാണിജ്യ കപ്പലായ എസ്.എസ്. ലോയൽറ്റി ബോംബെയിൽ നിന്ന് ലണ്ടനിലേക്ക് ആദ്യയാത്ര നടത്തിയത്. ഭാരതത്തിലെ, അക്കാലത്തെ ഏറ്റവും വലിയ ഷിപ്പിങ്ങ് കമ്പനിയായിരുന്ന സിൻഡ്യ സ്റ്റീം നാവിഗേഷൻ കമ്പനിയുടെ ഉടമസ്ഥതയിലുള്ള ഈ കപ്പലിന്റെ ആദ്യ വാണിജ്യയാത്രയുടെ സ്മരണയ്ക്കായിട്ടാണ് ഏപ്രിൽ 5 കപ്പലോട്ടദിനമായി പ്രഖ്യാപിച്ചത്. 1964-ലായിരുന്നു ആദ്യ ദിനാചരണം നടന്നത്. ഈ മേഖലയിലെ സമഗ്രസംഭാവനയ്ക്കുള്ള വരുണ പുരസ്ക്കാരം

സമർപ്പിക്കുന്നത് ദിനാചരണവേളയിലാണ്. മേഖലയുമായി ബന്ധപ്പെട്ട മികച്ച പ്രവർത്തനങ്ങൾക്ക് വ്യത്യസ്ത പേരുകളിലുള്ള സാഗർ സമ്മാൻ പുരസ്ക്കാരങ്ങളും ഈ ദിനത്തിൽ നൽകപ്പെടുന്നു.

ഏപ്രിൽ 10

ലോക ഹോമിയോപ്പതിദിനം (World Homeopathy Day)

ഏപ്രിൽ 10 ലോകമെങ്ങും ഹോമിയോപ്പതിദിനമായി ആചരിക്കുന്നു. ഹോമിയോപ്പതി എന്ന ചികിത്സാരീതി ആരോഗ്യമേഖലയ്ക്ക് നൽകിയ സംഭാവനകളെപ്പറ്റി അറിവ് പകരാനും മേന്മകൾ മാലോകരെ ബോദ്ധ്യപ്പെടുത്തി ഇതിന് പ്രചാരം നൽകാനും ഈ ദിനാചരണം ലക്ഷ്യമിടുന്നു. ഈ ചികിത്സാരീതിയുടെ ലോകവ്യാപക അംഗീകാരത്തിനും വികസനത്തിനും വേണ്ടിയുള്ള പ്രവർത്തനങ്ങളാണ് ഈ ദിനത്തിൽ നടത്താറുള്ളത്. ഹോമിയോപ്പതിയുടെ പിതാവായി ഗണിക്കപ്പെടുന്ന ഡോ.സാമുവൽ ഹാനിമാൻ എന്ന ജർമ്മൻ ഭിഷഗ്വരന്റെ ആദരാർത്ഥമാണ് അദ്ദേഹത്തിന്റെ ജന്മദിനമായ ഏപ്രിൽ 10 ദിനാചരണത്തിനായി തെരഞ്ഞെടുത്തിരിക്കുന്നത്. 1755 ഏപ്രിൽ 10-ന് പാരിസിലാണ് ക്രിസ്റ്റ്യൻ ഫ്രെഡറിക് സാമുവൽ ഹാനിമാൻ ജനിച്ചത്.

1790-കളിൽ ഡോ.ഹാനിമാന്റെ ചിന്തകളിൽ ഉരുത്തിരിഞ്ഞ ആശയങ്ങളിൽ നിന്ന് വികസിതമായ ചികിത്സാരീതിയാണ് ഹോമിയോപ്പതി. ഒരാളിൽ രോഗലക്ഷണങ്ങളുണ്ടാക്കാൻ കഴിയുന്ന ഒരു പദാർത്ഥത്തിന് ആ രോഗലക്ഷണങ്ങൾ മാറ്റാനുള്ള കഴിവും കാണുമെന്നർത്ഥം വരുന്ന Like cures like (Similia Similibus Curentur) എന്ന അടിസ്ഥാനതത്വത്തിലധിഷ്ഠിതമാണ് ഈ ചികിത്സാസമ്പ്രദായം. ഒരു രോഗത്തിന്റെ ലക്ഷണങ്ങൾ പ്രകൃതിദത്തഘടകങ്ങൾ കൊണ്ട് സൃഷ്ടിച്ച് ആ രോഗത്തെ ഭേദപ്പെടുത്താമെന്ന ആശയത്തിലൂന്നിയാണ് ഈ ചികിത്സാസമ്പ്രദായം ആവിഷ്ക്കരിച്ചത്. പ്രകൃതിദത്തപദാർത്ഥങ്ങളിൽ വെള്ളം ചേർത്ത് നല്ല പോലെ നേർപ്പിച്ച് ലായിനിയാക്കിയാണ് ഹോമിയോപ്പതിയിൽ മരുന്നായി ഉപയോഗിക്കുന്നത്. പദാർത്ഥം നേർപ്പിക്കുന്നതിനനുസരിച്ച് രോഗങ്ങൾ കുറയ്ക്കാനുള്ള അതിന്റെ ശക്തി കൂടുമെന്നതാണ് ഹോമിയോപ്പതി അടിസ്ഥാനമാക്കുന്ന രണ്ടാമത്തെ തത്വം. മരുന്നുകൾക്ക് പാർശ്വഫലങ്ങൾ ഇല്ലെന്നതാണ് ഈ സമ്പ്രദായത്തിന്റെ മേന്മ. ശാരീരികരോഗങ്ങൾക്ക് മാത്രമല്ല മാനസികരോഗങ്ങൾക്കും ഫലപ്രദമായ ചികിത്സയുള്ള ഹോമിയോപ്പതിയുടെ സാദ്ധ്യതകൾ ലോകത്തിന് മനസ്സിലാക്കിക്കൊടുക്കാനുള്ള ശ്രമമാണ് ഓരോ ഹോമിയോപ്പതി ദിനാചരണവും.

ഏപ്രിൽ 17

ലോക ഹീമോഫീലിയ ദിനം (World Hemophilia Day)

രക്തം കട്ട പിടിക്കാത്തത് മൂലം മുറിവുണ്ടായാൽ രക്തസ്രാവം നിലയ്ക്കാത്ത ജനിതകരോഗമാണ് ഹീമോഫീലിയ അഥവാ ബ്ലീഡേഴ്സ് ഡിസീസ്. രക്തം കട്ടപിടിക്കാനാവശ്യമായ, ക്ലോട്ടിങ്ങ് ഘടകങ്ങളെന്ന് പേരായ മാംസ്യങ്ങളുടെ അഭാവം മൂലമുണ്ടാകുന്ന ഈ രോഗാവസ്ഥ സ്ത്രീകളെക്കാൾ പുരുഷന്മാരിലാണ് കൂടുതലായിക്കാണുന്നത്. ഈ രോഗത്തെയും അതിന്റെ കാരണങ്ങളെയും കുറിച്ച് അവബോധമുണർത്താൻ വേണ്ടി ലോകമെങ്ങും ആചരിക്കുന്ന ദിനമാണ് ഹീമോഫീലിയദിനം. എല്ലാ വർഷവും ഏപ്രിൽ 17-നാണ് ഈ ദിനാചരണം നടക്കുന്നത്. കാനഡയിലെ മോൺട്രീൽ ആസ്ഥാനമായി പ്രവർത്തിക്കുന്നതും 1963-ൽ സ്ഥാപിതമായതുമായ ലോക ഹീമോഫീലിയ ഫെഡറേഷൻ എന്ന സംഘടനയാണ് ഇതിന് മുൻകൈയെടുക്കുന്നത്. ലോകാരോഗ്യ സംഘടനയുടെ അംഗീകാരമുള്ള ലോക ഹീമോഫീലിയ ഫെഡറേഷൻ ലോകത്തെങ്ങുമുള്ള, ഹീമോഫീലിയയും അതുപോലുള്ള മറ്റ് രക്തസ്രാവരോഗങ്ങളുമുള്ളവരുടെ ക്ഷേമത്തിനായി പ്രവർത്തിക്കുന്നു. ഇത് സ്ഥാപിച്ച ഫ്രാങ്ക് ഷ്നാബെലിന്റെ ആദരാർത്ഥമാണ് അദ്ദേഹത്തിന്റെ ജന്മദിനമായ ഏപ്രിൽ 17 ഹീമോഫീലിയ ദിനാചരണത്തിനായി മാറ്റി വച്ചിരിക്കുന്നത്. 1989-ലാണ് ദിനാചരണം തുടങ്ങിയത്.

ഏപ്രിൽ 18

ലോക പൈതൃകദിനം (World Heritage Day)

മനുഷ്യകുലത്തിന്റെ വികാസപരിണാമങ്ങളുടെ നേർസാക്ഷ്യമായ പൈതൃകസ്മാരകങ്ങളുടെ മൂല്യവും പ്രസക്തിയും പൊതുജനങ്ങൾക്ക് മനസ്സിലാക്കിക്കൊടുക്കാനും ക്ഷയോന്മുഖമാവാൻ ഏറെ സാദ്ധ്യതയുള്ള അവയെ സംരക്ഷിക്കാനുള്ള പ്രവർത്തനങ്ങളിൽ അവരുടെ പങ്കാളിത്തം ഉറപ്പുവരുത്താനുമായി എല്ലാ വർഷവും ഏപ്രിൽ 18 ആഗോളതലത്തിൽ ലോകപൈതൃകദിനമായി ആചരിക്കുന്നു. അവഗണന കൊണ്ടും അനാസ്ഥ കൊണ്ടും നശിച്ചുകൊണ്ടിരിക്കുന്ന പൈതൃകസ്മാരകങ്ങളെ സംരക്ഷിക്കുകയും പരിപാലിക്കുകയും ചെയ്ത് ഭാവിതലമുറകൾക്ക് കൂടി അവ ആസ്വദിക്കാനും അവയിൽ നിന്ന് പ്രചോദനവും സാന്ത്വനവും നേടാനും അവസരമുണ്ടാക്കിക്കൊടുക്കുകയാണ് ഈ ദിനാചരണത്തിന്റെ ലക്ഷ്യം. 1982 ഏപ്രിൽ 18-ന് ടുണീഷ്യയിൽ വച്ച്നടന്ന, സ്മാരകങ്ങൾക്കും സ്ഥല

ങ്ങൾക്കും വേണ്ടിയുള്ള അന്താരാഷ്ട്രസമിതി (ഇന്റർനാഷണൽ കൗൺസിൽ ഫോർ മോനുമെന്റ്സ് ആന്റ് സൈറ്റ്സ്) യുടെ സെമിനാറിലാണ് ഇത്തരമൊരു ദിനാചരണത്തിന്റെ ആവശ്യകതയെപ്പറ്റി അഭിപ്രായങ്ങൾ ഉയർന്നത്. അതിന്റെ അടിസ്ഥാനത്തിൽ, 1983-ൽ യുനെസ്ക്കോ ഏപ്രിൽ 18 സ്മാരകങ്ങൾക്കും സ്ഥലങ്ങൾക്കുമായുള്ള അന്താരാഷ്ട്രദിനമായി പ്രഖ്യാപിച്ചു. ഇത് പിന്നീട് ലോകപൈതൃകദിനമെന്ന പേരിൽ പ്രസിദ്ധമായി. ലോകപൈതൃകസമിതിയുടെ ആഭിമുഖ്യത്തിലാണ് ദിനാചരണം നടക്കുന്നത്.

ചരിത്ര-സാംസ്കാരിക-പാരിസ്ഥിതിക പ്രാധാന്യമുള്ള സ്ഥലങ്ങളെയും നിർമ്മിതികളെയും സംരക്ഷിക്കാനായി യുനെസ്ക്കോ നൽകിവരുന്ന അംഗീകാരമാണ് ലോക പൈതൃകകേന്ദ്ര പദവി. ലോകമെമ്പാടുമുള്ള ഇത്തരം കേന്ദ്രങ്ങൾ കണ്ടെത്താനുള്ള ശ്രമങ്ങൾ യുനെസ്ക്കോ തുടങ്ങിയത് 1978 മുതലാണ്. 2023 സപ്തംബറിലെ കണക്കുകൾ പ്രകാരം 168 രാജ്യങ്ങളിലായി 1199 പൈതൃകകേന്ദ്രങ്ങൾ അംഗീകരിക്കപ്പെട്ടിട്ടുണ്ട്. പൈതൃകകേന്ദ്രങ്ങളുടെ എണ്ണത്തിൽ ഒന്നാമത് നിൽക്കുന്നത് ഇറ്റലിയാണ്. ഇവിടെ 59 കേന്ദ്രങ്ങൾക്കാണ് പൈതൃകകേന്ദ്രപദവി ലഭിച്ചിട്ടുള്ളത്. 57 കേന്ദ്രങ്ങളുമായി ചൈന രണ്ടാമതും 42 കേന്ദ്രങ്ങളുമായി ഇൻഡ്യ അഞ്ചാമതും വരുന്നു.

ഏപ്രിൽ 22

ഭൗമദിനം (World Earth Day)

മനുഷ്യൻ ഉൾപ്പെടെയുള്ള സർവ്വ ജീവിവർഗ്ഗങ്ങളുടെയും ആവാസസ്ഥാനമായ ഭൂമിയെക്കുറിച്ച് അറിയാനും അതിനെ സംരക്ഷിക്കാനുമായി എല്ലാ വർഷവും ഏപ്രിൽ 22 ആഗോളവ്യാപകമായി ഭൗമദിനമായി ആചരിക്കുന്നു. ഭൂമി നേരിട്ടുകൊണ്ടിരിക്കുന്ന ആഗോളതാപനവും കാലാവസ്ഥാവ്യതിയാനങ്ങളും പോലുള്ള ഭീഷണികൾ കുറയ്ക്കുന്ന തരത്തിലുള്ള കർമ്മപദ്ധതികൾ നടപ്പാക്കിയും പ്രകൃതിസ്രോതസ്സുകളെ പുനരുജ്ജീവിപ്പിക്കാനുള്ള ശ്രമങ്ങൾ നടത്തിയും ജൈവവൈവിദ്ധ്യത്തെ കഴിയുന്നത്ര പരിപോഷിപ്പിച്ചുമൊക്കെ പരിസ്ഥിതിയെ സുസ്ഥിരമായി നിലനിർത്തുകയാണ് ഇതിന്റെ ആത്യന്തികലക്ഷ്യം. നമുക്ക് ജീവിക്കാൻ ഒരേയൊരു ഭൂമിയേയുള്ളൂ, അതിനെ സംരക്ഷിക്കാൻ നാം ഒത്തൊരുമിച്ച് പ്രവർത്തിക്കണമെന്ന ആഹ്വാനമാണ് ഓരോ ഭൗമദിനാചരണവും.

1969-ൽ സാൻഫ്രാൻസിസ്ക്കോയിൽ നടന്ന യുനെസ്ക്കോ സമ്മേളനത്തിൽ വച്ച് സമാധാനപ്രവർത്തകനായ ജോൺ മക്കോണൽ ആണ്

ഭൂമിയെ ആദരിക്കാൻ ഒരു ദിനം വേണമെന്ന ആശയം മുന്നോട്ടുവച്ചത്. മക്കോണൽ ഇതിനായി നിർദ്ദേശിച്ച മാർച്ച് 21 ഐക്യരാഷ്ട്രസഭയും തത്വത്തിൽ അംഗീകരിച്ചു. പിന്നീട്, അമേരിക്കൻ സെനറ്ററും പരിസ്ഥിതിവാദിയുമായ ഗേലോർഡ് നെൽസൺ, പരിസ്ഥിതി ബോധവൽക്കരണത്തിനായി മാറ്റിവയ്ക്കണമെന്ന് നിർദ്ദേശിച്ച ഏപ്രിൽ 22, ഭൗമദിനമെന്ന പേരിൽ 1970-ൽ അമേരിക്കയിൽ ആചരിക്കപ്പെട്ടു. 1990 മുതലാണ് എർത്ത് ഡേ നെറ്റ്‌വർക്കിന്റെ (ഇപ്പോഴത്തെ എർത്ത്ഡേ.ഓർഗ്) ആഭിമുഖ്യത്തിൽ ഇത് ലോകവ്യാപകമായി ആചരിച്ചു തുടങ്ങിയത്. ഇപ്പോൾ, ലോകത്തിലെ എല്ലാ രാജ്യങ്ങളും പങ്കാളികളാകുന്ന മതപരമല്ലാത്ത ഏറ്റവും വലിയ ചടങ്ങായി ഇത് മാറിയിരിക്കുന്നു.

ഏപ്രിൽ 24

ദേശീയ പഞ്ചായത്തീരാജ് ദിനം
(National Local Self-Government Day)

ഭാരതത്തിലെ തദ്ദേശ സ്വയംഭരണ സംവിധാനം അഥവാ പഞ്ചായത്തീരാജിനായുള്ള ദേശീയദിനമാണ് ഏപ്രിൽ 24. ഭരണഘടനാഭേദഗതി വഴി പഞ്ചായത്തീരാജ് നടപ്പാക്കാനുള്ള ബിൽ ലോകസഭയും രാജ്യസഭയും പാസ്സാക്കിയത് 1992 ഡിസംബറിലാണ്. പിന്നീട്, സംസ്ഥാന നിയമസഭകളും ഇത് അംഗീകരിച്ചു. രാഷ്ട്രപതിയുടെ കൂടി അനുമതി ലഭിച്ചതോടെ 1993 ഏപ്രിൽ 24-ന് പഞ്ചായത്തീരാജ് നിലവിൽ വന്നു. ഗ്രാമ- ബ്ലോക്ക്- ജില്ലാ തലങ്ങളിൽ യഥാക്രമം ഗ്രാമപ്പഞ്ചായത്ത്, ബ്ലോക്ക് പഞ്ചായത്ത്, ജില്ലാ പഞ്ചായത്തുകളിലേക്ക് അധികാര വികേന്ദ്രീകരണത്തിന് വഴിയൊരുക്കിയ ഇതിന്റെ ഓർമ്മയ്ക്കായിട്ടാണ് പഞ്ചായത്തീരാജ് ദിനം ആചരിക്കുന്നത്. 2010 ഏപ്രിൽ 24-നാണ് ആദ്യ ദിനാചരണം നടന്നത്. എല്ലാ വർഷവും ദിനാചരണത്തിന് ചുക്കാൻ പിടിക്കുന്നത് പഞ്ചായത്തീരാജ് മന്ത്രാലയമാണ്. മികച്ച രീതിയിൽ പ്രവർത്തിക്കുന്ന പഞ്ചായത്തുകൾക്ക് ഈ ദിനത്തിൽ പുരസ്ക്കാരങ്ങൾ നൽകിവരുന്നു. ദിനാചരണത്തിന്റെ ഭാഗമായി, പ്രധാനമന്ത്രി നേരിട്ട് പഞ്ചായത്തുകളുടെ പ്രവർത്തനങ്ങൾ വിലയിരുത്തുകയും പഞ്ചായത്തംഗങ്ങളുമായി കൂടിക്കാഴ്ചകൾ നടത്തുകയും ചെയ്യാറുണ്ട്.

ഏപ്രിൽ 25

ലോക മലേറിയ ദിനം (World Malaria Day)

എല്ലാ വർഷവും ഏപ്രിൽ 25 ലോക മലേറിയദിനമായി ആചരിക്കുന്നു. കൊതുകുകൾ പരത്തുന്ന രോഗമായ മലേറിയ അഥവാ മലമ്പനി പ്രതിരോധിക്കാനും നിയന്ത്രിക്കാനുമുള്ള ആഗോളപ്രവർത്തനങ്ങൾക്ക് അംഗീകാരവും പിന്തുണയും നൽകാനായിട്ടാണ് ഈ ദിനാചരണം. ലോകാരോഗ്യസംഘടന അംഗീകരിച്ചിട്ടുള്ള ദിനാചരണങ്ങളിലൊന്നാണിത്. ലോകാരോഗ്യസംഘടനയുടെ തീരുമാനങ്ങളെടുക്കുന്ന സമിതിയായ വേൾഡ് ഹെൽത്ത് അസംബ്ലി 2007-ലാണ് ഈ ദിനാചരണം പ്രഖ്യാപിച്ചത്. 2001 ഏപ്രിൽ 25-ന് തുടങ്ങിയ ആഫ്രിക്കൻ മലേറിയ ദിനമാണ് 2007-ൽ പേര് മാറ്റി ലോക മലേറിയദിനമാക്കിയത്. 2008 മുതൽ ദിനാചരണം നടന്നുവരുന്നു.

പ്ലാസ്മോഡിയം ഫാൽസിപ്പാരം, പ്ലാസ്മോഡിയം വൈവാക്സ് എന്നീ പരാദവിരകൾ മൂലമുണ്ടാകുന്ന മലേറിയയുടെ മുഖ്യ ലക്ഷണങ്ങൾ കഠിനമായ പനിയും വിറയലുമാണ്. അനോഫിലിസ് പെൺകൊതുകുകളാണ് രോഗഹേതുവായ വിരകളെ ഒരാളിൽ നിന്ന് മറ്റൊരാളിലെത്തിക്കുന്നത്. ജീവഹാനിയുണ്ടാക്കുന്ന രോഗമാണെങ്കിലും പ്രതിരോധിക്കാവുന്നതും തക്കസമയത്ത് ചികിത്സിക്കുകയാണെങ്കിൽ സുഖപ്പെടുത്താവുന്നതുമായ ഒരു രോഗമാണ് മലേറിയ. അതിനാവശ്യമായ ബോധവൽക്കരണം നൽകുന്നതോടൊപ്പം ഇത് കണ്ടെത്താനും നിയന്ത്രിക്കാനും ലോകമൊട്ടാകെയുള്ള ഭരണകൂടങ്ങളുടെ നിതാന്തശ്രദ്ധയും താല്പര്യവുമുണ്ടാകണമെന്ന ഓർമ്മപ്പെടുത്തലും കൂടിയാണ് ഓരോ മലേറിയദിനവും.

ഏപ്രിൽ അവസാന ശനിയാഴ്ച

ലോക തവളസംരക്ഷണ ദിനം (World Save the Frog Day)

മുമ്പ് ഗ്രാമങ്ങളിലും പട്ടണങ്ങളിലും ധാരാളമായിക്കണ്ടിരുന്ന ജീവികളായ തവളകളുടെ എണ്ണത്തിൽ വളരെയധികം കുറവ് വന്നിട്ടുണ്ട്. ഭക്ഷണാവശ്യത്തിനുള്ള തവളപിടിത്തത്തോടൊപ്പം കൃഷിയിടങ്ങളിലെ രാസകീടനാശിനികളുടെയും രാസവളങ്ങളുടെയും അമിതോപയോഗവും നീർത്തടങ്ങളുടെ ശോഷണവും മലിനീകരണവും തവളകളെ കടുത്ത വംശനാശത്തിലേക്ക് തള്ളിവിട്ടിരിക്കുകയാണ്. തവളകളുടെ പരിസ്ഥിതിപ്രാധാന്യവും അവയെക്കൊണ്ട് മനുഷ്യനുണ്ടാകുന്ന പ്രയോജനങ്ങളും പൊതുജനങ്ങളിലെത്തിക്കാനായി എല്ലാ വർഷവും ഏപ്രിലിലെ അവസാനത്തെ

ശനിയാഴ്ച ലോക തവളസംരക്ഷണദിനമായി ആചരിക്കുന്നു. തവളകൾ ഉൾപ്പെടെയുള്ള ഉഭയജീവികളെക്കുറിച്ച് അറിവുപകരാനും അവയെ സംരക്ഷിക്കാനുമുള്ള ലോകത്തിലെ ഏറ്റവും പ്രധാന ദിനമാണിത്. കാലിഫോർണിയ ആസ്ഥാനമായി ഉഭയജീവിവിജ്ഞാന വ്യാപനത്തിനും ഉഭയജീവിസംരക്ഷണത്തിനുമായി നിലകൊള്ളുന്ന സേവ് ദ ഫ്രോഗ്സ് എന്ന സന്നദ്ധസംഘടനയാണ് ഈ ദിനാചരണത്തിന് ചുക്കാൻ പിടിക്കുന്നത്. സേവ് ദ ഫ്രോഗ്സിന്റെ സ്ഥാപക ഡയറക്ടറായ കെറി ക്രൈഗറിന്റെ നേതൃത്വത്തിൽ 2009-ലാണ് ആദ്യദിനാചരണം നടന്നത്.

മേയ് 3

ലോക പത്രസ്വാതന്ത്ര്യ ദിനം (World Press Freedom Day)

ഐക്യരാഷ്ട്ര പൊതുസഭയുടെ ആഹ്വാനം അനുസരിച്ച് എല്ലാ വർഷവും മേയ് 3 ആഗോളതലത്തിൽ പത്രസ്വാതന്ത്ര്യദിനമായി ആചരിക്കുന്നു. 1993-ലാണ് ആദ്യ ദിനാചരണം നടന്നത്. നമീബിയയുടെ തലസ്ഥാനമായ വിൻക്കിൽ 1991-ൽ ആഫ്രിക്കൻ പത്രപ്രവർത്തകർ പത്രസ്വാതന്ത്ര്യതത്വങ്ങളടങ്ങിയ ഒരു പ്രഖ്യാപനം നടത്തിയതിന്റെ വാർഷികമെന്ന നിലയ്ക്കാണ് മേയ് 3 ദിനാചരണത്തിനായി തെരഞ്ഞെടുത്തത്. ജനാധിപത്യസമൂഹത്തിൽ പത്രസ്വാതന്ത്ര്യത്തിന് വളരെ വലിയ പ്രസക്തിയുണ്ട്. ലോകമെങ്ങുമുള്ള വാർത്തകൾ സത്യസന്ധവും നീതിയുക്തവുമായ രീതിയിൽ ജനങ്ങളിലെത്തിക്കാൻ പത്രപ്രവർത്തകർക്ക് സ്വാതന്ത്ര്യമുണ്ടാകേണ്ടത് അനിവാര്യമാണ്. ആവിഷ്ക്കാരസ്വാതന്ത്ര്യവും മാദ്ധ്യമസ്വാതന്ത്ര്യവുമില്ലാതെ രാജ്യങ്ങൾക്കിടയിൽ സാഹോദര്യവും ശാശ്വതസമാധാനവും ഉറപ്പാക്കാൻ സാധിക്കയില്ല. എന്നാൽ, പല ജനാധിപത്യരാജ്യങ്ങളിലും പത്രസ്വാതന്ത്ര്യം ചുരുങ്ങുകയും പത്രപ്രവർത്തകർക്ക് നേരെയുള്ള ഭീഷണികൾ പെരുകുകയും ചെയ്തുകൊണ്ടിരിക്കുന്നു. പത്രപ്രവർത്തനം അപകടകരമായ തൊഴിൽമേഖലയായി മാറുന്ന കാഴ്ചയാണ് പലേടത്തും കാണാനാവുന്നത്. തൊഴിലിൽ ഏർപ്പെട്ടിരിക്കെ കൊല്ലപ്പെടുകയോ ശിക്ഷിക്കപ്പെടുകയോ ചെയ്യുന്ന മാദ്ധ്യമപ്രവർത്തകരുടെ എണ്ണവും കൂടിവരുന്നതായാണ് റിപ്പോർട്ടുകൾ. ഇത്തരത്തിൽ ജീവൻ പൊലിഞ്ഞവർക്കും ജയിൽവാസം അനുഭവിക്കുന്നവർക്കും അഭിവാദ്യങ്ങൾ അർപ്പിക്കാൻ ഈ ദിനാചരണം വഴിയൊരുക്കുന്നു. പത്രസ്വാതന്ത്ര്യത്തിന് വേണ്ടി വാദിക്കുന്ന വ്യക്തികളെയും സ്ഥാപനങ്ങളെയും ആദരിക്കാൻ 1997-ൽ യുനെസ്ക്കോ ഏർപ്പെടുത്തിയ ഗില്ലർമോ കാനോ പുരസ്ക്കാരം ഈ ദിനത്തിലാണ് സമർപ്പിക്കപ്പെടുന്നത്.

മേയ് 5

രാജ്യാന്തര മിഡ്‌വൈഫ് ദിനം (International Day of the Midwife)

ഗർഭിണികൾക്കും നവജാതശിശുക്കൾക്കും പോഷകലഭ്യതയും പരിചരണവും ഉറപ്പാക്കുന്നതിനായി മുഖ്യമായും ഗ്രാമപ്രദേശങ്ങളിൽ പ്രവർത്തിക്കുന്ന, മിഡ്‌വൈഫുമാരെ ഓർമ്മിക്കാനും ആദരിക്കാനും അവരുടെ സേവനങ്ങളെ പ്രകീർത്തിക്കാനും ലക്ഷ്യമിട്ട് ലോകമെങ്ങും ആചരിക്കുന്ന ദിനമാണിത്. പ്രാദേശികതലത്തിൽ, പോഷകാഹാരവിദഗ്ദ്ധ, സ്ത്രീരോഗ വിദഗ്ദ്ധ എന്നീ നിലകളിലും ഗർഭകാലത്തും പ്രസവസമയത്തും പ്രസവശേഷവും സ്ത്രീകളുടെ ശാരീരിക-മാനസികാരോഗ്യ വിഷയങ്ങളിൽ ഉപദേഷ്ടാവെന്ന നിലയിലും സാന്ത്വനപരിചരണമേകുന്ന നഴ്സെന്ന നിലയിലുമുള്ള വലിയ ഉത്തരവാദിത്തങ്ങൾ ഏറ്റെടുത്ത് ഗ്രാമീണജനതയുടെ ആരോഗ്യസംരക്ഷണയജ്ഞത്തിൽ പങ്കാളികളാകുന്ന മിഡ്‌വൈഫുമാർ നൽകുന്ന മഹത്തായ സേവനങ്ങൾ ഏവരെയും ബോദ്ധ്യപ്പെടുത്താനുള്ള ശ്രമങ്ങൾ ഈ ദിനത്തിൽ നടത്തുന്നു. ഗർഭസ്ഥശിശുവിന്റെയും നവജാതശിശുവിന്റെയും തന്റെ തന്നെയും ആരോഗ്യരക്ഷയ്ക്ക് ലോകത്തിലെ ഓരോ ഗർഭിണിക്കും മിഡ്‌വൈഫുമാരുടെ സേവനം ലഭ്യമാക്കുകയെന്നതാണ് ഈ ദിനാചരണത്തിന്റെ ആത്യന്തിക ലക്ഷ്യം. അതുപോലെ, ജനങ്ങളിൽ മിഡ്‌വൈഫുമാരായി സേവനമനുഷ്ഠിക്കാനുള്ള താല്പര്യം വർദ്ധിപ്പിക്കാനും ഇത് ലക്ഷ്യമിടുന്നു.

1987-ൽ നെതർലാന്റ്സിൽ വച്ചുനടന്ന ഇന്റർനാഷണൽ കോൺഫെഡറേഷൻ ഓഫ് മിഡ്‌വൈവ്സ് എന്ന അന്താരാഷ്ട്ര സമ്മേളനത്തിലാണ് മിഡ്‌വൈഫുമാരെ ആദരിക്കാനും അംഗീകരിക്കാനും ഒരു ദിനം ആവശ്യമാണെന്ന ആശയം ഉരുത്തിരിഞ്ഞത്. 1991-ലാണ് ആദ്യ ദിനാചരണം നടന്നത്.

മേയ് 7

ലോക കായികവിനോദ ദിനം (World Athletics Day)

വിദ്യാലയങ്ങളിലും കലാലയങ്ങളിലും കായികവിനോദങ്ങൾ പ്രോത്സാഹിപ്പിക്കാനായി വർഷംതോറും മേയ് 7 ആഗോളതലത്തിൽ കായികവിനോദ ദിനമായി ആചരിക്കുന്നു. ചെറുപ്രായം മുതൽക്കുതന്നെ കുട്ടികളെ കായികവിനോദത്തിലേക്ക് ആകർഷിക്കുകയാണ് ഈ ദിനാചരണത്തിന്റെ ലക്ഷ്യം. ആരോഗ്യമുള്ള ശരീരമാണ് ആരോഗ്യമുള്ള മനസ്സിനെ സൃഷ്ടിക്കുന്നതെന്നതിനാൽ ശരീരാരോഗ്യത്തിന് പറ്റിയ ഈ

വിനോദം തെരഞ്ഞെടുക്കാൻ പ്രേരിപ്പിക്കുന്നത് ആരോഗ്യമുള്ള ഒരു ജനതയെ വാർത്തെടുക്കാൻ വഴിയൊരുക്കുമെന്ന കാഴ്ചപ്പാടാണ് ഈ ദിനാചരണത്തിലേക്ക് വഴിതെളിച്ചത്. 1996-ലാണ് ആദ്യ ദിനാചരണം നടന്നത്.

ചരിത്രാതീതകാലം മുതൽക്ക് തന്നെ മനുഷ്യൻ നടത്തിവന്ന മത്സരക്കളികളിൽ ആദ്യത്തേതായ കായികവിനോദം ഇക്കാലത്തും ലോകമെങ്ങും പ്രചരിപ്പിക്കാനായി ഇന്റർനാഷണൽ അമച്വർ അത്‌ലറ്റിക് ഫെഡറേഷൻ എന്ന പേരോടെ 1912-ൽ തുടങ്ങിയ വേൾഡ് അത്‌ലറ്റിക്സ് എന്ന സംഘടനയാണ് കായികവിനോദ ദിനാചരണത്തിന് ചുക്കാൻ പിടിക്കുന്നത്.

മേയ് 8

ലോക റെഡ്ക്രോസ് ദിനം (World Red Cross Day)

മേയ് 8 ലോകമൊട്ടാകെ റെഡ്ക്രോസ് ദിനമായി ആചരിക്കുന്നു. ഇത് റെഡ്ക്രോസ് ആന്റ് റെഡ് ക്രെസന്റ് ദിനമെന്നും അറിയപ്പെടുന്നു. 1948-ലാണ് ആദ്യ ദിനാചരണം നടന്നത്. ലോകോപകാരത്തിനായി പ്രവർത്തിക്കുന്ന ഏറ്റവും വലിയ സംഘടനയായ റെഡ്ക്രോസ്സിന്റെ സ്ഥാപകനായ ഹെൻറി ഡ്യൂനന്റിന്റെ ഓർമ്മയ്ക്കായിട്ടാണ് ഈ ദിനാചരണം നടത്തുന്നത്. ആദ്യത്തെ നൊബേൽ സമാധാനസമ്മാനം പങ്കിട്ടു നേടിയ ഹെൻറി ഡ്യൂനന്റ് 1828 മേയ് 8-നാണ് സ്വിറ്റ്സർലന്റിലെ ജനീവയിൽ ജനിച്ചത്. ദിനാചരണത്തിന് മേയ് 8 തെരഞ്ഞെടുക്കാൻ കാരണമിതാണ്.

യുദ്ധത്തിന്റെ കെടുതികൾ അനുഭവിക്കുന്ന സൈനികരെ സഹായിക്കാനായി 1863-ൽ ഇദ്ദേഹത്തിന്റെ നേതൃത്വത്തിൽ തുടക്കമിട്ടതാണ് റെഡ്ക്രോസ് പ്രസ്ഥാനവും ഇന്റർനാഷണൽ കമ്മിറ്റി ഓഫ് ദ റെഡ് ക്രോസ് എന്ന സംഘടനയും. ഇസ്ലാമിക രാജ്യങ്ങളിൽ റെഡ് ക്രെസന്റ് എന്നറിയപ്പെടുന്ന ഇതിന്റെ ഔദ്യോഗികനാമം 1986-ൽ ഇന്റർനാഷണൽ റെഡ്ക്രോസ് ആന്റ് റെഡ് ക്രെസന്റ് മൂവ്മെന്റ് എന്നാക്കി. ഭക്ഷ്യദാരിദ്ര്യവും പ്രകൃതിദുരന്തങ്ങളും യുദ്ധവും പകർച്ചവ്യാധികളും മൂലം ലോകമൊട്ടാകെ ദുരിതമനുഭവിക്കുന്നവരെ സഹായിക്കാൻ ഇതിൽ അംഗമായിച്ചേർ ന്നിട്ടുള്ള സൊസൈറ്റികളും സംഘടനകളും വ്യക്തികളും രാജ്യങ്ങളും പ്രതിജ്ഞാബദ്ധരാണ്.

മേയ് 8

ലോക തലസ്സേമിയ ദിനം (World Thalassemia Day)

ലോകമൊട്ടാകെ തലസ്സേമിയദിനമായി ആചരിക്കുന്ന ദിവസമാണ് മേയ് 8. രക്തത്തിൽ ഹീമോഗ്ലോബിന്റെ അളവ് സാധാരണയിലും കുറഞ്ഞിരിക്കുന്ന ഒരു ജനിതകരോഗമാണ് തലസ്സേമിയ. ചുവന്ന രക്താണുക്കളിലുള്ള മാംസ്യ തന്മാത്രയായ ഹീമോഗ്ലോബിന്റെ ഉല്പാദനം കുറയാൻ കാരണം, അതിന്റെ ഘടകങ്ങളായ ആൽഫ, ബീറ്റ ശൃംഖലകളിലെ ജനിതകമാറ്റങ്ങളാണ്. ഹീമോഗ്ലോബിന്റെ കുറവ് രക്തത്തിന്റെ ഓക്സിജൻ സംവഹനശേഷിയെ പ്രതികൂലമായി ബാധിക്കുന്നത് കാരണം വിളർച്ച, ശ്വാസതടസ്സം, നിരന്തരമായ ക്ഷീണം, താളംതെറ്റുന്ന ഹൃദയമിടിപ്പ് എന്നിങ്ങനെ പല ബുദ്ധിമുട്ടുകളുണ്ടാകും. ഈ രോഗത്തെക്കുറിച്ച് അറിവ് പകരാനും രോഗം ബാധിച്ചവരെയും അവരുടെ മാതാപിതാക്കളെയും കുടുംബത്തെയും പിന്തുണയ്ക്കാനും അവർക്കും ഈ രോഗവുമായി ബന്ധപ്പെട്ട് പ്രവർത്തിക്കുന്ന ആരോഗ്യപ്രവർത്തകർക്കും ആവശ്യമായ സഹായങ്ങൾ നൽകാനും വേണ്ടിയാണ് ഈ ദിനാചരണം നടത്തുന്നത്. 1994-ലാണ് ആദ്യ ദിനാചരണം നടന്നത്. തലസ്സേമിയ ഇന്റർനാഷണൽ ഫെഡറേഷൻ എന്ന സംഘടനയുടെ സ്ഥാപകനായ പനോസ് എംഗൽസോസിന്റെ മകനായ ജോർജ്ജ് എംഗൽസോസിന്റെ ഓർമ്മ നിലനിർത്താനാണ് ദിനാചരണം ആരംഭിച്ചത്.

മേയ് 11

ദേശീയ സാങ്കേതികവിദ്യാ ദിനം (National Technology Day)

ഇൻഡ്യയിൽ മേയ് 11 സാങ്കേതികവിദ്യാദിനമാണ്. നിത്യജീവിതത്തിൽ ശാസ്ത്രത്തിനുള്ള പങ്ക് ഏവരുടെയും ശ്രദ്ധയിൽ കൊണ്ടുവരാനും വിദ്യാർത്ഥികളെ ശാസ്ത്രമേഖലയിലേക്ക് ആകർഷിക്കാനും ലക്ഷ്യമിട്ടാണ് ഈ ദിനാചരണം നടത്തുന്നത്. 1998 മേയ് 11-ന് പൊഖ്റാനിൽ ഓപ്പറേഷൻ ശക്തി എന്ന് പേരിട്ട ആണവപരീക്ഷണം ഇൻഡ്യ വിജയകരമായി നടത്തിയതിന്റെ ഓർമ്മയ്ക്കായിട്ടാണ് ഈ ദിനാചരണം തുടങ്ങിയത്. ഇൻഡ്യയെ ലോകത്തിലെ ആണവരാജ്യങ്ങളിലൊന്നെന്ന അംഗീകാരത്തിന് അർഹമാക്കിയ ഈ ആണവപരീക്ഷണത്തിന് ചുക്കാൻ പിടിച്ച ശാസ്ത്രജ്ഞന്മാരുടെയും എൻജിനിയർമാരുടെയും സാങ്കേതിക പരിജ്ഞാനത്തെയും നേട്ടങ്ങളെയും പ്രകീർത്തിക്കുന്നതിനായി അന്നത്തെ പ്രധാനമന്ത്രി അടൽ ബിഹാരി വാജ്പേയിയാണ് മേയ് 11 സാങ്കേതിക

വിദ്യാദിനമായി പ്രഖ്യാപിച്ചത്. 1999 മുതൽ ടെക്നോളജി ഡെവലപ്മെന്റ് ബോർഡിന്റെ ആഭിമുഖ്യത്തിൽ നടന്നുവരുന്ന ദിനാഘോഷങ്ങളിൽ വച്ച് ശാസ്ത്രസാങ്കേതികമേഖലകളിൽ മികച്ച നേട്ടങ്ങൾ കൈവരിക്കുന്നവർക്ക് പുരസ്ക്കാരങ്ങൾ നൽകി ആദരിക്കാറുണ്ട്.

മേയ് 16

അന്താരാഷ്ട്ര പ്രകാശദിനം (International Day of Light)

യുനെസ്കോയുടെ നേതൃത്വത്തിൽ എല്ലാ വർഷവും മേയ് 16 അന്താരാഷ്ട്ര പ്രകാശദിനമായി ആചരിക്കുന്നു. പ്രശസ്ത ഭൗതികശാസ്ത്രജ്ഞനും എഞ്ചിനീയറുമായ തിയോഡോർ മൈമാൻ 1960–കളിൽ കണ്ടുപിടിച്ച ലേസർ രശ്മികൾ ആദ്യമായി വിജയകരമായി പ്രയോഗിച്ചതിന്റെ വാർഷികദിനമാണ് അന്താരാഷ്ട്ര പ്രകാശദിനമായി ആചരിക്കുന്നത്. ശാസ്ത്രം, സംസ്കാരം, കല, വിദ്യാഭ്യാസം, ആരോഗ്യം, ആശയവിനിമയം, ഊർജ്ജം, സുസ്ഥിരവികസനം എന്നിങ്ങനെ ജീവിതത്തിന്റെ എല്ലാ മേഖലകളിലും സ്വാധീനം ചെലുത്തുന്ന പ്രകാശത്തെക്കുറിച്ചും പ്രകാശത്തിന്റെ സാങ്കേതികവശങ്ങളെക്കുറിച്ചും അതിന്റെ ശാസ്ത്രത്തെക്കുറിച്ചുമെല്ലാം പൊതുജനങ്ങളിലും പഠിതാക്കളിലും അവബോധം സൃഷ്ടിക്കാനായി 2015–ലെ അന്താരാഷ്ട്ര പ്രകാശവർഷം മുതൽ ലോകമൊട്ടാകെ ഇത് ആഘോഷപൂർവ്വം ആചരിച്ചുവരുന്നു.

മേയ് 17

ലോക വാർത്താവിനിമയ ദിനം (World Telecommunication and Information Society Day)

ഐക്യരാഷ്ട്രസഭയുടെ ആഹ്വാനമനുസരിച്ച് മേയ് 17 സാർവ്വദേശീയ വാർത്താവിനിമയദിനവും ഇൻഫർമേഷൻ സൊസൈറ്റി ദിനവുമായി ആചരിക്കുന്നു. അന്തർദ്ദേശീയ ടെലികമ്മ്യൂണിക്കേഷൻ യൂണിയന്റെ 1973–ലെ സമ്മേളനത്തിൽ ലോക ടെലികമ്മ്യൂണിക്കേഷൻ ദിനമെന്ന പേരിലാണ് ഈ ദിനാചരണത്തിന് ആരംഭം കുറിച്ചത്. 1865–ൽ ആദ്യത്തെ അന്തർദ്ദേശീയ ടെലഗ്രാഫ് ഉടമ്പടി (ഇന്റർനാഷണൽ ടെലഗ്രാഫ് കൺവെൻഷൻ) ഒപ്പുവച്ചതിന്റെയും അന്തർദ്ദേശീയ ടെലികമ്മ്യൂണിക്കേഷൻ യൂണിയൻ രൂപീകൃതമായതിന്റെയും ഓർമ്മയ്ക്കായിട്ടാണ് മേയ് 17 ദിനാചരണത്തിനായി തെരഞ്ഞെടുത്തത്. പിന്നീട്, 2005–ൽ ടുണീഷ്യയിലെ ടുണിസിൽ വച്ച് നടന്ന ഇൻഫർമേഷൻ സൊസൈറ്റി ലോക ഉച്ചകോടി(വേൾഡ് സമിറ്റ് ഓൺ ഇൻഫർമേഷൻ സൊസൈറ്റി) ക്ക് ശേഷം, മേയ് 17 ലോക

ഇൻഫർമേഷൻ സൊസൈറ്റി ദിനമായി ഐക്യരാഷ്ട്രസഭ പ്രഖ്യാപിച്ചു. 2006 നവംബറിൽ ചേർന്ന അന്തർദ്ദേശീയ ടെലികമ്മ്യൂണിക്കേഷൻ യൂണിയൻ സമ്മേളനത്തിൽ ഈ രണ്ട് ദിനാചരണങ്ങളും ഒരുമിച്ച് ലോക ടെലികമ്മ്യൂണിക്കേഷൻ ആന്റ് ഇൻഫർമേഷൻ സൊസൈറ്റി ദിനമെന്ന പേരിൽ ആചരിക്കാൻ തീരുമാനിച്ചു. ഇന്റർനെറ്റും മറ്റ് വിവരസാങ്കേതിക വിദ്യകളും കൊണ്ട് ആധുനികസമൂഹത്തിനുണ്ടാകുന്ന നേട്ടങ്ങളെക്കുറിച്ച് അവബോധമുണ്ടാക്കുകയാണ് ഈ ദിനാചരണത്തിന്റെ ലക്ഷ്യം. ഈ സാങ്കേതികവിദ്യകൾ അറിയുന്നവരും അറിയാത്തവരും തമ്മിലുള്ള അന്തരം കുറയ്ക്കാനും ഈ ദിനാചരണം ലക്ഷ്യമിടുന്നു.

മേയ് 18

അന്തർദ്ദേശീയ മ്യൂസിയം ദിനം (International Museum Day)

കല, സാഹിത്യം, സംസ്കാരം, ശാസ്ത്രം തുടങ്ങിയ വിവിധ മേഖലകളിലെ കൗതുകമുണർത്തുന്നതും ആകർഷകവുമായ വസ്തുക്കളുടെയും ചിത്രങ്ങളുടെയും ശേഖരം പൊതുപ്രദർശനത്തിന് വച്ചിരിക്കുകയും സംരക്ഷിക്കുകയും ചെയ്യുന്ന സ്ഥലങ്ങളാണ് മ്യൂസിയങ്ങൾ അഥവാ കാഴ്ചബംഗ്ലാവുകൾ. പുരാവസ്തുക്കളും പുരാരേഖകളും ദേശീയ സ്വത്തുക്കളെന്ന സ്ഥാനമുള്ള അമൂല്യവസ്തുക്കളും ഇവിടെ സൂക്ഷിക്കുന്നു. ചരിത്രം, കല, സാംസ്കാരിക പൈതൃകം എന്നിവയെക്കുറിച്ച് അവബോധമുണ്ടാക്കുകയാണ് ഇവയുടെ ലക്ഷ്യം. ലോകമൊട്ടാകെയുള്ള ജനങ്ങളിൽ മ്യൂസിയങ്ങളെസ്സംബന്ധിച്ച അവബോധം വളർത്താനായി 1977 മുതൽ എല്ലാ വർഷവും മേയ് 18 അന്തർദ്ദേശീയ മ്യൂസിയം ദിനമായി ആചരിക്കുന്നു. ലോകത്തിലെ സാംസ്കാരിക പൈതൃകങ്ങളെ സംരക്ഷിക്കാനും അവയെപ്പറ്റിയുള്ള വിവരങ്ങൾ പ്രചരിപ്പിക്കാനും വേണ്ടി 1946-ൽ രൂപംകൊണ്ട ഇന്റർനാഷണൽ കൗൺസിൽ ഓഫ് മ്യൂസിയംസ് എന്ന സംഘടനയാണ് ഇതിന് നേതൃത്വം കൊടുക്കുന്നത്.

കേരളത്തിൽ മ്യൂസിയങ്ങളുടെ ചരിത്രം ആരംഭിക്കുന്നത് തിരുവിതാംകൂറിൽ നിന്നാണ്. തിരുവിതാംകൂറിലെ കൊട്ടാരവസ്തുക്കൾ പ്രദർശിപ്പിക്കാൻ മാർത്താണ്ഡവർമ്മ മഹാരാജാവ് 1850-കളിലാണ് തിരുവനന്തപുരം കാഴ്ചബംഗ്ലാവ് (മ്യൂസിയം) സ്ഥാപിച്ചത്. ഇവിടേക്ക് കാഴ്ചക്കാരെ ആകർഷിക്കാൻ ഇതിനോട് ചേർന്ന് ഒരു മൃഗശാലയും ആരംഭിച്ചു. പ്രവേശനം സൗജന്യമായിരുന്നു. ഇന്തോ-യൂറോപ്യൻ വാസ്തുവിദ്യാശൈലിയിൽ 1879-ൽ പുതുക്കിപ്പണിത കാഴ്ചബംഗ്ലാവാണ് ഇപ്പോഴുള്ള മ്യൂസിയം സമുച്ചയം.

വിസ്തൃതിയിൽ കേരളത്തിലെ ഏറ്റവും വലിയ മ്യൂസിയം, ഇപ്പോൾ തമിഴ്നാട്ടിലെ കന്യാകുമാരി ജില്ലയിൽ ഉൾപ്പെട്ടിരിക്കുന്ന കൽക്കുളം എന്ന സ്ഥലത്ത് സ്ഥിതിചെയ്യുന്ന പത്മനാഭപുരം കൊട്ടാരമാണ്. പക്ഷേ, ഗാലറി വിസ്തീർണ്ണത്തിൽ മുന്നിൽ നിൽക്കുന്നത് തൃപ്പൂണിത്തുറയിലെ ഹിൽ പാലസ് മ്യൂസിയമാണ്. ഇൻഡ്യയിലെ ആദ്യത്തെ മ്യൂസിയം 1814-ൽ കൽക്കട്ടയിൽ സ്ഥാപിതമായ ഇംപീരിയൽ മ്യൂസിയമാണ്. ഇപ്പോളിത് ഇന്ത്യൻ മ്യൂസിയം എന്നറിയപ്പെടുന്നു.

മേയ് 21

ദേശീയ ഭീകരതാവിരുദ്ധ ദിനം (National Antiterrorism Day)

നാട്ടിൽ സമാധാനം നിലനിർത്താനും ജനങ്ങളിൽ ഒത്തൊരുമയും ഐക്യവും ഊട്ടിയുറപ്പിക്കാനും ലക്ഷ്യമിട്ട് ഇൻഡ്യയിൽ മേയ് 21 ദേശീയ ഭീകരതാവിരുദ്ധദിനമായി ആചരിക്കുന്നു. 1991 മേയ് 21-ന് തമിഴ്നാട്ടിലെ ശ്രീപെരുമ്പുതൂരിൽ വച്ച് പ്രധാനമന്ത്രിയായിരുന്ന രാജീവ്ഗാന്ധി എൽ.ടി.ടി.ഇ. ഭീകരാക്രമണത്തിൽ കൊല്ലപ്പെട്ടതിനെത്തുടർന്നാണ് ഈ ദിനം ഭീകരതാവിരുദ്ധദിനമായി പ്രഖ്യാപിക്കപ്പെട്ടത്. ഭീകരത ഏത് രൂപ ത്തിലായാലും മനുഷ്യരുടെ സുരക്ഷിതത്വത്തിനും സ്വൈരജീവിതത്തിനും വിലങ്ങുതടിയാകുമെന്നത് കൂടാതെ രാജ്യത്തിന്റെ സുസ്ഥിരതയ്ക്കും പുരോഗതിക്കും വിഘാതങ്ങളും സൃഷ്ടിക്കുമെന്നതിനാൽ ഇത്തരം പ്രവർത്തനങ്ങളിൽ നിന്ന് യുവാക്കൾ വിട്ടുനിൽക്കണമെന്ന് ഈ ദിനാച രണം ഉദ്ബോധിപ്പിക്കുന്നു.

ഭീകരപ്രവർത്തനങ്ങളും അക്രമങ്ങളും മൂലം നിരപരാധികളായ സാധാ രണ ജനങ്ങൾക്ക് അനുഭവിക്കേണ്ടിവരുന്ന ബുദ്ധിമുട്ടുകൾ എടുത്തു കാട്ടിക്കൊണ്ട് രാജ്യത്ത് സമാധാനവും സഹവർത്തിത്വവും നിലനിർത്താൻ പൗരന്മാരെ ഉദ്ബോധിപ്പിക്കുന്ന ഈ ദിനത്തിൽ, ഭീകരരുമായുള്ള ഏറ്റു മുട്ടലുകളിൽ ജീവൻ നഷ്ടമായ ധീരജവാന്മാർക്ക് പ്രത്യേകിച്ചും, ഇൻഡ്യ യുടെ അതിർത്തിയിലെ ഭീകരപ്രവർത്തനങ്ങൾ നിയന്ത്രിക്കുന്ന അതിർത്തി രക്ഷാസേന(ബോർഡർ സെക്യൂരിറ്റി ഫോഴ്സ്) യിലെ ജവാന്മാർക്ക് അഭി വാദ്യമർപ്പിക്കുകയും ചെയ്യുന്നു. അന്നേദിവസം, എല്ലാ സർക്കാർ ഓഫീ സുകളിലും പൊതുമേഖലാസ്ഥാപനങ്ങളിലും വിദ്യാഭ്യാസസ്ഥാപനങ്ങ ളിലുമുള്ളവർ, ഭീകരതയിൽ നിന്ന് വിട്ടുനിൽക്കുമെന്ന പ്രതിജ്ഞയെടു ക്കുകയും ചെയ്യാറുണ്ട്.

മേയ് 22

ലോക ജൈവവൈവിദ്ധ്യ ദിനം
(International Day for Biological Diversity)

മേയ് 22 ലോക ജൈവവൈവിദ്ധ്യദിനമാണ്. മനുഷ്യരാശിയുടെ ആഹാരവും ആരോഗ്യവും ജൈവവൈവിദ്ധ്യത്തിലധിഷ്ഠിതമാണെന്ന ആത്യന്തികസത്യത്തിന് അടിവരയിടാനും ഇവ രണ്ടും നിലനിർത്താൻ ജൈവവൈവിദ്ധ്യം സംരക്ഷിക്കേണ്ടത് അനിവാര്യമാണെന്ന് ഊന്നിപ്പറയാനുമാണ് ഈ ദിനാചരണം നടത്തുന്നത്.

അനേകം സസ്യങ്ങളും ജന്തുക്കളും എന്നേക്കുമായി നശിച്ചുപോയെന്നും മനുഷ്യപ്രവൃത്തികളാൽ അനേകമെണ്ണം ആ പട്ടികയിൽ ഉൾപ്പെടാൻ തയ്യാറെടുക്കുകയാണെന്നും ഇരുപതാം നൂറ്റാണ്ടിന്റെ അവസാനമായപ്പോൾ ഏവർക്കും ബോദ്ധ്യമായി. അതിന്റെ പശ്ചാത്തലത്തിൽ, ലോക ജനതയുടെ അടിയന്തിര ശ്രദ്ധ പതിയേണ്ട വിഷയം ജൈവവൈവിദ്ധ്യ സംരക്ഷണമാണെന്നും അത് നടപ്പാക്കാത്ത പക്ഷം മനുഷ്യജാതിയുടെ നിലനില്പു തന്നെ ഭീഷണിയിലായിത്തീരുമെന്നും ശാസ്ത്രലോകം മനസ്സിലാക്കി. അങ്ങനെ, രൂപംകൊണ്ട അന്താരാഷ്ട്ര ധാരണാപത്രമാണ് ജൈവവൈവിദ്ധ്യ ഉടമ്പടി അഥവാ CBD (Convention on Biological Diversity). 1992-ൽ ബ്രസീലിലെ റിയോ ഡീ ജനീറോയിൽ നടന്ന, ഭൗമ ഉച്ചകോടി എന്നും അറിയപ്പെടുന്ന United Nations Conference on Environment & Development അഥവാ ഐക്യരാഷ്ട്രസഭാ പരിസ്ഥിതി വികസന സമ്മേളനത്തിലാണ് ഇതിന്റെ കരട് രൂപരേഖ അവതരിപ്പിക്കപ്പെട്ടത്. ഈ ഉടമ്പടി 1993 ഡിസംബർ 29-ന് അംഗീകരിക്കപ്പെട്ടു. അതിന്റെ ഓർമ്മയ്ക്കായി, ഐക്യരാഷ്ട്രസഭയുടെ ആഹ്വാനമനുസരിച്ച്, അന്നു മുതൽ ഡിസംബർ 29 രാജ്യാന്തര ജൈവവൈവിദ്ധ്യദിനമായി ആചരിച്ചു വന്നു. 2000 ഡിസംബറിൽ ഈ ദിനാചരണം മേയ് 22 ലേക്ക് മാറ്റി. ഉടമ്പടിയുടെ തത്വങ്ങളും നിബന്ധനകളും നയ്റോബി സമ്മേളനം അംഗീകരിച്ച ദിവസത്തിന്റെ ഓർമ്മ നിലനിർത്താനായിരുന്നു ഈ തീയതിമാറ്റം. അങ്ങനെ, 2001 മുതൽ എല്ലാ വർഷവും മേയ് 22 ആഗോളതലത്തിൽ ജൈവവൈവിദ്ധ്യദിനമായി ആചരിച്ചുവരുന്നു.

ഭൂമിയിലെ ജൈവവൈവിദ്ധ്യം സഹസ്രാബ്ദങ്ങൾ നീണ്ട ഭൗതിക-രാസിക-ജൈവിക പ്രക്രിയകളിലൂടെ ഉരുത്തിരിഞ്ഞുണ്ടായതാണ്. ജീവലോകത്തിലെ ഓരോ അംഗത്തിനും ഈ ഭൂമിയിൽ അതിന്റേതായ പ്രാധാന്യമുണ്ട്. ഓരോന്നിനും അനുഷ്ഠിക്കാൻ തനതായ ധർമ്മങ്ങളുമുണ്ട്.

അവയിൽ ഒന്നിനെങ്കിലും വരുന്ന മാറ്റങ്ങളും അതിനുണ്ടാവുന്ന ശോഷണവും ഈ പ്രകൃതിയുടെ സന്തുലിതാവസ്ഥ തകർക്കും. കാലക്രമത്തിൽ ഇത്തരം വ്യതിയാനങ്ങൾ ഇവിടെ പുലരുന്ന ജീവന്റെ സുസ്ഥിരതയെ പ്രതികൂലമായി ബാധിക്കും. ഈ തിരിച്ചറിവിലൂന്നിയാണ് ജൈവവൈവിദ്ധ്യദിനം ലോകമെങ്ങും ആചരിക്കുന്നത്. ഭൂമണ്ഡലത്തിൽ ജീവൻ നിലനിൽക്കാനാവശ്യമായ എല്ലാ സാഹചര്യങ്ങളും ഒരുക്കുന്ന ജൈവവൈവിദ്ധ്യത്തിന്റെ പ്രാധാന്യവും അത് നേരിട്ടുകൊണ്ടിരിക്കുന്ന നാശഭീഷണികളും ജൈവവൈവിദ്ധ്യശോഷണത്തിന്റെ പ്രത്യാഘാതങ്ങളും സംബന്ധിച്ച വിവരങ്ങൾ പൊതുജനശ്രദ്ധയിൽ കൊണ്ടുവരാനും സംരക്ഷണപ്രവർത്തനങ്ങളിൽ എല്ലാവരുടെയും, പ്രത്യേകിച്ച് യുവജനങ്ങളുടെ, പങ്കാളിത്തം ക്ഷണിക്കാനുമായി ദൃശ്യ-ശ്രാവ്യ മാദ്ധ്യമങ്ങൾ വഴി പ്രചാരണം നടത്തുകയാണ് ഈ ദിനാചരണത്തിന്റെ പ്രധാന ഉദ്ദേശ്യം.

മേയ് 23

ലോക ആമദിനം (World Turtle Day)

ഭൂമിയിലെ ഏറ്റവുമധികം ആയുസ്സുള്ള ജീവിയാണ് ആമ. ലോകത്തുള്ള വിവിധയിനം ആമകളെ സംരക്ഷിക്കാനായി 2000 മുതൽ എല്ലാ വർഷവും മേയ് 23 ലോക ആമദിനമായി ആചരിക്കുന്നു. മുട്ടയിടാനും തീറ്റതേടാനും ആവശ്യമായ സുരക്ഷിതസ്ഥലങ്ങളുടെ അഭാവം, ജലമലിനീകരണം, കാലാവസ്ഥാവ്യതിയാനങ്ങൾ, വേട്ട, കുറഞ്ഞ പ്രജനനനിരക്ക് എന്നിവയ്ക്കൊപ്പം മത്സ്യബന്ധനവലകളിൽ കുരുങ്ങുന്നതും പ്ലാസ്റ്റിക്കുകൾ ഉള്ളിൽച്ചെല്ലുന്നതുമൊക്കെ ആമകളുടെ എണ്ണത്തിൽ വലിയ കുറവ് വരാൻ കാരണമായി. ഇങ്ങനെ, ലോകത്ത് പലയിനം ആമകൾക്കും വംശനാശം വരികയും മറ്റു പലതും വംശനാശഭീഷണി നേരിടുകയും ചെയ്യുന്നുവെന്ന കണ്ടെത്തലാണ് ഇത്തരമൊരു ദിനാചരണത്തിലേക്ക് നയിച്ചത്. ലോകമൊട്ടാകെയുള്ള ആമകളെ അപകടങ്ങളിൽ നിന്ന് രക്ഷിക്കാനും പുനരധിവസിപ്പിക്കാനും സംരക്ഷിക്കാനുമായി, കാലിഫോർണിയ ആസ്ഥാനമായി സൂസൻ ടെല്ലം-മാർഷൽ തോംസൺ ദമ്പതികൾ രൂപീകരിച്ച അമേരിക്കൻ ടോർട്ടീസ് റെസ്ക്യൂ എന്ന സന്നദ്ധസംഘടനയാണ് ഈ ദിനാചരണത്തിന് മുൻകൈയെടുക്കുന്നത്.

മേയ് 31

ലോക പുകയില വിരുദ്ധദിനം (World No Tobacco Day)

ലോകാരോഗ്യസംഘടനയുടെ ആഹ്വാനപ്രകാരം 1987-ൽ തുടങ്ങിയ ഒരു പൊതുജനാരോഗ്യ ബോധവൽക്കരണ പരിപാടിയാണ് ലോക പുകയില വിരുദ്ധദിനം.1988 മുതൽ എല്ലാ വർഷവും മേയ് 31-ന് ലോകമെങ്ങും ഇത് ആചരിച്ചുവരുന്നു. പുകയിലയും പുകയില ഉല്പന്നങ്ങളും വർജ്ജിക്കാൻ ലോകജനതയെ ആഹ്വാനം ചെയ്യുന്ന ഈ ദിനാചരണത്തിന്റെ ആത്യന്തികലക്ഷ്യം പുകയിലയുടെ മാരകമായ ദൂഷ്യവശങ്ങളിലേക്ക് ജനശ്രദ്ധയാകർഷിക്കുകയും അവ ഉപയോഗിക്കുന്നതിൽ നിന്ന് പിന്തിരിയാൻ പ്രേരിപ്പിക്കുകയുമാണ്. പുകയിലയുടെ ദോഷങ്ങൾ വെളിപ്പെടുത്തുന്ന ബാനറുകളേന്തിയുള്ള ജാഥകളും പെതുപ്രദർശനങ്ങളും നടത്തുക, പരസ്യങ്ങളും വിജ്ഞാനപത്രികകളും തയ്യാറാക്കി വിതരണം ചെയ്യുക, പുകവലി നിർത്താൻ ജനങ്ങളെ ഉദ്ബോധിപ്പിക്കുക, പുകയില ഉപയോഗിക്കാൻ പ്രേരിപ്പിക്കുന്ന പരസ്യങ്ങൾക്ക് വിലക്കേർപ്പെടുത്തുക, പൊതുസ്ഥലങ്ങളിൽ പുകയില ഉപയോഗം നിരോധിക്കുക, പുകയിലജന്യരോഗങ്ങളെപ്പറ്റിയുള്ള ഡോക്യുമെന്ററികൾ പ്രദർശിപ്പിക്കുക എന്നിങ്ങനെ അനേകം പ്രവർത്തനങ്ങൾ ഈ ദിനാചരണത്തിന്റെ ഭാഗമായി സർക്കാരുകളും സന്നദ്ധപ്രവർത്തകരും സർക്കാരേതര സംഘടനകളും നടപ്പാക്കുന്നുണ്ട്.

മേയ് രണ്ടാം ശനിയാഴ്ച

ലോക ദേശാടനപ്പക്ഷിദിനം (World Migratory Bird Day)

പാസ്പോർട്ടും വിസയുമൊന്നുമില്ലാതെ, രാജ്യങ്ങളിൽ നിന്ന് രാജ്യങ്ങളിലേക്ക് സഞ്ചരിച്ച്, നമ്മുടെ പ്രപഞ്ചത്തെ കൂട്ടിയിണക്കുന്ന ദേശാടനപ്പക്ഷികളുടെ പ്രാധാന്യം ഓർമ്മിപ്പിക്കാനായി നീക്കിവച്ചിരിക്കുന്ന ഒരു ദിനമാണ് ലോക ദേശാടനപ്പക്ഷിദിനം. അന്നം തേടിയും കഠിനമായ തണുപ്പും മറ്റ് പ്രതികൂല സാഹചര്യങ്ങളും മറികടക്കാൻ യോജിച്ച അഭയസ്ഥാനങ്ങൾ തേടിയും പ്രജനനകേന്ദ്രങ്ങൾ തേടിയും ജന്മദേശം വിട്ട് ദേശാന്തരഗമനം നടത്തുന്ന പക്ഷികളെക്കുറിച്ച് അറിവ് പകരാനും വംശനാശഭീഷണി ഉൾപ്പെടെ, പല രീതിയിലുള്ള ഭീഷണികൾക്ക് വശംവദമാകുന്ന അവയുടെ സംരക്ഷണത്തിന് അന്താരാഷ്ട്ര സഹകരണം ക്ഷണിക്കാനുമാണ് ഈ ദിനാചരണം നടത്തുന്നത്. ഐക്യരാഷ്ട്രസഭയുടെ പിന്തുണയോടെ, കൺവെൻഷൻ ഓൺ ദ കൺസർവേഷൻ ഓഫ്

മൈഗ്രേറ്ററി സ്പീഷീസ് ഓഫ് വൈൽഡ് അനിമൽസ് (ദേശാടനക്കാരായ വന്യജീവികളുടെ സംരക്ഷണത്തിനായുള്ള ഉടമ്പടി), ആഫ്രിക്കൻ -യൂറേഷ്യൻ മൈഗ്രേറ്ററി വാട്ടർബേർഡ് എഗ്രിമെന്റ് (ആഫ്രിക്ക, യൂറേഷ്യ എന്നിവിടങ്ങളിലെ ദേശാടനക്കാരായ നീർപ്പക്ഷികളുടെ സംരക്ഷണത്തിനായുള്ള ഉടമ്പടി) എന്നീ പരിസ്ഥിതി ഉടമ്പടികളുടെ ഭരണസമിതിയാണ് 2006-ൽ ആദ്യമായി അന്തർദ്ദേശീയ ദേശാടനപ്പക്ഷിദിനമെന്ന പേരിൽ ഈ ദിനാചരണം തുടങ്ങിയത്. 2017 ആയപ്പോൾ, എൻവയോൺമെന്റ് ഫോർ ദ അമേരിക്കാസ് എന്ന സംഘടന കൂടി ദിനാചരണത്തിൽ പങ്കാളികളാകുകയും പേര് ലോക ദേശാടനപ്പക്ഷിദിനമെന്ന് മാറ്റുകയും ചെയ്തു.

ഇപ്പോൾ, മേയിലെയും ഒക്ടോബറിലെയും രണ്ടാം ശനിയാഴ്ചകളിലായി ആണ്ടിൽ രണ്ടു തവണ ലോക ദേശാടനപ്പക്ഷിദിനാചരണം നടക്കുന്നുണ്ട്.

ജൂൺ 1

ലോക ക്ഷീരദിനം (World Milk Day)

ജൂൺ ഒന്ന് ലോകമൊട്ടാകെ ക്ഷീരദിനമായി ആചരിക്കുന്നു. ഐക്യരാഷ്ട്രസഭയുടെ കീഴിലുള്ള ഭക്ഷ്യകാർഷികസംഘടനയുടെ ആഹ്വാനപ്രകാരം 2001 മുതൽ ഈ ദിനാചരണം നടന്നുവരുന്നു. പല രാജ്യങ്ങളിലും ജൂൺ ഒന്ന് മുമ്പു തന്നെ ദേശീയക്ഷീരദിനമായി ആചരിച്ചുകൊണ്ടിരുന്നതിനാലാണ് ലോകക്ഷീരദിനമായും ജൂൺ ഒന്ന് തെരഞ്ഞെടുത്തത്. ശരീരത്തിനാവശ്യമായ എല്ലാ പോഷകഘടകങ്ങളും അടങ്ങുന്ന സമീകൃതാഹാരമായ പാലിനെ ആഗോളഭക്ഷണമായി പരിഗണിച്ച്, ഭക്ഷണത്തിൽ പാലും പാലുല്പന്നങ്ങളും ഉൾപ്പെടുത്തേണ്ടതിന്റെ ആവശ്യകത പൊതുജനങ്ങളെ ബോദ്ധ്യപ്പെടുത്തുകയെന്നതാണ് ഈ ദിനാചരണത്തിന്റെ ലക്ഷ്യം. അതോടൊപ്പം, ക്ഷീരോല്പാദനം ഉപജീവനമാർഗ്ഗമായിട്ടുള്ളവർ അഭിമുഖീകരിക്കുന്ന പ്രശ്നങ്ങൾക്ക് പരിഹാരം കണ്ടെത്താനും ലക്ഷ്യമിടുന്നു.

ജൂൺ 1

ലോക രക്ഷാകർത്തൃദിനം (Global Day of Parents)

കരുതലും സ്നേഹവും നൽകി കുട്ടികളെ വളർത്തുന്നതിലും കുട്ടികൾ തമ്മിലുള്ള സ്നേഹബന്ധം ഊട്ടിയുറപ്പിക്കുന്നതിലും കുടുംബം കെട്ടിപ്പടുക്കുന്നതിലുമുള്ള മാതാപിതാക്കളുടെ ശ്രദ്ധയും പ്രതിജ്ഞാബദ്ധത

യുമൊക്കെ അംഗീകരിക്കാനും ലോകത്തുള്ള എല്ലാ മാതാപിതാക്കളെയും രക്ഷാകർത്താക്കളെയും ആദരിക്കാനുമായി ഐക്യരാഷ്ട്രസഭയുടെ ആഹ്വാനപ്രകാരം എല്ലാ വർഷവും ജൂൺ 1 ലോക രക്ഷാകർത്തൃദിനമായി ആചരിക്കുന്നു. 2012 സെപ്റ്റംബർ 17-നാണ് ഐക്യരാഷ്ട്രസഭ ജൂൺ 1 രക്ഷാകർത്തൃദിനമായി പ്രഖ്യാപിച്ചത്. ലോകമെമ്പാടുമുള്ള മാതാപിതാക്കളുടെ നിസ്വാർത്ഥതയും ത്യാഗമനഃസ്ഥിതിയും വാഴ്ത്താനും അവരെ പ്രോത്സാഹിപ്പിക്കാനും ഈ ദിനം ആഹ്വാനം ചെയ്യുന്നു.

പല രാജ്യങ്ങളിലും ദേശീയതലത്തിൽ വ്യത്യസ്ത ദിവസങ്ങളിൽ മാതാപിതാക്കൾക്കായുള്ള ദിനാചരണങ്ങൾ നടക്കുന്നുണ്ട്.

ജൂൺ 3

ലോക സൈക്കിൾ ദിനം (World Bicycle Day)

ഐക്യരാഷ്ട്രസഭയുടെ ആഹ്വാനപ്രകാരം ജൂൺ 3 അന്താരാഷ്ട്ര സൈക്ലിങ്ങ് ദിനമായി ആചരിക്കുന്നു. 2018-ൽ ന്യൂയോർക്കിൽ നടന്ന ഐക്യരാഷ്ട്രസഭാ സമ്മേളനത്തിലാണ് എല്ലാ വർഷവും ജൂൺ 3 സൈക്കിൾദിനമായി ആചരിക്കാനുള്ള ആഹ്വാനമുണ്ടായത്. രണ്ട് നൂറ്റാണ്ടിലേറെയായി ഉപയോഗത്തിലുള്ള സൈക്കിൾ ലളിതമായ, ചെലവ് കുറഞ്ഞ, സുസ്ഥിരമായ ഗതാഗതമാർഗ്ഗമാണെന്നതിലുപരി ആരോഗ്യദായകവുമാണെന്ന് ലോകത്തെ അറിയിക്കാൻ ലക്ഷ്യമിട്ടാണ് ഈ ദിനാചരണം നടത്തുന്നത്. പരിസ്ഥിതിസൗഹൃദ ഗതാഗതത്തിന്റെ പ്രതീകമായ സൈക്ലിങ്ങ് പ്രോത്സാഹിപ്പിക്കാനായി സൈക്ലിങ്ങ് മത്സരങ്ങളും ബോധവൽക്കരണപ്രവർത്തനങ്ങളും നടത്താൻ ഈ ദിനം പ്രയോജനപ്പെടുത്തുന്നു. ലോകത്തെ 80-ലധികം രാജ്യങ്ങളിൽ സൈക്കിൾ ദിനാഘോഷങ്ങൾ നടന്നുവരുന്നു.

ജൂൺ 5

ലോക പരിസ്ഥിതി ദിനം (World Environment day)

എല്ലാ വർഷവും ജൂൺ 5 പരിസ്ഥിതിദിനമായി ലോകമെങ്ങും ആചരിക്കുന്നു. മുഖ്യമായും പരിസ്ഥിതിയെക്കുറിച്ച് ബോധവൽക്കരണം നടത്തുന്നതിനും പരിസ്ഥിതിസംരക്ഷണത്തിനുള്ള കർമ്മപദ്ധതികൾ ആസൂത്രണം ചെയ്ത് നടപ്പാക്കുന്നതിനുമായിട്ടാണ് ഈ ദിനാചരണം ആരംഭിച്ചത്.പരിസ്ഥിതിപ്രശ്നങ്ങളിൽ ലോകത്തിലെ മുഴുവൻ ഭരണാധികാരികളുടെയും മനുഷ്യസമൂഹത്തിന്റെയും ശ്രദ്ധ ക്ഷണിക്കാനും അതിനായി

ആഗോളാടിസ്ഥാനത്തിൽ അവബോധം സൃഷ്ടിക്കാനുമായി ഒരു ദിനാചരണം ആവശ്യമാണെന്ന തീരുമാനമുണ്ടായത് 1972 ജൂൺ 5-ന് സ്വീഡന്റെ തലസ്ഥാനമായ സ്റ്റോക്ക്ഹോമിൽ നടന്ന ഐക്യരാഷ്ട്ര പൊതുസഭയുടെ പ്രത്യേക യോഗത്തിലാണ്. ഐക്യരാഷ്ട്രസംഘടനയുടെ പരിസ്ഥിതി പ്രവർത്തനങ്ങൾ ഏകോപിപ്പിക്കുന്ന യുണൈറ്റഡ് നേഷൻസ് എൻവയേൺമെന്റ് പ്രോഗ്രാമിന്റെ നേതൃത്വത്തിൽ 1974 മുതൽ മുടങ്ങാതെ ഈ ദിനാചരണം നടന്നുവരുന്നു.

ആവാസവ്യവസ്ഥകളുടെ സംരക്ഷണം, ഹരിതസമ്പദ്വ്യവസ്ഥ, ഹരിതഗൃഹപ്രഭാവം, വനവൽക്കരണം, മാലിന്യനിർമാർജ്ജനം എന്നിങ്ങനെ അനേകം വിഷയങ്ങളിൽ ഈ ദിനാചരണം ശ്രദ്ധ ക്ഷണിക്കുന്നു. പരിസ്ഥിതിയുമായി ബന്ധപ്പെട്ട ഓരോ വ്യത്യസ്ത പ്രമേയത്തെ അടിസ്ഥാനമാക്കിയാണ് ഓരോ വർഷത്തെയും ദിനാചരണം നടക്കുന്നത്. ലോകത്തെ 150 ലധികം രാജ്യങ്ങളിൽ ദിനാഘോഷങ്ങൾ നടത്തപ്പെടുന്നു. ഓരോ വർഷവും ഓരോ രാജ്യമാണ് ആഘോഷങ്ങൾക്ക് ആതിഥ്യം വഹിക്കുന്നത്.

ജൂൺ 7

ലോക ഭക്ഷ്യസുരക്ഷാ ദിനം (World Food Safety Day)

ജൂൺ 7 ലോക ഭക്ഷ്യസുരക്ഷാദിനമാണ്. 2018-ലാണ് ഐക്യരാഷ്ട്രസഭ ഭക്ഷ്യസുരക്ഷാദിനം പ്രഖ്യാപിച്ചത്. അന്നു മുതൽ, ഐക്യരാഷ്ട്രസഭയുടെയും ഭക്ഷ്യകാർഷികസംഘടനയുടെയും ലോകാരോഗ്യസംഘടനയുടെയും സംയുക്ത നേതൃത്വത്തിൽ ഈ ദിനാചരണം നടന്നുവരുന്നു. വൃത്തിഹീനമായ ചുറ്റുപാടുകളിൽ തയ്യാറാക്കുന്നതും പഴകിയതും ഗുണമേന്മയില്ലാത്തതുമായ, സുരക്ഷിതമല്ലാത്ത ഭക്ഷണം മനുഷ്യാരോഗ്യത്തിന് എത്രത്തോളം ഹാനികരമാണെന്ന് ലോകജനതയെ ബോധ്യപ്പെടുത്താനും എല്ലാവർക്കും മെച്ചപ്പെട്ട ആരോഗ്യം ഉറപ്പുവരുത്താനും ഉദ്ദേശിച്ചാണ് ഈ ദിനാചരണം നടത്തുന്നത്.

പലതരം ഗുരുതര രോഗങ്ങൾക്ക് വഴിവയ്ക്കുന്നത് കൂടാതെ, ശരിയായ മാനസിക-ശാരീരികവളർച്ചയില്ലായ്മ, പോഷകക്കമ്മി, മാനസികാസ്വാസ്ഥ്യങ്ങൾ എന്നിവയ്ക്കും അലർജി, ഛർദ്ദി മുതലായ ആരോഗ്യപ്രശ്നങ്ങൾക്കും കാരണമാകുന്ന ഭക്ഷ്യവിഷബാധ തടയാനും അണുബാധിതമായ ഭക്ഷണത്തിന്റെ അപകടസാദ്ധ്യതകളെക്കുറിച്ച് അവബോധം സൃഷ്ടിക്കാനും ഈ ദിനം പ്രയോജനപ്പെടുത്താറുണ്ട്. ആരോഗ്യം, സാമ്പത്തികാഭിവൃദ്ധി, സുസ്ഥിരവികസനം, കൃഷി-വിനോദസഞ്ചാരമേഖലക

ളിലെ അഭിവൃദ്ധി എന്നിവയ്ക്ക് സഹായകമാവുന്ന തരത്തിൽ ഭക്ഷ്യജന്യരോഗങ്ങൾ ഒഴിവാക്കാനും കണ്ടെത്താനും പരിഹരിക്കാനുമുള്ള പ്രവർത്തനങ്ങൾക്ക് ഈ ദിനാചരണം പ്രോത്സാഹനം നൽകിവരുന്നു. ഉല്പാദനം മുതൽ ഉപഭോഗം വരെ ഭക്ഷ്യശുചിത്വം പാലിക്കാനുള്ള ആഹ്വാനമാണ് ഓരോ ഭക്ഷ്യസുരക്ഷാദിനവും.

ജൂൺ 8

ലോക സമുദ്രദിനം (World Ocean Day)

എല്ലാ വർഷവും ജൂൺ 8-ന് നടക്കുന്ന ഒരു അന്തർദ്ദേശീയ ദിനാചരണമാണ് ലോക സമുദ്രദിനം. 1992-ൽ ബ്രസീലിലെ റിയോ ഡി ജനീറോയിൽ ചേർന്ന ഭൗമ ഉച്ചകോടിയിൽ കാനഡയിലെ ഇന്റർനാഷണൽ സെന്റർ ഫോർ ഓഷൻ ഡെവലപ്മെന്റ്, ഓഷൻ ഇൻസ്റ്റിറ്റ്യൂട്ട് എന്നിവയാണ് സമുദ്രങ്ങൾക്കായി ഒരു ദിനം മാറ്റിവയ്ക്കണമെന്ന ആശയം അവതരിപ്പിച്ചത്. സമുദ്രങ്ങളെയും നമ്മുടെ ജീവിതത്തിൽ അവയ്ക്കുള്ള പ്രാധാന്യത്തെയും കുറിച്ച് അറിയാനും അവയെ സംരക്ഷിക്കാനുള്ള മാർഗ്ഗങ്ങൾ കണ്ടെത്താനുമായി ഒരു പ്രത്യേകദിവസം വേണമെന്ന ഈ ആവശ്യം 2008-ൽ ഐക്യരാഷ്ട്രസഭ അംഗീകരിക്കുകയും ജൂൺ 8 സമുദ്രദിനമായി പ്രഖ്യാപിക്കുകയും ചെയ്തു. അങ്ങനെ, 2008 ജൂൺ 8-ന് ആദ്യദിനാചരണം നടന്നു.

ഭൂമിയിലെ സമുദ്രങ്ങളുടെ ആകെ വിസ്തൃതി ഏതാണ്ട് 361 ദശലക്ഷം ചതുരശ്ര കിലോമീറ്ററാണ്. ഇത് ഭൂമിയുടെ ആകെ വിസ്തീർണ്ണത്തിന്റെ 71 ശതമാനത്തോളമാണ്. പസഫിക്, അറ്റ്ലാന്റിക്, ഇന്ത്യൻ മഹാസമുദ്രങ്ങളാണ് വിസ്തൃതിയിൽ മുന്നിൽ നില്ക്കുന്നത്. സമുദ്രപരിസ്ഥിതിയിലെ ജൈവവൈവിദ്ധ്യം ശാസ്ത്രലോകത്തെ അദ്ഭുതപ്പെടുത്തുന്നതാണ്. രണ്ടര ലക്ഷത്തോളം ജീവജാതികളെ സമുദ്രങ്ങളിൽ തിരിച്ചറിഞ്ഞിട്ടുണ്ട്. ഇനിയുമേറെ തിരിച്ചറിയാനുണ്ടെന്നാണ് പഠനങ്ങൾ സൂചിപ്പിക്കുന്നത്. എന്നാൽ, എല്ലാ സമുദ്രങ്ങളും കടുത്ത മലിനീകരണ ഭീഷണി നേരിടുകയാണ്. ഭൂമിയിൽ ഏറ്റവുമധികം പാരിസ്ഥിതികപ്രശ്നങ്ങളുണ്ടാകുന്നത് സമുദ്രങ്ങളിലാണ്. നഗരമാലിന്യങ്ങൾ, ലോഹമാലിന്യങ്ങൾ, കാർഷിക മാലിന്യങ്ങൾ, പ്ലാസ്റ്റിക്കുകൾ, ഖനിമാലിന്യങ്ങൾ, അണുവികരണശേഷിയുള്ള മാലിന്യങ്ങൾ എന്നിങ്ങനെയുള്ള എല്ലാത്തരം മാലിന്യങ്ങളും അന്തിമമായി എത്തിച്ചേരുന്നത് സമുദ്രങ്ങളിലാണ്. ഇത് അവയിലെ ആവാസവ്യവസ്ഥകളെ ശിഥിലമാക്കുകയും ജൈവവൈവിദ്ധ്യം കുറയ്ക്കുകയും ചെയ്യുന്നു. മത്സ്യസമ്പത്ത് കുറയുന്നതാണ് ഇതിന്റെ

പ്രകടമായ പരിണതഫലം. മാലിന്യനിക്ഷേപം കുറയ്ക്കാനും സമുദ്ര ആവാസവ്യവസ്ഥകളെയും സമുദ്രവിഭവങ്ങളെയും സുസ്ഥിരമായി സംരക്ഷിക്കാനും അനുയോജ്യമായ കർമ്മപദ്ധതികൾ ആവിഷ്ക്കരിച്ച് പൊതുജനപങ്കാളിത്തത്തോടെ നടപ്പാക്കാൻ ലക്ഷ്യമിട്ടാണ് ലോക സമുദ്ര ദിനാചരണം നടത്തുന്നത്.

ജൂൺ 12

ലോക ബാലവേല വിരുദ്ധദിനം (World Day Against Child Labour)

അന്തർദ്ദേശീയ തൊഴിൽ സംഘടന (ഇന്റർനാഷണൽ ലേബർ ഓർഗനൈസേഷൻ) യുടെ നേതൃത്വത്തിൽ 2002 മുതൽ നടന്നുവരുന്ന ഒരു ദിനാചരണമാണ് ലോക ബാലവേലവിരുദ്ധദിനം. 1989-ലാണ് ഐക്യരാഷ്ട്ര പൊതുസഭ ജൂൺ 12 ലോക ബാലവേലവിരുദ്ധദിനമായി പ്രഖ്യാപിച്ചത്. ബാലവേലയെപ്പറ്റി അവബോധമുണർത്താനും ബാലവേലയ്ക്കെതിരെ ശബ്ദമുയർത്താനും വേണ്ടിയാണ് എല്ലാ വർഷവും ബാലവേലവിരുദ്ധദിനം ആചരിക്കുന്നത്. വേണ്ടത്ര വിദ്യാഭ്യാസമോ ആരോഗ്യരക്ഷയോ വിശ്രമമോ സ്വാതന്ത്ര്യമോ കിട്ടാതെ 16 കോടിയിലധികം കുട്ടികൾ ലോകത്തെമ്പാടും വിവിധ തൊഴിലുകളിലേർപ്പെട്ട് കഴിയുന്നതായി ഔദ്യോഗിക കണക്കുകൾ സൂചിപ്പിക്കുന്നു. ഇവരിൽ പകുതിയിലധികം പേർക്കും മാനസികവും ശാരീരികവുമായ വിവിധ തരത്തിലുള്ള സമ്മർദ്ദങ്ങളും പീഡനങ്ങളും അനുഭവിക്കേണ്ടിവരുന്നുണ്ട്. ഇതൊക്കെ ലോകത്തെ അറിയിക്കുകയും ബാലവേല തടയുകയുമാണ് ഈ ദിനാചരണത്തിന്റെ ലക്ഷ്യം.

ജൂൺ 14

ലോക രക്തദാതാദിനം (World Blood Donor Day)

മനുഷ്യരിലെ എ., ബി., ഒ. രക്തഗ്രൂപ്പുകൾ കണ്ടുപിടിച്ചത് കാൾ ലാൻഡ്സ്റ്റെയ്നർ എന്ന ആസ്ട്രിയൻ ശാസ്ത്രജ്ഞനാണ്. 1868 ജൂൺ 14 ന് ജനിച്ച ലാൻഡ്സ്റ്റെയ്നർ 1901-ലാണ് ഈ മഹത്തായ കണ്ടുപിടിത്തം നടത്തിയത്. മറ്റൊരാളുടെ രക്തം കൊടുത്ത് രോഗികളുടെയും ഗർഭിണികളുടെയും മറ്റും ജീവൻ രക്ഷിക്കുന്ന സമ്പ്രദായമായ രക്തദാനം സുരക്ഷിതമായി നടത്താൻ ഈ കണ്ടുപിടിത്തം വഴിതെളിച്ചു. രോഗചികിത്സാരംഗത്ത് വിപ്ലവകരമായ മാറ്റങ്ങൾക്ക് കാരണക്കാരനായ ലാൻഡ്സ്റ്റെയ്ന

റോടുള്ള ആദരസൂചകമായിട്ടാണ് അദ്ദേഹത്തിന്റെ ജന്മവാർഷികദിനമായ ജൂൺ 14 ലോകമെങ്ങും രക്തദാതാക്കളുടെ ദിനമായി ആചരിക്കുന്നത്.

ലോകാരോഗ്യസംഘടന, ഇന്റർനാഷണൽ ഫെഡറേഷൻ ഓഫ് റെഡ് ക്രോസ്, റെഡ് ക്രെസന്റ് സൊസൈറ്റി എന്നിവയുമായി സഹകരിച്ച് 2004-ൽ ആദ്യത്തെ രക്തദാനദിനം സംഘടിപ്പിച്ചു. മേയ് 2005-ന് ചേർന്ന വേൾഡ് ഹെൽത്ത് അസംബ്ലിയുടെ 58-ാമത് സമ്മേളനത്തിലാണ് ലോകാരോഗ്യസംഘടന ലോകരക്തദാതാദിനം ഔദ്യോഗികമായി പ്രഖ്യാപിച്ചത്. രക്തദാനത്തിന്റെ പ്രാധാന്യം പ്രചരിപ്പിക്കാനും രക്തദാനത്തിന് ജനങ്ങളെ പ്രേരിപ്പിക്കാനും ലാഭേച്ഛയില്ലാതെ രക്തദാനം നടത്തുന്നവരെ ബഹുമാനിക്കാനും ലക്ഷ്യമിട്ടാണ് ഈ ദിനാചരണം നടത്തുന്നത്. ലോകാരോഗ്യസംഘടനയിലെ എല്ലാ അംഗരാജ്യങ്ങളിലും ഈ ദിനാചരണം നടക്കുന്നുണ്ട്.

ജൂൺ 15

ലോക കാറ്റ് ദിനം (Global Wind Day)

കാറ്റിന്റെ ഊർജ്ജോല്പാദനസാദ്ധ്യത തിരിച്ചറിയാനും ഉപയുക്തമാക്കാനും ഉദ്ദേശിച്ച് എല്ലാ വർഷവും ജൂൺ 15 ലോകമെങ്ങും കാറ്റുദിനമായി ആചരിക്കുന്നു. യൂറോപ്യൻ വിൻഡ് എനർജി അസോസിയേഷൻ, ഗ്ലോബൽ വിൻഡ് എനർജി കൗൺസിൽ എന്നിവയുടെ നേതൃത്വത്തിലാണ് ഈ ദിനാചരണം നടക്കുന്നത്. കാറ്റിൽ നിന്നുള്ള ഊർജ്ജോല്പാദനവുമായി ബന്ധപ്പെട്ട കമ്പനികളെയും മറ്റും ഉൾപ്പെടുത്തി, യൂറോപ്യൻ വിൻഡ് എനർജി അസോസിയേഷൻ യൂറോപ്യൻ രാജ്യങ്ങളിൽ മാത്രമായി 2007-ൽ ഒരു കാറ്റുദിനം സംഘടിപ്പിച്ചു. 2009-ൽ, ദിനാചരണത്തിൽ ഗ്ലോബൽ വിൻഡ് എനർജി കൗൺസിൽ കൂടി പങ്കുചേരുകയും പേര് ആഗോളകാറ്റുദിനമെന്ന് മാറ്റുകയും ചെയ്തു. ഇപ്പോൾ, എല്ലാ ഐക്യരാഷ്ട്രസഭാ അംഗരാജ്യങ്ങളും ഇതിൽ പങ്കാളികളാകുന്നുണ്ട്. കാറ്റാടിപ്പാടങ്ങൾ സന്ദർശിക്കുക, ഈ വിഷയവുമായി ബന്ധപ്പെട്ട വിദഗ്ദ്ധന്മാരുമായി സംവദിക്കുക, സെമിനാറുകൾ, ചർച്ചകൾ, ഫോട്ടോപ്രദർശനങ്ങൾ, മത്സരങ്ങൾ എന്നിവ നടത്തുക, കാറ്റിന്റെ ശക്തിയെയും സാദ്ധ്യതകളെയും കുറിച്ച് കിട്ടാവുന്ന അറിവുകളെല്ലാം ശേഖരിക്കുക എന്നിങ്ങനെ അനേകം പൊതുപരിപാടികൾ ഈ ദിനത്തിൽ നടത്തുന്നു.

ജൂൺ 15

ലോക വയോജനപീഡന ബോധവൽക്കരണദിനം
(World Elder Abuse Awareness Day)

വയോജനപീഡനം വ്യാപിച്ചുകൊണ്ടിരിക്കുന്ന ഒരു ആഗോളപ്രശ്നമാണ്. വികസിതരാജ്യങ്ങളിലും വികസ്വരരാജ്യങ്ങളിലുമുള്ള ദശലക്ഷക്കണക്കിന് വയോജനങ്ങൾ പലരീതിയിലുള്ള പീഡനങ്ങൾക്ക് വശംവദരാകുന്നു. ലോകത്തെ 60 വയസ്സിന് മുകളിൽ പ്രായമുള്ളവരിലെ 4-6 ശതമാനം പേരെങ്കിലും അധിക്ഷേപത്തിനും ഒറ്റപ്പെടുത്തലിനും അവഗണനയ്ക്കും പാത്രീഭൂതരാകുന്നുവെന്ന് ഗവേഷണങ്ങൾ വെളിപ്പെടുത്തുന്നു. സ്വത്തുവകകൾ കൈക്കലാക്കാനുള്ള ചൂഷണം മുതൽ പോഷകാഹാരവും ചികിത്സയും, വൃത്തിയും സുരക്ഷിതത്വവുമുള്ള ചുറ്റുപാടുകളും തുടങ്ങിയ അടിസ്ഥാന ആവശ്യങ്ങൾ നിഷേധിക്കുന്നതു വരെ നീളുന്നു വയോജനങ്ങളോടുള്ള സമീപനം. മുൻതലമുറക്കാർക്കെതിരെ നടന്നുവരുന്ന ഈവക പെരുമാറ്റങ്ങൾക്കെതിരെ ശബ്ദമുയർത്താനായി ആഗോളതലത്തിൽ ജൂൺ 15 വയോജനപീഡന ബോധവൽക്കരണദിനമായി ആചരിക്കുന്നു. വയോജനപീഡനം തടയുന്നതിനായുള്ള രാജ്യാന്തര ശൃംഖലയും ലോകാരോഗ്യസംഘടനയും ചേർന്ന് 2006 ജൂൺ 15-നാണ് വയോജനപീഡന ബോധവൽക്കരണദിനം തുടങ്ങിയത്. ഇത് പിന്നീട് ഐക്യരാഷ്ട്ര പൊതുസഭ അംഗീകരിച്ചു. വയോജനങ്ങൾക്ക് ആരോഗ്യത്തോടെയും അഭിമാനത്തോടെയും ജീവിക്കാനുള്ള സാഹചര്യങ്ങൾ ഒരുക്കിക്കൊടുക്കാനുള്ള ബാദ്ധ്യത എല്ലാവർക്കുമുണ്ടെന്ന അവബോധമുണ്ടാക്കുകയാണ് ഈ ദിനാചരണത്തിന്റെ ലക്ഷ്യം.

ജൂൺ 17

ലോക മരുഭൂവത്കരണ വിരുദ്ധദിനം
(World day to combat desertification and drought)

എല്ലാ വർഷവും ജൂൺ 17 ലോകമെങ്ങും മരുഭൂവത്കരണ വിരുദ്ധദിനമായി ആചരിക്കുന്നു. 1994 ൽ ഐക്യരാഷ്ട്രസഭാ മരുഭൂവൽക്കരണ വിരുദ്ധ ഉടമ്പടി(യു.എൻ.കൺവെൻഷൻ റ്റു കോമ്പാറ്റ് ഡെസർട്ടിഫിക്കേഷൻ) നിലവിൽ വന്നതിന്റെ ഓർമ്മയ്ക്കായി 1995-ലാണ് ജൂൺ 17 ലോക മരുഭൂവത്കരണ വിരുദ്ധദിനമായി ഐക്യരാഷ്ട്രസഭ പ്രഖ്യാപിച്ചത്. മരുഭൂവത്കരണം, കരഭൂമിശോഷണം, വരൾച്ച എന്നിവ ജൈവവൈവിദ്ധ്യത്തിന് നാശഹേതുവായിത്തീരുമെന്ന് വിദ്യാർത്ഥികളെയും പൊതുജന

ങ്ങളെയും ബോദ്ധ്യപ്പെടുത്തുകയാണ് ഈ ദിനാചരണത്തിന്റെ ലക്ഷ്യം. സെമിനാറുകളും പഠനക്ലാസ്സുകളും മറ്റും നടത്തിയും ലേഖനങ്ങളും ലഘുലേഖകളും മറ്റും വിതരണം ചെയ്തും പോസ്റ്ററുകളും ചിത്രങ്ങളും മറ്റും പ്രദർശിപ്പിച്ചുമൊക്കെ, മരുഭൂവത്കരണവും വരൾച്ചയും സൃഷ്ടിക്കുന്ന പാരിസ്ഥിതിക ആഘാതങ്ങളെക്കുറിച്ച് അവബോധമുണ്ടാക്കുന്നതു വഴി പ്രശ്നപരിഹാരത്തിനോ പ്രശ്നലഘൂകരണത്തിനോ അവലംബിക്കാവുന്ന മാർഗ്ഗങ്ങൾ കണ്ടെത്താൻ ഓരോ ദിനാചരണത്തിലും ശ്രമങ്ങൾ നടത്തുന്നു.

ജൂൺ 19

ദേശീയ വായനാ ദിനം (National Reading day)

ജൂൺ 19 കേരളത്തിൽ വായനാദിനമാണ്. വായന പ്രോത്സാഹിപ്പിക്കാനായി സംസ്ഥാനത്തുടനീളം വായനശാലകൾ സ്ഥാപിക്കുകയും കേരള ഗ്രന്ഥശാലാസംഘത്തിന് രൂപം കൊടുക്കുകയും ചെയ്ത പുതുവായിൽ നാരായണപ്പണിക്കർ എന്ന പി.എൻ.പണിക്കരുടെ ധന്യസ്മരണ നിലനിർത്താനാണ് ഈ ദിനാചരണം. അദ്ദേഹത്തിന്റെ ചരമദിനമായ ജൂൺ 19 വായനാദിനമായി ആചരിക്കാൻ തുടങ്ങിയത് 1996 മുതലാണ്. വായനാദിനം കഴിഞ്ഞുവരുന്ന ഒരാഴ്ച, അതായത്, ജൂൺ 19 മുതൽ 25 വരെ, വായനാവാരമായും സംസ്ഥാന വിദ്യാഭ്യാസവകുപ്പ് ആചരിക്കുന്നു.

1909 മാർച്ച് ഒന്നിന് ആലപ്പുഴ ജില്ലയിലെ നീലമ്പേരൂരിൽ ജനിച്ച പി.എൻ.പണിക്കർക്ക് ഗ്രന്ഥശാലാപ്രസ്ഥാനത്തിന്റെ പിതാവെന്നാണ് വിശേഷണം. പ്രൈമറി സ്കൂളദ്ധ്യാപകനായിരുന്ന അദ്ദേഹം തന്റെ നാടായ നീലമ്പേരൂരിൽ 1926-ൽ സ്ഥാപിച്ച സനാതനധർമ്മ വായനശാലയാണ് കേരളത്തിലെ ഗ്രന്ഥശാലാപ്രസ്ഥാനത്തിന് നാന്ദി കുറിച്ചത്. കൂട്ടുകാരോടൊത്ത് വീടുകൾ കയറിയിറങ്ങി ശേഖരിച്ചവയായിരുന്നു ഈ ആദ്യവായനശാലയിലെ ആദ്യപുസ്തകങ്ങൾ. വായിച്ചു വളരുക, ചിന്തിച്ച് വിവേകം നേടുക എന്ന് കുട്ടികളോട് ആഹ്വാനം ചെയ്ത അദ്ദേഹത്തിന്റെ ആഗ്രഹം കേരളത്തിലെ എല്ലാ ഗ്രാമങ്ങളിലും വായനശാലകളുണ്ടാവണമെന്നതായിരുന്നു. അതിനായുള്ള അക്ഷീണശ്രമങ്ങളുടെ ഫലമായി 1945 ആയപ്പോഴേക്കും കേരളത്തിൽ വളരെയധികം വായനശാലകളുണ്ടായി. അവയ്ക്ക് സംഘടിതമായ ഒരു പ്രവർത്തനരീതിയുണ്ടാകാൻ അദ്ദേഹം 1947-ൽ തുടങ്ങിയ തിരുവിതാംകൂർ ഗ്രന്ഥശാലാസംഘമാണ് 1958-ൽ കേരള ഗ്രന്ഥശാലാസംഘമായി മാറിയത്. നിരക്ഷരതാ നിർമ്മാർജ്ജനം ലക്ഷ്യമിട്ട് കേരള അനൗപചാരിക വിദ്യാഭ്യാസ വികസന സമിതി അഥവാ കാൻഫെഡിന് തുടക്കമിട്ടതും അദ്ദേഹമാണ്.

2017-ൽ പ്രധാനമന്ത്രി നരേന്ദ്രമോദി, സംസ്ഥാന വായനാദിനമായ ജൂൺ 19 ദേശീയ വായനാദിനമായി പ്രഖ്യാപിച്ചു. ഇതിനെത്തുടർന്നുള്ള ഒരു മാസം ദേശീയ വായനാമാസമായും ആചരിക്കുന്നു.

ജൂൺ 20

ലോക അഭയാർത്ഥിദിനം (World Refugee Day)

ഐക്യരാഷ്ട്രസഭയുടെ ആഹ്വാനപ്രകാരം എല്ലാ വർഷവും ജൂൺ 20 ലോക അഭയാർത്ഥിദിനമായി ആചരിക്കുന്നു. കലാപമോ യുദ്ധമോ ആക്രമണമോ ഒക്കെ ഭയന്ന് സ്വന്തം നാടും വീടും വിട്ട്, ഉറ്റവരിൽ നിന്നും ഉടയവരിൽ നിന്നും അകന്ന് അന്യദേശങ്ങളിലേക്ക് പലായനം ചെയ്യാൻ നിർബ്ബന്ധിതരാവുന്ന അഭയാർത്ഥികളെക്കുറിച്ചുള്ള അവബോധം വളർത്തുന്നതിനായി സമർപ്പിക്കപ്പെട്ട ദിനമാണിത്. അവരെ ബഹുമാനിക്കാനും പിന്തുണയ്ക്കാനും ഈ ദിനാചരണം ആഹ്വാനം ചെയ്യുന്നു.

2000 ഡിസംബർ 4-ലെ ഐക്യരാഷ്ട്രസഭാസമ്മേളനത്തിലാണ് ജൂൺ 20 ലോക അഭയാർത്ഥിദിനമായി ആചരിക്കാനുള്ള തീരുമാനമുണ്ടായത്. 1951-ലെ അഭയാർത്ഥി ഉടമ്പടി (1951 റെഫ്യൂജീ കൺവെൻഷൻ) യുടെ അൻപതാമത് വാർഷികത്തിന്റെ സ്മരണയ്ക്കായിട്ടായിരുന്നു ദിനാചരണം പ്രഖ്യാപിച്ചത്. ആദ്യ ദിനാചരണം നടന്നത് 2001-ലാണ്. ഐക്യരാഷ്ട്രസഭയുടെ അഭയാർത്ഥി സമിതി (യു.എൻ.റെഫ്യൂജീ ഏജൻസി) യുടെ നേതൃത്വത്തിലാണ് ദിനാചരണപരിപാടികൾ നടക്കുന്നത്.

ജൂൺ 21

അന്താരാഷ്ട്ര യോഗാദിനം (International Day of Yoga)

2015 മുതൽ ലോകമൊട്ടാകെ ജൂൺ 21-ന് ആചരിക്കുന്ന ഒരു ദിനമാണ് യോഗാദിനം. ആർഷഭാരതത്തിൽ 5000 വർഷം മുമ്പ് ഉത്ഭവം കൊണ്ട യോഗ എന്ന ജീവിതചര്യ മനുഷ്യർക്ക് ശാരീരികവും മാനസികവും ആദ്ധ്യാത്മികവുമായ സൗഖ്യം പ്രദാനം ചെയ്യുമെന്നും അതിനാൽ ഇത് ലോകമൊട്ടാകെ പ്രചരിപ്പിക്കണമെന്നും അതിനായി ലോകമെങ്ങും യോഗാദിനമാചരിക്കണമെന്നും നിർദ്ദേശിച്ചത് പ്രധാനമന്ത്രി നരേന്ദ്രമോദിയാണ്. 2014-ൽ ഐക്യരാഷ്ട്ര പൊതുസഭാ സമ്മേളനത്തിൽ നടത്തിയ പ്രസംഗത്തിനിടയിലാണ് പ്രധാനമന്ത്രി ഈ നിർദ്ദേശം മുന്നോട്ടു വച്ചത്. ഉത്തരാർദ്ധഗോളത്തിലെ ഏറ്റവും ദൈർഘ്യമുള്ള ദിനമായ ജൂൺ

21 പല രാജ്യങ്ങളിലും പ്രാധാന്യത്തോടെ പരിഗണിക്കപ്പെടുന്നതിനാൽ ആ ദിവസം തന്നെയാണ് യോഗാദിനാചരണത്തിന് അദ്ദേഹം നിർദ്ദേശിച്ചത്. ഈ നിർദ്ദേശം 2014 ഡിസംബർ 11-ന് ഐക്യരാഷ്ട്ര പൊതുസഭ അംഗീകരിക്കുകയും അതനുസരിച്ച് 2015 ജൂൺ 21-ന് ആദ്യത്തെ യോഗാദിനാചരണം നടക്കുകയും ചെയ്തു. ഡൽഹിയിലെ രാജ്പഥിൽ നടന്ന ആദ്യ യോഗാചരണത്തിൽ 84 രാജ്യങ്ങളിൽ നിന്നുള്ള 35,985 പേരാണ് പങ്കെടുത്തത്. ഏറ്റവും കൂടുതൽ രാജ്യങ്ങളും ഏറ്റവും കൂടുതൽ ആളുകളും പങ്കെടുത്തതിന്റെ പേരിൽ ഈ യോഗാഭ്യാസം രണ്ട് ഗിന്നസ് റെക്കോർഡുകളാണ് സ്വന്തമാക്കിയത്.

ജൂൺ 21

ലോക സംഗീതദിനം (International Day of Music)

ലോകസംഗീതദിനം എല്ലാ വർഷവും ജൂൺ 21-ന് ലോകമൊട്ടാകെ ആചരിക്കുന്നു. സംഗീതത്തിലൂടെ ലോകജനതയെ ഒന്നിപ്പിക്കുകയാണ് ഈ ദിനാചരണത്തിന്റെ ലക്ഷ്യം. ഇതിന് തുടക്കമിട്ടത് ഫ്രാൻസാണ്. 1981-ൽ ഫ്രാൻസിലെ സാംസ്കാരിക വകുപ്പിന് കീഴിലുള്ള സംഗീത-നൃത്തവിഭാഗം ഡയറക്ടറായി ചുമതലയേറ്റ മോറിസ് ഫ്ള്യൂറെറ്റ് നടത്തിയ ഒരു പഠനത്തിൽ അവിടത്തെ പകുതിയിലധികം പേർ സംഗീതോപകരണങ്ങൾ ഉപയോഗിക്കുന്നുണ്ടെന്ന് കണ്ടെത്തി. ഇവരെയെല്ലാവരെയും സംഗീതം വഴി ഒരുമിച്ചുകൊണ്ടുവരാനുള്ള മാർഗ്ഗമെന്ന നിലയിലാണ് സംഗീതദിനാചരണമെന്ന ആശയം ഫ്ള്യൂറെറ്റ് അവതരിപ്പിച്ചത്. സാംസ്കാരിക വകുപ്പു മന്ത്രിയായിരുന്ന ജാക്ക് ലാങ്ങ് ഇത് അംഗീകരിക്കുകയും ജൂൺ 21 ഇതിനായി നിർദ്ദേശിക്കുകയും ചെയ്തു. അങ്ങനെ, 1982-ൽ ആദ്യമായി ഫ്രാൻസിൽ സംഗീതദിനം ആഘോഷിച്ചു. മൂന്ന് വർഷം അവിടെ മാത്രമായി നടന്നിരുന്ന ദിനാചരണം 1985 ആയപ്പോഴേക്കും ലോകസംഗീതദിനമെന്ന രീതിയിൽ വികസിച്ചു. ഇപ്പോൾ, ലോകത്തിലെ 120-ലധികം രാജ്യങ്ങളിൽ ഈ ദിനാചരണം നടക്കുന്നു.

ജൂൺ 22

മഴക്കാടുകൾക്കായുള്ള ലോക ദിനം (World Rainforest Day)

മഴക്കാടുകൾ ഭൂമിയിലെ ജീവന്റെ നിലനില്പിന് അത്യന്താപേക്ഷിതമായ ആവാസവ്യവസ്ഥകളാണ്. ലോകത്തിലെ ഏറ്റവും പഴക്കമുള്ള ആവാസവ്യവസ്ഥയാണിത്. 70 ദശലക്ഷം വർഷത്തെ പഴക്കമെങ്കിലുമുള്ള

മഴക്കാടുകളുണ്ട്. ആഗോള ജൈവവൈവിദ്ധ്യത്തിന്റെ പകുതിയിലേറെക്കാണുന്നത് മഴക്കാടുകളിലാണ്. കാർബൺ സംഭരണികളായി പ്രവർത്തിക്കുന്ന ഇവ ജീവലോകത്തിനാവശ്യമായ ശുദ്ധവായുവും ശുദ്ധജലവും ഭക്ഷണവും മറ്റും പ്രദാനം ചെയ്യുന്നു. ദശലക്ഷക്കണക്കിന് ജനങ്ങൾ ഇവയെ ആശ്രയിച്ചാണ് ജീവിക്കുന്നത്. പക്ഷേ, വനനശീകരണം, നിയമവിരുദ്ധമായ മരംമുറി, അനധികൃത കയ്യേറ്റം, കാലാവസ്ഥാവ്യതിയാനങ്ങൾ എന്നിങ്ങനെ പലവിധത്തിലുള്ള ഭീഷണികളാൽ അവ നശിച്ചുകൊണ്ടിരിക്കുന്നു. അവയെ സുസ്ഥിരമായി സംരക്ഷിക്കുകയെന്ന ലക്ഷ്യവുമായി എല്ലാ വർഷവും ജൂൺ 22 മഴക്കാടുകളുടെ ദിനമായി ലോകമെങ്ങും ആചരിക്കുന്നു. 2017-ലാണ് ആദ്യ ദിനാചരണം നടന്നത്. മഴക്കാടുകളുടെയും അവയെ ആശ്രയിച്ച് കഴിയുന്ന ജനങ്ങളുടെയും നിലനിൽപിനായി പ്രവർത്തിക്കുന്ന റെയിൻ ഫോറസ്റ്റ് പാർട്ണർഷിപ്പ് എന്ന സംഘടനയുടെ നേതൃത്വത്തിലാണ് ദിനാചരണം തുടങ്ങിയത്.

ജൂൺ 25

സമുദ്രസഞ്ചാരികളുടെ ലോകദിനം (World Day of the Seafarer)

എല്ലാ വർഷവും ജൂൺ 25 ആഗോളവ്യാപകമായി സമുദ്രസഞ്ചാരികളുടെ ദിനമായി ആചരിക്കുന്നു. സമുദ്രസഞ്ചാരം സാഹസികവിനോദമെന്നതിലുപരി, ഇതര രാജ്യങ്ങളുമായി കടൽമാർഗ്ഗം വ്യാപാരബന്ധം സ്ഥാപിക്കാനുള്ള സഞ്ചാരപാതകളും, പുതിയ രാജ്യങ്ങളും ദ്വീപുകളും കണ്ടെത്താനുള്ള മാർഗ്ഗവുമാണ്. ഇപ്പോഴും, ചരക്കുനീക്കത്തിന്റെ 90 ശതമാനവും കടൽ വഴിയാണ്. സ്വന്തം ജീവൻ പണയം വച്ച്, കരകാണാക്കടലുകളിലൂടെ സാഹസികയാത്രകൾ നടത്തിയിട്ടുള്ള നാവികരെ ആദരിക്കാനും അവർ ലോകവ്യാപാരമേഖലയ്ക്കും ലോകസമ്പദ്വ്യവസ്ഥയ്ക്കും ലോകചരിത്രത്തിനും നൽകിയിട്ടുള്ള വിലപ്പെട്ട സംഭാവനകളെപ്പറ്റി ലോകത്തിന് അവബോധം നൽകാനുമായിട്ടാണ് സമുദ്രസഞ്ചാരികളുടെ ദിനമാചരിക്കുന്നത്. ലോകത്തിന്റെ സുഗമമായ മുന്നേറ്റത്തിൽ നാവികർ വഹിക്കുന്ന പങ്കിനെ അംഗീകരിക്കാൻ ഈ ദിനം ഉപയോഗപ്പെടുത്തുന്നു. 2010-ലായിരുന്നു ദിനാചരണം നടത്താൻ ഇന്റർനാഷണൽ മാരിടൈം ഓർഗനൈസേഷൻ തീരുമാനിച്ചത്. 2011 മുതൽ ഈ ദിനാചരണം നടന്നുവരുന്നു.

ജൂൺ 26

അന്താരാഷ്ട്ര മയക്കുമരുന്ന് വിരുദ്ധദിനം/ അന്താരാഷ്ട്ര ലഹരി വിരുദ്ധദിനം (International Day against Drug Abuse and Illicit Trafficking)

ആധുനിക മനുഷ്യനെ, പ്രധാനമായും യുവാക്കളെ, ബാധിച്ചിരിക്കുന്ന മാരക വിപത്താണ് ലഹരിപദാർത്ഥങ്ങളുടെയും മയക്കുമരുന്നിന്റെയും ഉപയോഗം. ഉപയോഗിക്കുന്ന വ്യക്തികളുടെ ആരോഗ്യവും ആയുസ്സും പ്രവർത്തനോന്മുഖതയും ചിന്താശേഷിയും ഊർജ്ജസ്വലതയും സാമൂഹ്യബോധവും മറ്റും താറുമാറാക്കുന്നു ഈ ദുശ്ശീലം. സ്വയം നശിക്കുന്നത് കൂടാതെ, തന്റെ കുടുംബത്തെയും ഇക്കൂട്ടർ നാശത്തിലേക്ക് തള്ളി വിടുകയാണ്. മയക്കുമരുന്നുപയോഗത്തിനെതിരെ രാജ്യാന്തരസമൂഹത്തെ അണിനിരത്തുകയെന്ന ലക്ഷ്യവുമായി എല്ലാ വർഷവും ജൂൺ 26 ലഹരിവിരുദ്ധദിനമായി ലോകമെങ്ങും ആചരിക്കുന്നു. ഐക്യരാഷ്ട്രസംഘടനയുടെ ആഹ്വാനപ്രകാരം 1987 മുതലാണ് ഈ ദിനാചരണം തുടങ്ങിയത്. ലഹരിപദാർത്ഥങ്ങളുടെ ഉപയോഗം വരുത്തിവയ്ക്കുന്ന ദോഷങ്ങളെക്കുറിച്ച് ജനങ്ങൾക്ക് ബോധവൽക്കരണം നടത്തിയും അവയുടെ ഉല്പാദനവും വിപണനവും നിയന്ത്രിക്കാൻ സർക്കാരുകളെ പ്രേരിപ്പിച്ചും ആരോഗ്യമുള്ള ഒരു ജനതയെ വാർത്തെടുക്കുക എന്നതാണ് ഈ ദിനാചരണം കൊണ്ട് ഉദ്ദേശിക്കുന്നത്.

ജൂൺ 27

ലോക സൂക്ഷ്മാണുവ്യവസ്ഥാ ദിനം (World Microbiome Day)

വൈറസുകൾ, ബാക്ടീരിയകൾ, ഫംഗസുകൾ തുടങ്ങിയ അതിസൂക്ഷ്മ ജീവികളുടെ സമൂഹമാണ് മൈക്രോബയോം അഥവാ സൂക്ഷ്മാണുവ്യവസ്ഥ എന്നറിയപ്പെടുന്നത്. മനുഷ്യശരീരത്തിന്റെ പുറത്തും ആന്തരാവയവങ്ങളുടെ പുറത്തും അകത്തും ഉൾപ്പെടെ പ്രകൃതിയിലെമ്പാടും സൂക്ഷ്മാണുവ്യവസ്ഥകൾ കാണപ്പെടുന്നുണ്ട്. ശരീരത്തിലെ ഉപകാരപ്രദമായ മൈക്രോബയോമുകൾ ഉപാപചയപ്രവർത്തനങ്ങൾ സുഗമമായി നടക്കുന്നതിനും രോഗപ്രതിരോധശേഷി കൂട്ടുന്നതിനും പൊണ്ണത്തടിയും ജീവിതശൈലീരോഗങ്ങളും തടയുന്നതിനുമൊക്കെ സഹായിക്കുന്നുണ്ട്. അതുപോലെ, പ്രകൃതിയിലെ മൈക്രോബയോമുകൾ ആവാസ വ്യവസ്ഥകളുടെ ആരോഗ്യം നിലനിർത്തുന്നത് ഉൾപ്പെടെയുള്ള വളരെയധികം സേവനങ്ങൾ ജീവലോകത്തിന് ചെയ്യുന്നുണ്ട്. ലോകത്തുള്ള സമ്പന്നമായ

സൂക്ഷ്മാണുവ്യവസ്ഥകളെക്കുറിച്ച് അറിവ് നേടാനും അവയെ ശാസ്ത്രീയമായി ഉപയോഗപ്പെടുത്താനുള്ള സാങ്കേതികവിദ്യകൾ വികസിപ്പിക്കാനും ഇവയെപ്പറ്റി അവബോധമുണർത്താനുമായി ജൂൺ 27 ലോക മൈക്രോബയോം ദിനമായി ആചരിക്കുന്നു. എ.പി.സി. മൈക്രോബയോം അയർലാന്റ് എന്ന സംഘടനയാണ് 2020-ൽ ഈ ദിനാചരണത്തിന് തുടക്കമിട്ടത്.

ജൂൺ 28

ടൂ പൈദിനം / റ്റോവ് ദിനം (Two Pi Day/ Tau Day)

ഗണിതശാസ്ത്രത്തിലെ പൈ (π) എന്ന അഭിന്നകത്തിന്റെ മൂല്യവുമായി ബന്ധപ്പെട്ട് ആചരിക്കുന്ന മറ്റൊരു ദിനമാണ് റ്റോവ് ദിനമെന്നും അറിയപ്പെടുന്ന ടൂ പൈ (2π) ദിനം. എല്ലാ വർഷവും ജൂലൈ 28-നാണ് ഈ ദിനാചരണം നടക്കുന്നത്. 2πയുടെ മൂല്യത്തെ (2 x 3.14=6.28) പ്രതിനിധീകരിക്കാൻ ഉപയോഗിക്കുന്ന ഗണിതശാസ്ത്ര ചിഹ്നമാണ് ഗ്രീക്ക് അക്ഷരമാലയിലെ 19-ാമത്തെ അക്ഷരമായ റ്റോവ് (π). ഒരു വൃത്തത്തിന്റെ ചുറ്റളവും അതിന്റെ വ്യാസാർദ്ധവുമായുള്ള അനുപാതം കൃത്യതയോടെ വ്യാഖ്യാനിക്കാൻ പൈയെക്കാൾ റ്റോവ് ആണ് കൂടുതൽ ലളിതമെന്ന് ചിന്തിക്കുന്ന ഗണിതശാസ്ത്രജ്ഞരാണ് ഈ ദിനാചരണത്തിന് പിന്നിൽ. മാസം/തീയതി ക്രമത്തിലെഴുതുന്ന അമേരിക്കൻ സമ്പ്രദായത്തിൽ ജൂൺ മാസത്തിലെ 28-ാം തീയതി 6-28 അല്ലെങ്കിൽ 6/28 എന്നാണല്ലോ എഴുതുന്നത്. ഇത് 2πയുടെ മൂല്യത്തിലെ മൂന്നക്കങ്ങളായി (6,2,8) വായിക്കാമെന്നതിനാലാണ് ജൂൺ 28, 2πദിനമായി കണക്കാക്കുന്നത്. 2001-ലാണ് പൈ ദിനത്തിന് ബദലായി റ്റോവ് ദിനം ആചരിച്ചുതുടങ്ങിയത്.

ജൂൺ 29

രാജ്യാന്തര ഉഷ്ണമേഖലാദിനം (International Day of theTropics)

ഉഷ്ണമേഖലയിലെ രാജ്യങ്ങൾ കാലാവസ്ഥാവ്യതിയാനം, നഗരവൽക്കരണം, വനനശീകരണം, മരംമുറി, ജനസംഖ്യാപ്രശ്നങ്ങൾ എന്നിങ്ങനെ അനേകം വെല്ലുവിളികൾ നേരിടുന്നു. ഇവയെക്കുറിച്ചുള്ള അവബോധം നല്കാനും ഇവിടെയുള്ള രാജ്യങ്ങളിലെ ജൈവവൈവിദ്ധ്യം മനസ്സിലാക്കാനുമായി ജൂൺ 29 രാജ്യാന്തര ഉഷ്ണമേഖലാദിനമായി ആചരിക്കുന്നു. ഐക്യരാഷ്ട്രസഭയുടെ സുസ്ഥിരവികസനലക്ഷ്യങ്ങൾ കൈവരിക്കുന്നതിൽ ഉഷ്ണമേഖലാരാജ്യങ്ങൾ വഹിക്കുന്ന പ്രമുഖമായ

പങ്ക് ഉയർത്തിക്കാട്ടുന്നതും ഈ ദിനാചരണത്തിന്റെ ലക്ഷ്യമാണ്. ലോകത്തെ പ്രസിദ്ധമായ 12 ഉഷ്ണമേഖലാ ഗവേഷണസ്ഥാപനങ്ങൾ സഹകരിച്ച് ഉഷ്ണമേഖലയെക്കുറിച്ചുള്ള കാഴ്ചപ്പാടുകൾ ഉൾക്കൊള്ളുന്ന സ്റ്റേറ്റ് ഓഫ് ദ ട്രോപ്പിക്സ് റിപ്പോർട്ട് പുറത്തുവിട്ടത് 2014 ജൂൺ 29 നാണ്. ഈ റിപ്പോർട്ട് പുറത്തുവന്നതിന്റെ ഒന്നാം വാർഷികദിനത്തിലാണ് ഐക്യരാഷ്ട്രസഭ ജൂൺ 29 രാജ്യാന്തര ഉഷ്ണമേഖലാദിനമായി പ്രഖ്യാപിച്ചത്.

ജൂൺ 29

ദേശീയ സ്ഥിതിവിവരശാസ്ത്രദിനം (National Statistics Day)

ഇൻഡ്യയിൽ ജൂൺ 29 ദേശീയ സ്ഥിതിവിവരശാസ്ത്രദിനമായി ആചരിക്കുന്നു. ഭാരതീയ സ്ഥിതിവിവരശാസ്ത്ര പഠനകേന്ദ്ര(ഇൻഡ്യൻ സ്റ്റാറ്റിസ്റ്റിക്കൽ ഇൻസ്റ്റിറ്റ്യൂട്ട്) ത്തിന്റെ സ്ഥാപകനും ഭാരതീയ സ്ഥിതി വിവരശാസ്ത്രത്തിന്റെ പിതാവെന്നറിയപ്പെടുന്ന ശാസ്ത്രജ്ഞനുമായ, പി. സി.മഹലനോബിസ് എന്നറിയപ്പെടുന്ന പ്രൊഫ.പ്രശാന്ത ചന്ദ്ര മഹല നോബിസിന്റെ ആദരാർത്ഥമാണ് ഈ ദിനാചരണം ഏർപ്പെടുത്തിയിരിക്കുന്നത്. ഇപ്പോഴത്തെ ബംഗ്ലാദേശിലെ ബിക്രംപൂരിൽ 1893 ജൂൺ 29 നായിരുന്നു മഹലനോബിസ് ജനിച്ചത്. 1972 ജൂൺ 28 ന് അന്തരിച്ചു.

ജനങ്ങളുടെ ജീവിതനിലവാരം മെച്ചപ്പെടുത്താൻ സ്ഥിതിവിവര ശാസ്ത്രത്തെ ഫലപ്രദമായി ഉപയോഗിച്ച മഹലനോബിസ് സ്വതന്ത്ര ഇൻഡ്യയിലെ ആദ്യ കേന്ദ്രമന്ത്രിസഭയുടെ സ്ഥിതിവിവരശാസ്ത്ര ഉപദേശകനായിരുന്നു. കൂടാതെ, ദേശീയ ആസൂത്രണ ബോർഡിന്റെയും പഞ്ചവത്സരപദ്ധതികളുടെയും മറ്റ് പല ദൗത്യങ്ങളുടെയും സൂത്രധാരനായി സേവനമനുഷ്ഠിക്കുകയും ചെയ്തു. സാമൂഹ്യപദ്ധതികളും വികസനപ്രവർത്തനങ്ങളും ആസൂത്രണം ചെയ്യാൻ സഹായകമായ രീതിയിൽ രാജ്യത്തെ സ്ഥിതിവിവരങ്ങൾ ശേഖരിച്ച്, അപഗ്രഥിച്ച് ഭരണാധികാരികൾക്ക് ഉചിതമായ മാർഗ്ഗനിർദ്ദേശം നല്കാനായി നാഷണൽ സാമ്പിൾ സർവ്വേ ഓർഗനൈസേഷൻ, സെൻട്രൽ സ്റ്റാറ്റിസ്റ്റിക്കൽ ഓർഗനൈസേഷൻ എന്നീ സ്ഥാപനങ്ങൾ തുടങ്ങാൻ അദ്ദേഹത്തിന്റെ പ്രവർത്തനങ്ങൾ വഴിയൊരുക്കി. മഹലനോബിസ് അന്തരം (മഹലനോബിസ് ഡിസ്റ്റൻസ്) എന്ന സ്ഥിതിവിവര ഏകകം കണ്ടെത്തുകയും രാജ്യപുരോഗതിക്ക് കാരണമായ ഒട്ടനവധി മാതൃകാ വ്യാപ്തിനിർണ്ണയങ്ങൾ (സാമ്പിൾ സർവ്വേകൾ) നടത്തുകയും ചെയ്ത ഇദ്ദേഹത്തിന്റെ സംഭാവനകൾക്കുള്ള അംഗീകാരമായിട്ടാണ് രാജ്യം ഈ ദിനമാചരിക്കുന്നത്.

ജൂണിലെ മൂന്നാമത്തെ ഞായറാഴ്ച

ലോക പിതൃദിനം (World Father's Day)

ലോകത്തിലെ എല്ലാ പിതാക്കന്മാരെയും ആദരിക്കാനുള്ള ദിനാചരണമാണ് ലോകപിതൃദിനം. ജൂണിലെ മൂന്നാമത്തെ ഞായറാഴ്ചയാണ് ഇതിനായി നീക്കിവച്ചിരിക്കുന്നത്. 1966- ലാണ് മുൻ അമേരിക്കൻ പ്രസിഡണ്ട് ലിൻഡൺ ബി ജോൺസൺ ജൂണിലെ മൂന്നാമത്തെ ഞായറാഴ്ച പിതൃദിനമായി പ്രഖ്യാപിച്ചത്. 1972-ൽ ഈ ദിവസം അമേരിക്കയിൽ പൊതുഅവധിയാക്കി. കുട്ടികളെ വളർത്തുന്നതിൽ നിർണ്ണായകമായ പങ്കു വഹിക്കുന്ന പിതാക്കന്മാർക്ക് ആദരമർപ്പിക്കാനുള്ള ദിവസമാണിത്. ഇതു കൂടാതെ, ലോകത്തിന്റെ വിവിധ ഭാഗങ്ങളിൽ, വിവിധ തീയതികളിൽ പിതൃദിനം ആഘോഷിക്കാറുണ്ട്.

ജൂലൈ 1

ദേശീയ ഡോക്ടേഴ്സ് ദിനം (National Doctor's day)

ഇൻഡ്യയിൽ ജൂലൈ ഒന്ന് ഡോക്ടേഴ്സ് ദിനമായി ആചരിക്കുന്നു. ഡോക്ടർമാരെ ആദരിക്കാനും അവരുടെ നിസ്തുലമായ സേവനങ്ങൾക്ക് നന്ദി പറയാനുമായി നീക്കിവച്ചിരിക്കുന്ന ദിനമാണിത്. പശ്ചിമബംഗാളിന്റെ മുഖ്യമന്ത്രിയും ഇൻഡ്യൻ മെഡിക്കൽ കൗൺസിലിന്റെ പ്രഥമ പ്രസിഡണ്ടുമായിരുന്ന പ്രശസ്ത ബംഗാളി ഡോക്ടർ ബി.സി.റോയി(ബിധാൻ ചന്ദ്ര റോയ്)യുടെ സ്മരണ എക്കാലവും നിലനിർത്താനായിട്ടാണ് അദ്ദേഹത്തിന്റെ ജന്മദിനവും ചരമദിനവുമായ ജൂലൈ ഒന്ന് ഡോക്ടേഴ്സ് ദിനമായി ആചരിക്കുന്നത്. 1882 ജൂലൈ ഒന്നിന് ജനിച്ച ബി.സി.റോയി നിര്യാതനായത് 1962 ജൂലൈ ഒന്നിനായിരുന്നു.

കൽക്കട്ടാ സർവ്വകലാശാലയിൽ നിന്ന് മെഡിക്കൽ ബിരുദം നേടിയ അദ്ദേഹത്തിന് ലണ്ടനിലെ ഉപരിപഠനത്തിന് ശേഷം അവിടെത്തന്നെ ഉയർന്ന ജോലി വാഗ്ദാനം ചെയ്യപ്പെട്ടെങ്കിലും ജന്മനാട്ടിലെ ജനങ്ങൾക്ക് വേണ്ടിയുള്ളതാണ് തന്റെ സേവനമെന്ന് പ്രഖ്യാപിച്ച് അദ്ദേഹം ഭാരതത്തിൽ മടങ്ങിയെത്തി, ഗ്രാമീണമേഖലയിൽ കർമ്മനിരതനായി. ഭാരതത്തിലെ സാധാരണ മനുഷ്യർക്ക് മേന്മയുള്ള ചികിത്സാസേവനങ്ങൾ ലഭ്യമാക്കിയ ഈ മനഷ്യസ്നേഹി യാദവ്പൂർ ടി.ബി.ആശുപത്രി, ചിത്തരഞ്ജൻ സേവാസദൻ, കമലാനെഹ്റു ആശുപത്രി, ചിത്തരഞ്ജൻ ക്യാൻസർ ആശുപത്രി, ഇൻഡ്യൻ ഇൻസ്റ്റിറ്റ്യൂട്ട് ഓഫ് മെന്റൽ ഹെൽത്ത് എന്നിവ സ്ഥാപിച്ചത് കൂടാതെ കൽക്കട്ടയിൽ ആദ്യമായി ഒരു പോസ്റ്റ്

ഗ്രാജ്വേറ്റ് മെഡിക്കൽ കോളജും സ്ഥാപിച്ചു. പ്രശസ്തമായ ഇൻഡ്യൻ മെഡിക്കൽ അസോസിയേഷൻ, ഇൻഡ്യൻ മെഡിക്കൽ കൗൺസിൽ എന്നിവ സ്ഥാപിക്കുന്നതിലും അദ്ദേഹം നിർണ്ണായക പങ്കുവഹിച്ചു. കൽക്കട്ടാ മേയർ, കൽക്കട്ടാ സർവ്വകലാശാലാ വൈസ് ചാൻസലർ, യുണൈറ്റഡ് പ്രോവിൻസസ് (ഇപ്പോഴത്തെ യു.പി.) ഗവർണ്ണർ, മുഖ്യ മന്ത്രി എന്നീ പദവികളിലൂടെ താൻ സമർത്ഥനായ ഒരു ഭരണാധികാരി യുമാണെന്നും അദ്ദേഹം തെളിയിച്ചു.

ജൂലൈ 2

ലോക പറക്കുംതളിക ദിനം (World UFO Day)

എല്ലാ വർഷവും ജൂലൈ 2 ന് ലോക പറക്കുംതളിക ദിനം ആചരിക്കുന്നു. അന്തരീക്ഷത്തിൽ കാണപ്പെടുന്ന, തിരിച്ചറിയാൻ കഴിയാത്ത വസ്തുക്കൾക്ക് നൽകിയിട്ടുള്ള പൊതുവായ പേരാണ് അജ്ഞാത പറക്കുംവസ്തുക്കൾ (അൺ ഐഡന്റിഫൈഡ് ഫ്ളയിങ്ങ് ഓബ്ജക്ട്സ് അഥവാ യു.എഫ്.ഒ.). ഇത്തരം പറക്കുംവസ്തുക്കളിലെ, വെള്ളിനിറത്തിൽ തിളങ്ങുന്ന തളികരൂപത്തിലുള്ളതും അന്യഗ്രഹജീവികളുടെ വാഹനങ്ങളായി കരുതപ്പെടുന്നതുമായ വസ്തുക്കളെ പറക്കുംതളിക (ഫ്ളയിങ്ങ് സോസർ)കളെന്നാണ് വിളിക്കുന്നത്. പറക്കുംതളികകളെയും മറ്റ് അജ്ഞാത ആകാശ വസ്തുക്കളെയും കുറിച്ച് അവബോധം സൃഷ്ടിക്കാനും അവയെ കണ്ടെത്തുന്നതിനായി ആകാശനിരീക്ഷണം നടത്താൻ പ്രേരിപ്പിക്കാനുമായി നീക്കിവച്ചിരിക്കുന്ന ദിവസമാണ് പറക്കുംതളികദിനം.

1947-ൽ ന്യൂ മെക്സിക്കോയിലെ റോസ്‌വെൽ നഗരത്തിൽ അമേരിക്കൻ സൈന്യത്തിന്റെ ഒരു കാലാവസ്ഥാ നിരീക്ഷണ ബലൂൺ തകർന്നു വീണപ്പോൾ അതൊരു പറക്കുംതളികയായിരുന്നെന്നും അതിൽ അന്യ ഗ്രഹജീവികളുണ്ടായിരുന്നു എന്നുമൊക്കെ കഥകൾ പ്രചരിച്ചു. ജൂലൈ 2-ന് നടന്നതായി പറയപ്പെടുന്ന റോസ്‌വെൽ സംഭവത്തിന്റെ പേരിലാണ് ചില രാജ്യങ്ങളിൽ ഈ ദിനം ആചരിക്കുന്നത്. എന്നാൽ, മറ്റു ചില രാജ്യ ങ്ങളിൽ, ജൂൺ 24 ആണ് പറക്കുംതളികദിനമെന്ന പേരിൽ ആചരിക്കു ന്നത്. വൈമാനികനായിരുന്ന കെന്നത്ത് ആർനോൾഡ് അമേരിക്കയിൽ ആദ്യമായി ഒരു അജ്ഞാത പറക്കും വസ്തു കണ്ടത് 1947 ജൂൺ 24-നായിരുന്നത്രെ!

ജൂലൈ 3

അന്താരാഷ്ട്ര പ്ലാസ്റ്റിക്ക്സഞ്ചി രഹിത ദിനം (International Plastic Bag Free Day)

എല്ലാ വർഷവും ജൂലൈ 3-നാണ് അന്താരാഷ്ട്ര പ്ലാസ്റ്റിക്ക്ബാഗ് രഹിതദിനം ആചരിക്കുന്നത്. പ്ലാസ്റ്റിക്ക് മലിനീകരണത്തിന്റെ ഭവിഷ്യത്തുകളെക്കുറിച്ചും സ്വാഭാവിക ആവാസവ്യവസ്ഥകൾക്ക് അവ ഉയർത്തുന്ന ഗുരുതരമായ ഭീഷണിയെക്കുറിച്ചും അവബോധം സൃഷ്ടിക്കാനാണ് ഈ ദിനാചരണം നടത്തുന്നത്. ഉല്പാദനവും ഉപഭോഗവും നിയന്ത്രിച്ചും പുനഃചംക്രമണവും പുനരുപയോഗവും ഫലപ്രദമായി നടപ്പാക്കിയും പാഴ്വസ്തുക്കളുടെ അളവ് കുറയ്ക്കണമെന്നും ഒരു വസ്തു പോലും പരിസരങ്ങളിലേക്ക് വലിച്ചെറിയരുതെന്നും ലോകത്തോട് ആഹ്വാനം ചെയ്യുന്ന കൂട്ടായ്മയായ സീറോ വേസ്റ്റ് യൂറോപ്പ് ആണ് ഇത്തരമൊരു ദിനാചരണത്തിനുള്ള ആശയം മുന്നോട്ട് വച്ചത്. അങ്ങനെ, ഒറ്റത്തവണ ഉപയോഗത്തിനുള്ള പ്ലാസ്റ്റിക്ക് വസ്തുക്കൾ, പ്രത്യേകിച്ചും പ്ലാസ്റ്റിക്ക് ക്യാരിബാഗുകൾ സമൂഹത്തിൽ നിന്നും നിർമ്മാർജ്ജനം ചെയ്യുന്നതിനായി 2008 ജൂലൈ 3-ന് ആദ്യത്തെ പ്ലാസ്റ്റിക്ക്ബാഗ് രഹിതദിനം ആചരിക്കപ്പെട്ടു. അന്ന് ക്യാറ്റലോണിയയിൽ മാത്രമായി നടന്ന ഈ ദിനാചരണം അടുത്തവർഷം യൂറോപ്യൻ യൂണിയനിലേക്കും, പിന്നീട് ലോകമൊട്ടാകെയും വ്യാപിച്ചു.

ജൂലൈ 6

ലോക ജന്തുജന്യരോഗ പ്രതിരോധദിനം (World Zoonosis day)

ജന്തുക്കൾ വഴി മനുഷ്യരിലുണ്ടാകുന്ന രോഗങ്ങൾ പ്രതിരോധിക്കാനുള്ള ദിനമായി ജൂലൈ 6 ലോകമെങ്ങും ആചരിക്കപ്പെടുന്നു. ജന്തുജന്യരോഗങ്ങളിൽ ഏറ്റവും മാരകമെന്ന് വിലയിരുത്തപ്പെടുന്ന പേപ്പട്ടി വിഷബാധ (റാബീസ്) യ്ക്കുള്ള കുത്തിവയ്പ് മനുഷ്യരിൽ ആദ്യം പരീക്ഷിച്ച ദിവസത്തിന്റെ ഓർമ്മയ്ക്കായാണ് ഈ ദിനാചരണം നടത്തുന്നത്. ഫ്രഞ്ച് ശാസ്ത്രജ്ഞനായ ലൂയി പാസ്റ്റർ കണ്ടുപിടിച്ച റാബീസ് വാക്സിന്റെ ഫലപ്രാപ്തി പരീക്ഷിക്കാൻ പേപ്പട്ടിയുടെ കടിയേറ്റ ജോസഫ് മെയ്സ്റ്റർ എന്ന ഒമ്പത് വയസ്സുകാരന് മരുന്ന് കുത്തിവച്ചത് 1885 ജൂലൈ 6-നായിരുന്നു. മനുഷ്യരിൽ മരുന്നുകൾ പരീക്ഷിക്കുന്നതിന് അനേകം നിയമതടസ്സങ്ങൾ ഉണ്ടായിരുന്നെങ്കിലും ധൈര്യത്തോടെയും ആത്മവിശ്വാസത്തോടെയും സ്വജീവൻ തന്നെ പണയപ്പെടുത്തി തന്റെ കണ്ടു

പിടിത്തം പരീക്ഷിക്കാൻ മുതിരുകയും ആ പരീക്ഷണം വൻവിജയമായി ഭവിക്കുകയും ചെയ്തതിന്റെ ഓർമ്മ പുതുക്കലാണ് ജന്തുജന്യരോഗ പ്രതിരോധദിനം.

ലൂയി പാസ്റ്ററുടെ ശാസ്ത്രനേട്ടങ്ങളെ സ്മരിക്കുന്നതോടൊപ്പം, പ്രാണികൾ, പാമ്പുകൾ, എലികൾ മുതലായ വന്യജീവികൾ, വളർത്തുമൃഗങ്ങൾ എന്നിവ വഴി പകരുന്ന രോഗങ്ങളെക്കുറിച്ചും നിവാരണമാർഗ്ഗങ്ങളെക്കുറിച്ചും അവബോധം സൃഷ്ടിക്കുന്നതും ഈ ദിനാചരണത്തിന്റെ ലക്ഷ്യങ്ങളാണ്.

ജൂലൈ 7

ലോക ക്ഷമാദിനം (Global Forgiveness Day)

എല്ലാവരോടും ക്ഷമിക്കാനും എല്ലാവരാലും ക്ഷമിക്കപ്പെടാനുമായി ലോകമെങ്ങും ആചരിക്കുന്ന ദിവസമാണ് ലോക ക്ഷമാദിനം. ജൂലൈ 7-നാണ് ഇതാചരിക്കുന്നത്. ബ്രിട്ടീഷ് കൊളംബിയയിലെ വിക്ടോറിയയിൽ ക്രിസ്റ്റ്യൻ എംബസി ഓഫ് ക്രൈസ്റ്റ്സ് അംബാസഡേഴ്സ് 1994-ൽ ദേശീയ ക്ഷമാദിനമെന്ന പേരിലാണ് ഇത് തുടങ്ങിയതെന്ന് പറയുന്നു. വർഷംതോറും ജൂലൈ 27-ന് നടത്തിയിരുന്ന ഈ ആഘോഷത്തിന് രാജ്യാന്തരപ്രചാരം ലഭിച്ചതോടെ പേര് ലോകക്ഷമാദിനമെന്ന് മാറ്റുകയായിരുന്നു. പിന്നീട്, ദിനാചരണത്തീയതി ജൂലൈ 7 ആക്കി. മറ്റുള്ളവരുടെ തെറ്റുകളും കുറ്റങ്ങളും ക്ഷമിക്കുന്ന വ്യക്തികൾ വിദ്വേഷം വച്ചുപുലർത്തുന്നവരെക്കാൾ സന്തോഷമുള്ളവരും ആരോഗ്യമുള്ളവരുമാകുമെന്ന് പഠനഫലങ്ങൾ തെളിയിക്കുന്നതിനാൽ എല്ലാവരും ക്ഷമിക്കാൻ പഠിക്കണമെന്ന് ഈ ദിനം ഉദ്ബോധിപ്പിക്കുന്നു.

ജൂലൈ 7

ലോക ചോക്കലേറ്റ് ദിനം (World Chocolate Day)

എല്ലാ വർഷവും ജൂലൈ 7 ലോകമൊട്ടാകെ ചോക്കലേറ്റ് ദിനമായി ആഘോഷിക്കപ്പെടുന്നു. 2009 മുതലാണ് ഈ ദിനാചരണം തുടങ്ങിയത്. മദ്ധ്യഅമേരിക്കയിലുണ്ടായിരുന്ന മായൻ വംശജരാണ് ചോക്കലേറ്റിന്റെ സ്രോതസ്സായ കൊക്കോ പരിപ്പ് ആദ്യമായി ഉപയോഗിച്ചത്. ദൈവത്തിന്റെ ഭക്ഷണമെന്നാണ് മായന്മാർ ചോക്കലേറ്റിനെ വിശേഷിപ്പിച്ചിരുന്നത്. അവിടത്തെ ഭാഷയിൽ കയ്പ്പുള്ളത് എന്നർത്ഥം വരുന്ന വാക്കിൽ നിന്നാണ് ചോക്കലേറ്റ് എന്ന വാക്ക് രൂപംകൊണ്ടത്. നിരോക്സീകാരികളുടെ കല

വറയായ കയ്പ്പൻ ഡാർക്ക് ചോക്കലേറ്റും മധുരം ചേർത്ത് രുചികരമാക്കിയ വിവിധതരം ചോക്കലേറ്റുകളും, കഴിക്കുന്നവരിൽ നല്ല മാനസികാവസ്ഥ സൃഷ്ടിക്കാനും സമ്മർദ്ദങ്ങൾ നീക്കി സന്തോഷം പ്രദാനം ചെയ്യാനും സഹായകമായ ഹോർമോണുകൾ ഉല്പാദിപ്പിക്കുമെന്നതിനാൽ സന്തോഷവേളകളിൽ ചോക്കലേറ്റുകൾ പങ്കുവയ്ക്കണമെന്ന് ഈ ദിനാചരണം ആഹ്വാനം ചെയ്യുന്നു.

മറ്റു ചില ദിവസങ്ങളും ചോക്കലേറ്റുദിനമായി വിവിധ രാജ്യങ്ങളിൽ ആചരിക്കുന്നുണ്ട്. അമേരിക്കയിൽ ഒക്ടോബർ 28, ഡിസംബർ 28 എന്നീ ദിവസങ്ങൾ ദേശീയ ചോക്കലേറ്റുദിനങ്ങളാണ്. അവിടത്തെ നാഷണൽ കോൺഫെക്ഷണേഴ്സ് അസോസിയേഷൻ, ചോക്കലേറ്റ് നിർമ്മാതാവായ മിൽട്ടൺ ഹെർഷിയുടെ ജന്മദിനമായ സെപ്റ്റംബർ 13 അന്താരാഷ്ട്ര ചോക്കലേറ്റുദിനമായി പ്രഖ്യാപിച്ചിരിക്കുന്നു. കൊക്കോ ഉല്പാദനത്തിൽ ലോകത്ത് രണ്ടാം സ്ഥാനത്തുള്ള ഘാനയിൽ ഫെബ്രുവരി 14 ആണ് ചോക്കലേറ്റുദിനം. ലാത്വിയൻ ജനതയ്ക്കാവട്ടെ ചോക്കലേറ്റുദിനം ജൂലൈ 11 ആണ്.

ജൂലൈ 10

ദേശീയ മത്സ്യക്കർഷകദിനം (National Fish Farmer's Day)

2001 മുതൽ ഇൻഡ്യയിൽ, എല്ലാ വർഷവും ജൂലൈ 10-ന് ദേശീയ മത്സ്യക്കർഷകദിനം ആചരിക്കുന്നു. മുംബൈയിലെ സെൻട്രൽ ഇൻസ്റ്റിറ്റ്യൂട്ട് ഓഫ് ഫിഷറീസ് എജ്യുക്കേഷൻ തുടക്കമിട്ട ഈ ദിനാചരണത്തിന് ഇപ്പോൾ, നാഷണൽ ഫിഷറീസ് ഡെവലപ്മെന്റ് ബോർഡുമായി സഹകരിച്ച് കേന്ദ്ര ഫിഷറീസ് വകുപ്പാണ് നേതൃത്വം നൽകുന്നത്. ഇൻഡ്യൻ മേജർ കാർപ്പ് മത്സ്യങ്ങളിൽ കൃത്രിമപ്രത്യുല്പാദനം നടത്താനുള്ള സാങ്കേതികവിദ്യ വികസിപ്പിച്ചെടുത്ത ഡോ.കെ.എച്ച്.അലിക്കുഞ്ഞി, ഡോ. എച്ച്.എൽ.ചൗധുരി എന്നീ ശാസ്ത്രജ്ഞന്മാരുടെ ഓർമ്മയ്ക്കായിട്ടാണ് ഈ ദിനം ആചരിക്കുന്നത്. ഒഡീഷ സംസ്ഥാനത്തിലെ കട്ടക്കിൽ സ്ഥിതി ചെയ്തിരുന്ന സെൻട്രൽ ഇൻലാൻഡ് ഫിഷറീസ് റിസർച്ച് ഇൻസ്റ്റിറ്റ്യൂട്ടിലെ (ഇപ്പോഴത്തെ സെൻട്രൽ ഇൻസ്റ്റിറ്റ്യൂട്ട് ഓഫ് ഫ്രെഷ്വാട്ടർ അക്വാകൾച്ചർ, ഭുവനേശ്വർ) പോണ്ട് കൾച്ചർ ഡിവിഷനിലെ ശാസ്ത്രജ്ഞരായ ഇവർ 1957 ജൂലൈ 10-നാണ് തങ്ങൾ കണ്ടെത്തിയ പുതിയ സാങ്കേതികവിദ്യ വിശദീകരിച്ചത്. മത്സ്യസമ്പത്തിന്റെ സുസ്ഥിരലഭ്യത ഉറപ്പുവരുത്തുന്നതിന് രാജ്യം കൈക്കൊള്ളുന്ന നടപടികളിലേക്ക് ശ്രദ്ധ ക്ഷണിക്കുന്ന ഈ ദിനം, മത്സ്യക്കർഷകരെയും ആ മേഖലയുമായി ബന്ധപ്പെട്ട് പ്രവർത്തിക്കുന്ന സംരംഭകരെയും മറ്റും ആദരിക്കാനുള്ള ദിനം കൂടിയാണ്.

ജൂലൈ 11

ലോക ജനസംഖ്യാദിനം (World Population day)

ലോകത്തിലെ ജനസംഖ്യ 500 കോടി തികഞ്ഞതിന്റെ ഓർമ്മയ്ക്കായി ജൂലൈ 11 ലോകമൊട്ടാകെ ജനസംഖ്യാദിനമായി ആചരിച്ചുവരുന്നു. 1987 ജൂലൈ 11-ന് ക്രൊയേഷ്യയിൽ മതേജ് ഗാസ്പർ എന്ന ആൺകുട്ടിയുടെ ജനനത്തോടെ ഭൂമിയിലെ മനുഷ്യരുടെ എണ്ണം 500 കോടിയായെന്നാണ് കണക്കാക്കുന്നത്. ലോകം വളരെ കൗതുകത്തോടെയും ഉദ്വേഗത്തോടെയുമാണ് ഈ വാർത്ത സ്വീകരിച്ചത്. അതിനാലാണ് ഐക്യരാഷ്ട്ര സഭ ജനസംഖ്യാദിനാചരണം പ്രഖ്യാപിച്ചത്. 1989 മുതൽ ഐക്യരാഷ്ട്ര സഭ വികസന പരിപാടി (യുണൈറ്റഡ് നേഷൻസ് ഡെവലപ്മെന്റ് പ്രോഗ്രാം) യുടെ നേതൃത്വത്തിൽ, 200-ലധികം രാജ്യങ്ങളിൽ ഈ ദിനാചരണം നടന്നുവരുന്നു. ജനസംഖ്യാവർദ്ധന മൂലമുണ്ടാകുന്ന പ്രശ്നങ്ങളെപ്പറ്റി ലോകജനതയ്ക്ക് അവബോധമുണ്ടാക്കുകയാണ് ഇതിന്റെ പ്രഖ്യാപിത ലക്ഷ്യം.

ജൂലൈ 12

ലോക മലാല ദിനം (Malala Day)

സ്ത്രീകളുടെയും പെൺകുട്ടികളുടെയും അവകാശങ്ങൾ നേടിയെടുക്കുന്നതിനും സ്ത്രീശാക്തീകരണത്തിനുമായി എല്ലാ വർഷവും ജൂലൈ 12-ന് ലോകമൊട്ടാകെ ആചരിക്കുന്നതാണ് മലാലദിനം. സ്വന്തം ജീവന് നേരെയുള്ള താലിബാൻ തീവ്രവാദികളുടെ ഭീഷണികൾ അവഗണിച്ച് പെൺകുട്ടികളുടെ വിദ്യാഭ്യാസാവകാശങ്ങൾക്ക് വേണ്ടി പൊരുതിയ പാകിസ്ഥാനി പെൺകുട്ടിയായ മലാല യൂസഫ്സായിയുടെ ജന്മദിനമായ ജൂലൈ 12 ആണ് ലോകമൊട്ടാകെ ഈ പേരിൽ ആഘോഷിക്കപ്പെടുന്നത്.

1997 ജൂലൈ 12-ന് പാക്കിസ്ഥാനിലെ സ്വാത്ത് ജില്ലയിൽപ്പെട്ട മിംഗോറയിലാണ് മലാല ജനിച്ചത്. അദ്ധ്യാപകനായിരുന്ന പിതാവ് അവൾക്ക് സ്കൂൾ വിദ്യാഭ്യാസം നൽകി. എന്നാൽ, 2007-ൽ ആ പ്രദേശം താലിബാൻ എന്ന തീവ്രവാദസംഘടനയുടെ നിയന്ത്രണത്തിലായതോടെ സ്ത്രീകളുടെയും കുട്ടികളുടെയും മേൽ അതികർക്കശമായ നിയന്ത്രണങ്ങളും നിരോധനങ്ങളും വന്നു. നൃത്തവും പാട്ടും സിനിമയും ഉദ്യോഗവും പൊതുപ്രവർത്തനവും മറ്റും വിലക്കിയതിനോടൊപ്പം പെൺകുട്ടി

കൾ വിദ്യാഭ്യാസം നേടുന്നതും സ്വതന്ത്രമായി പുറത്തിറങ്ങുന്നതും വരെ തടഞ്ഞതോടെ കുട്ടിയായ മലാല തന്റെ പ്രസംഗങ്ങളിലൂടെയും ബ്ലോഗുകളിലൂടെയും അവർക്കെതിരെ ശക്തമായി പ്രതികരിക്കുകയും പ്രതിഷേധിക്കുകയും ചെയ്തു. ഇതിൽ, പ്രകോപിതരായ തീവ്രവാദികൾ അവളെ വെടിവച്ച് കൊല്ലാൻ ശ്രമിച്ചുവെങ്കിലും കഷ്ടിച്ച് രക്ഷപ്പെടുകയായിരുന്നു. എല്ലാ പെൺകുട്ടികൾക്കും വിദ്യാഭ്യാസത്തിനുള്ള അവകാശമുണ്ടെന്നും ലിംഗഭേദമെന്യേ എല്ലാവർക്കും തുല്യാവകാശങ്ങൾ വേണമെന്നും പ്രഖ്യാപിച്ചുകൊണ്ട് 2013-ൽ തന്റെ 16-ാം വയസ്സിൽ അവൾ ഐക്യരാഷ്ട്രസഭയിൽ നടത്തിയ പ്രസംഗം ലോകത്തിന്റെ മുഴുവൻ ശ്രദ്ധയും പിടിച്ചുപറ്റി. ഇതിനെത്തുടർന്നാണ് ഐക്യരാഷ്ട്രസഭ അവളുടെ ജന്മദിനമായ ജൂലൈ 12 മലാലദിനമായി പ്രഖ്യാപിച്ചത്. തൊട്ടടുത്ത വർഷം അവൾക്ക് സമാധാനത്തിനുള്ള നൊബേൽ പുരസ്കാരവും നൽകപ്പെട്ടു.

ജൂലൈ 15

ലോക യുവനൈപുണ്യദിനം (World Youth Skills Day)

ഐക്യരാഷ്ട്രസഭയുടെ ആഹ്വാനപ്രകാരം ജൂലൈ 15 ലോകമൊട്ടാകെ യുവനൈപുണ്യദിനമായി ആചരിച്ചുവരുന്നു. യുവജനങ്ങൾക്ക് തൊഴിൽ നേടുന്നതിനും തൊഴിൽസംരംഭങ്ങൾ തുടങ്ങുന്നതിനും സാങ്കേതികമായും തൊഴിൽപരമായുമുള്ള നൈപുണ്യവികസനത്തിന്റെ ആവശ്യകത ബോദ്ധ്യപ്പെടുത്താനാണ് 2014-ൽ ഐക്യരാഷ്ട്ര പൊതുസഭ ജൂലൈ 15 യുവനൈപുണ്യദിനമായി പ്രഖ്യാപിച്ചത്. ലോകമൊട്ടാകെയുള്ള യുവജനങ്ങൾക്ക് തമ്മിൽ ആശയവിനിമയം നടത്താനും, തൊഴിൽപരമായുള്ള പരിശീലനം നൽകുന്ന സ്ഥാപനങ്ങളുമായും, സംരംഭകരും സംഘടനകളും വ്യവസായികളും മറ്റുമായും സമ്പർക്കം പുലർത്താനും ഈ ദിനാചരണം അവസരമൊരുക്കുന്നു.

ജൂലൈ 16

ലോക പാമ്പുദിനം (World Snake Day)

പൊതുജനങ്ങൾക്ക് പാമ്പുകളെയും അവയുടെ പാരിസ്ഥിതിക പ്രസക്തിയെയും പറ്റി ബോധവൽക്കരണം നല്കാനും അവയുടെ സംരക്ഷണം ഉറപ്പുവരുത്താനുമായി ലോകമൊട്ടാകെ ജൂലൈ 16 പാമ്പുദിനമായി ആചരിക്കുന്നു.

കടുത്ത തണുപ്പുള്ള അന്റാർട്ടിക്കയും, അയർലൻഡും ന്യൂസിലൻഡും പോലുള്ള ഏതാനും മേഖലകളുമൊഴിവാക്കിയാൽ ലോകം മുഴുവനും കാണപ്പെടുന്ന ജീവികളാണ് പാമ്പുകൾ. ലോകത്താകമാനമായി ഏതാണ്ട് 3500 ജാതി പാമ്പുകളുള്ളതായി കണക്കാക്കിയിട്ടുണ്ട്. ഇവയിൽ 600 ഓളം എണ്ണം വിഷമുള്ളവയാണ്. പാമ്പുകൾ പലരീതിയിലും മനുഷ്യന് ഉപകാരികളാണ്. മുഖ്യ ഉപകാരം കാർഷികവിളകളെയും കാർഷികോല്പന്നങ്ങളെയും നശിപ്പിക്കുന്ന എലി, പെരുച്ചാഴി മുതലായവയെ പിടികൂടുന്നു എന്നതു തന്നെ. ഇവയുടെ വാസസ്ഥലങ്ങളായ മാളങ്ങളിലും പൊത്തുകളിലും കല്ലിടുക്കുകളിലുമൊക്കെ കടന്നുചെല്ലാൻ പാമ്പുകൾക്ക് മാത്രമേ കഴിയൂ. എലികൾ നശിക്കുന്നതു വഴി കൃഷിനാശം ഒഴിവാകുക മാത്രമല്ല, പ്ലേഗ് പോലുള്ള മാരകമായ രോഗങ്ങളും ഇല്ലാതാകുന്നു. എന്നാൽ, ആവാസവ്യവസ്ഥകളുടെ ശിഥിലീകരണം, ഇരജീവികളുടെ ലഭ്യതക്കുറവ്, ശത്രുജീവികളുടെ എണ്ണത്തിലെ വർദ്ധന, തോലിനും മാംസത്തിനും മരുന്നിനും വേണ്ടിയുള്ള മനുഷ്യന്റെ അമിതമായ വേട്ട, കാലാവസ്ഥാവ്യതിയാനങ്ങൾ, ആഗോളതാപനം എന്നിവയെല്ലാം കാരണം പാമ്പുകൾ വംശനാശഭീഷണി നേരിടുകയാണ്.പാമ്പുകളുടെ നാശം പാരിസ്ഥിതികപ്രശ്നങ്ങൾക്ക് ആക്കം കൂട്ടുമെന്ന് ശാസ്ത്രജ്ഞർ സൂചിപ്പിക്കുന്നു. ഈയൊരു സാഹചര്യത്തിലാണ് അവയെക്കുറിച്ച് അവബോധം വളർത്താനായി പാമ്പുദിനാചരണത്തിന് തുടക്കം കുറിച്ചത്.

ജൂലൈ 17

രാജ്യാന്തര നീതിദിനം
(World day for International Justice/ World Justice Day)

രാജ്യാന്തര നീതിദിനം എല്ലാ വർഷവും ജൂലൈ 17-നാണ് ആചരിക്കുന്നത്. രാജ്യാന്തര നീതിനിർവ്വഹണ സംവിധാനത്തിന്റെ പ്രവർത്തനങ്ങൾ പ്രകീർത്തിക്കാനും അവയ്ക്ക് ശക്തി പകരാനുമാണ് ഈ ദിനാചരണം നടത്തുന്നത്. കുറ്റവാളികൾക്കും പീഡിതവ്യക്തികൾക്കും നീതി ലഭ്യമാക്കാനും കുറ്റകൃത്യങ്ങൾ തടയാനും ലോകത്ത് സമാധാനം നിലനിർത്താനും ഈ ദിനാചരണം ലക്ഷ്യമിടുന്നു.

വംശഹത്യ, മനുഷ്യക്കുരുതി, യുദ്ധക്കുറ്റങ്ങൾ, മാനവികതയ്ക്കെതിരായ കുറ്റകൃത്യങ്ങൾ എന്നിവ നടത്തുന്ന കുറ്റവാളികളെ വിചാരണ ചെയ്യുന്നതിനും ശിക്ഷിക്കുന്നതിനും വേണ്ടി, നെതർലന്റ്സിലെ ദ ഹേഗ് ആസ്ഥാനമായി, ലോകത്തിലെ ആദ്യത്തെ സ്ഥിരം അന്താരാഷ്ട്ര കോടതിയായ അന്താരാഷ്ട്ര ക്രിമിനൽ കോടതി (ഇന്റർനാഷണൽ ക്രിമിനൽ

കോർട്ട്) 2002 ജൂലൈ ഒന്നിന് സ്ഥാപിതമായത് റോം ഉടമ്പടി (റോം സ്റ്റാറ്റ്യൂട്ട്) യുടെ അടിസ്ഥാനത്തിലാണ്. 1998-ൽ റോമിൽ വച്ചുനടന്ന ഐക്യരാഷ്ട്രസഭാസമ്മേളനത്തിലാണ് റോം ഉടമ്പടി ഒപ്പുവയ്ക്കപ്പെട്ടത്. 2010 മേയ് 31 മുതൽ ജൂലൈ 11 വരെ ഉഗാണ്ടയിലെ കമ്പാലയിൽ നടന്ന റോം ഉടമ്പടിയുടെ റിവ്യൂ കോൺഫറൻസിലാണ് ഉടമ്പടി ഒപ്പുവച്ച ദിനമായ ജൂലൈ 17 രാജ്യാന്തര നീതിദിനമായി പ്രഖ്യാപിച്ചത്.

ജൂലൈ 17

ലോക ഇമോജിദിനം (World Emoji Day)

2014 മുതൽ ജൂലൈ 17-ന് ആഘോഷിച്ചുവരുന്ന ഒരു ദിനമാണ് ലോക ഇമോജിദിനം. കമ്പ്യൂട്ടറുകളും മൊബൈൽ ഫോണുകളും വഴിയുള്ള ആശയവിനിമയത്തിൽ(വിർചൽ കമ്മ്യൂണിക്കേഷൻ) നമ്മുടെ മനോവികാരങ്ങളും പ്രതികരണങ്ങളും പ്രതിഫലിപ്പിക്കാൻ ഉപയോഗിക്കുന്ന ചിത്രങ്ങളായ ഇമോജികളെക്കുറിച്ച് ഓർക്കാനുള്ള ദിവസമാണിത്. ചിത്രം എന്നർത്ഥം വരുന്ന 'ഇ', കഥാപാത്രം എന്നർത്ഥം വരുന്ന 'മോജി' എന്നീ ജാപ്പനീസ് വാക്കുകളിൽ നിന്നാണ് ഇമോജി എന്ന വാക്ക് രൂപംകൊണ്ടത്. 2013-ൽ, വിവിധ ഇമോജികളുടെ അർത്ഥവും സാമാന്യമായ ഉപയോഗവും കണ്ടെത്താനുള്ള വെബ്സൈറ്റായ ഇമോജിപ്പീഡിയ സ്ഥാപിച്ച ജെറിമി ബർഗ് 2014-ലാണ് ഇമോജിദിനം ആചരിക്കാൻ ആഹ്വാനം ചെയ്തത്. ഇമോജികൾ മാത്രം ഉപയോഗിച്ച് ആശയവിനിമയം നടത്തിയാണ് ഈ ദിനാചരണം നടത്തുന്നത്.

ജൂലൈ 18

രാജ്യാന്തര മണ്ടേലദിനം (Nelson Mandela International day)

ആഫ്രിക്കയെ വെള്ളക്കാരുടെ ഭരണത്തിൻകീഴിൽ നിന്ന് മോചിപ്പിക്കാനും കറുത്ത വർഗ്ഗക്കാർ വർഷങ്ങളായി അനുഭവിച്ചുവന്നിരുന്ന വർണ്ണവിവേചനത്തിനും അവകാശനിഷേധങ്ങൾക്കും അറുതിവരുത്താനുമായി സ്വജീവിതം സമർപ്പിച്ച നെൽസൺ മണ്ടേലയുടെ ത്യാഗപൂർണ്ണമായ ഓർമ്മ നിലനിർത്താനായി ആചരിക്കപ്പെടുന്ന ദിനമാണ് രാജ്യാന്തര മണ്ടേലദിനം. 1918-ൽ ജനിച്ച മണ്ടേലയുടെ ജന്മദിനമായ ജൂലൈ 18-നാണ് ഈ ദിനാചരണം നടക്കുന്നത്. വെള്ളക്കാർക്കെതിരെ സന്ധിയില്ലാത്ത സമരങ്ങൾ ചെയ്ത മണ്ടേലയെ 27 വർഷം തടവിലിട്ടിരുന്നതിന് ശേഷം 1990 ഫെബ്രുവരി 11-ന് സ്വതന്ത്രനാക്കി. അതിനുശേഷം ദക്ഷിണാഫ്രിക്കൻ

പ്രസിഡണ്ടായിത്തീർന്നു മാഡിബ എന്ന് വിളിപ്പേരുള്ള അദ്ദേഹം. സ്വാതന്ത്ര്യത്തെയും സമത്വത്തെയും കുറിച്ചുള്ള തന്റെ ദർശനങ്ങൾ പ്രചരിപ്പിക്കാൻ അദ്ദേഹം രൂപംകൊടുത്ത നെൽസൺ മണ്ടേല ഫൗണ്ടേഷനും എയ്ഡ്സ് ബോധവൽക്കരണം ലക്ഷ്യമാക്കി സംഗീതപരിപാടികൾ നടത്തുന്ന 46664 കൺസേർട്ട്സ് എന്ന സംഘടനയും ചേർന്ന് 2009 ജൂലൈ 18-ന് മണ്ടേലദിനം ആചരിക്കാൻ ലോകജനതയെ ആഹ്വാനം ചെയ്തു. എന്നാൽ, ഐക്യരാഷ്ട്രസഭ 2010-ലാണ് ഈ ദിനാചരണത്തിന് ഔദ്യോഗികാംഗീകാരം കൊടുത്തതും ജൂലൈ 18 രാജ്യാന്തര മണ്ടേലദിനമായി പ്രഖ്യാപിച്ചതും. സാമൂഹ്യസേവനം ചെയ്തുകൊണ്ടാണ് ഈ ദിനം ആഘോഷിക്കപ്പെടുന്നത്. ഓരോ വ്യക്തിക്കും ലോകം മാറ്റിമറിക്കാനുള്ള കഴിവുണ്ടെന്നും ഓരോരുത്തർക്കും ഒരു പ്രഭാവം സൃഷ്ടിക്കാൻ കഴിയുമെന്നുമുള്ള ആശയത്തിലൂന്നിയാണ് ഈ ദിനാചരണം നടക്കുന്നത്.

ജൂലൈ 20

രാജ്യാന്തര ചെസ്സ് ദിനം (International Chess Day)

എല്ലാ വർഷവും ജൂലൈ 20 ലോകവ്യാപകമായി ചെസ്സ് ദിനമായി ആചരിക്കുന്നു. ഭാരതത്തിൽ രാജകീയവിനോദമെന്ന രീതിയിൽ ഉത്ഭവിച്ച ചതുരംഗം ആണ് ചെസ്സ് ആയി രൂപാന്തരപ്പെട്ടത്. ലോകമൊട്ടാകെ വ്യാപിച്ച ചെസ്സിനു വേണ്ടി ഒരു ദിനാചരണം വേണമെന്ന ആശയം മുന്നോട്ടു വച്ചത് യുനെസ്ക്കോ ആയിരുന്നു. ലോകത്തെ വിവിധ രാജ്യങ്ങളിലെ ചെസ്സ് ഫെഡറേഷനുകളുടെ കൂട്ടായ്മയായി 1924 ജൂലൈ 20-ന് പാരീസിൽ രാജ്യാന്തര ചെസ്സ് ഫെഡറേഷൻ (FIDE) രൂപംകൊണ്ടതിന്റെ ഓർമ്മയ്ക്കായിട്ടാണ് ഈ ദിനാചരണം നടത്തുന്നത്. 1966 മുതൽ ദിനാചരണം നടന്നുവരുന്നുണ്ടെങ്കിലും ഇതിന് ഐക്യരാഷ്ട്ര പൊതുസഭ അംഗീകാരം നൽകിയത് 2019 ഡിസംബർ 12-ന് മാത്രമാണ്.

രാജ്യാന്തര ചെസ്സ് ഫെഡറേഷന്റെ നേതൃത്വത്തിലാണ് ദിനാഘോഷ പരിപാടികൾ നടക്കുന്നത്. ഈ ദിനത്തിൽ, ലോകമൊട്ടാകെ ചെസ്സ് ടൂർണമെന്റുകളും പ്രദർശനങ്ങളും സംഘടിപ്പിക്കുന്നത് കൂടാതെ ചെസ്സിനെക്കുറിച്ചും അത് വിവിധ ജനതകളെയും സംസ്കാരങ്ങളെയും കൂട്ടിയിണക്കാൻ എത്രത്തോളം സഹായകമായി എന്നതിനെക്കുറിച്ചുമൊക്കെയുള്ള അവബോധം പകരുകയും ചെയ്യുന്നു.

ജൂലൈ 20

അന്തർദ്ദേശീയ ചാന്ദ്രദിനം (International Moon Day)

ഭൂമിയുടെ ഒരെയൊരു ഉപഗ്രഹമായ ചന്ദ്രനുമായി ബന്ധപ്പെട്ട് ആചരിക്കുന്ന ഒരു ദിനമാണ് അന്തർദ്ദേശീയ ചാന്ദ്രദിനം. ജൂലൈ 20 നാണ് ഈ ദിനാചരണം നടക്കുന്നത്. 1969 ജൂലൈ 20-ന് മനുഷ്യൻ ആദ്യമായി ചന്ദ്രനിൽ കാലുകുത്തിയത് മനുഷ്യരാശിയുടെ ഒരു മഹത്തായ നേട്ടമായിരുന്നു. ഇതിന്റെ ഓർമ്മ നിലനിർത്താനായിട്ടാണ് ഐക്യരാഷ്ട്ര പൊതുസഭ ചാന്ദ്രദിനാചരണം പ്രഖ്യാപിച്ചത്. പല രാജ്യങ്ങളും ഇപ്പോൾ നടത്തിവരുന്ന ചാന്ദ്ര പര്യവേക്ഷണശ്രമങ്ങൾക്ക് നാന്ദി കുറിച്ച തീയതിയായ ജൂലൈ 20 അന്തർദ്ദേശീയ ചാന്ദ്രദിനമായി പ്രഖ്യാപിച്ചത് 2021 ഡിസംബർ 9-ന് ചേർന്ന സമ്മേളനമാണ്. 2022-ൽ ആദ്യ ദിനാചരണം നടന്നു.

നീൽ ആംസ്ട്രോങ്ങ്, എഡ്വിൻ ആൾഡ്രിൻ, മൈക്കേൽ കോളിൻസ് എന്നിവരെ വഹിച്ചുകൊണ്ട് അപ്പോളോ 11 എന്ന ബഹിരാകാശപേടകം അമേരിക്കയിലെ കേപ്പ് കെന്നഡി നിലയത്തിൽ നിന്ന് ചന്ദ്രനെ ലക്ഷ്യമാക്കി കുതിച്ചുയർന്നത് 1969 ജൂലൈ 16-നായിരുന്നു. നാല് ദിവസത്തിന് ശേഷം നീൽ ആംസ്ട്രോങ്ങ് ചന്ദ്രനിലിറങ്ങി ചരിത്രം കുറിച്ചു. പിന്നാലെയിറങ്ങിയ എഡ്വിൻ ആൾഡ്രിനോടൊപ്പം ആംസ്ട്രോങ്ങ് ചന്ദ്രോപരിതലത്തിലൂടെ രണ്ട് മണിക്കൂർ 44 മിനിട്ട് നടക്കുകയും ചെയ്തു. ഈ ഐതിഹാസികമായ നേട്ടം എക്കാലവും സ്മരിക്കപ്പെടുന്നതിനുള്ള ദിനമാണ് ചാന്ദ്രദിനം. ചാന്ദ്രപര്യവേക്ഷണത്തിൽ വിവിധ രാജ്യങ്ങൾക്കുണ്ടായ നേട്ടങ്ങൾ പ്രകീർത്തിക്കാനും ബഹിരാകാശദൗത്യങ്ങളെക്കുറിച്ച് പൊതുജനങ്ങൾക്ക് അവബോധമുണ്ടാക്കാനും കൂടിയുള്ള അവസരമാണിത്.

ജൂലൈ 22

ദേശീയ മാങ്ങാദിനം (National Mango Day)

ഭാരതത്തിൽ എല്ലാ വർഷവും ജൂലൈ 22-ന് ആചരിക്കപ്പെടുന്ന ഒരു ദിനമാണ് മാങ്ങാദിനം അഥവാ മാമ്പഴദിനം. നമ്മുടെ ദേശീയഫലമായ മാങ്ങയുടെ മാഹാത്മ്യവും സാംസ്കാരിക പ്രാധാന്യവും വാഴ്ത്തുന്നതിനായിട്ടാണ് ആ ദിനാചരണം നടത്തുന്നത്. രുചികരവും പോഷകപ്രദവുമായ പഴമെന്ന നിലയിലും അടുക്കളയിലെ മികച്ച ഒരു പാചകഘടകമെന്ന നിലയിലും ലോകമെങ്ങും അംഗീകാരം നേടിയിട്ടുള്ള ഇതിന് പഴങ്ങളിലെ രാജാവെന്നാണ് വിശേഷണം. ഇപ്പോൾ ലോകമൊട്ടാകെ കാണപ്പെടുന്ന ഈ ഉഷ്ണമേഖലാ പഴം 5000 വർഷം മുമ്പ് മുതൽ ഭാരത

ത്തിൽ പ്രചാരം നേടിയിരുന്നതായി വിവിധ പൗരാണിക ഗ്രന്ഥങ്ങളിലെ സൂചനകൾ വ്യക്തമാക്കുന്നു. ഇത് ഉത്ഭവിച്ചത് ഭാരതത്തിലാണെന്നും അഭിപ്രായമുണ്ട്. മാംഗോ എന്ന ഇംഗ്ലീഷ് വിളിപ്പേര് മലയാളത്തിലെ മാങ്ങയിൽ നിന്നോ തമിഴിലെ മാങ്കൈയിൽ നിന്നോ വന്നതാകാം. മാംഗിഫെറ ഇൻഡിക്ക എന്ന ശാസ്ത്രനാമവും ഇൻഡ്യയിൽ നിന്നാണ് ഇതിനെ ആദ്യം കണ്ടെത്തിയതെന്ന് സൂചിപ്പിക്കുന്നു. ഇപ്പോഴും ലോക ത്തിൽ ഏറ്റവുമധികം മാമ്പഴം ഉല്പാദിപ്പിക്കുന്ന രാജ്യം ഇൻഡ്യ തന്നെ യാണ്.

ആകൃതിയിലും വലുപ്പത്തിലും നിറത്തിലും രുചിയിലും മൂപ്പിലും പോഷകഘടനയിലുമൊക്കെ വ്യത്യസ്തമായ 1000 ത്തിലധികം മാങ്ങാ യിനങ്ങളുണ്ട്. രാജ്യത്തിന്റെ വിവിധ കോണുകളിൽ നിന്നുള്ള വൈവിദ്ധ്യ മാർന്ന മാമ്പഴയിനങ്ങൾ പ്രദർശിപ്പിച്ചും അവയുടെ ഗുണഗണങ്ങൾ പ്രച രിപ്പിച്ചും മാങ്ങകളും മാമ്പഴങ്ങളും ഉപയോഗിച്ച് തയ്യാറാക്കുന്ന വൈവിദ്ധ്യ മാർന്ന ഭക്ഷ്യവിഭവങ്ങളും പാനീയങ്ങളും പ്രദർശിപ്പിച്ചും വിപണനം ചെയ്തും രുചിച്ചുനോക്കിയും മറ്റും മാമ്പഴദിനം ആചരിക്കപ്പെടുന്നു. 1987-ൽ മാങ്ങയുടെ മഹത്വം വിളംബരം ചെയ്യാനായി നാഷണൽ ഹോർട്ടി ക്കൾച്ചർ ബോർഡ് സംഘടിപ്പിച്ച അന്തർദ്ദേശീയ മാമ്പഴമഹോത്സവം ഇപ്പോൾ മാമ്പഴപ്രേമികൾ കാത്തിരിക്കുന്ന ആഘോഷമായി മാറിയി ട്ടുണ്ട്.

ജൂലൈ 22

കാഷ്വൽ പൈദിനം (π) Casual Pi day / Pi Approximation Day

ഗണിതശാസ്ത്രത്തിലെ സ്ഥിരമൂല്യമുള്ള അഭിന്നകമായ (Irrational number) പൈ (π) യുടെ മൂല്യവുമായി ബന്ധപ്പെട്ട് ആചരിക്കുന്ന മറ്റൊരു ദിനമാണ് കാഷ്വൽ പൈ ദിനം. മാസം/തീയതി ക്രമത്തിലെഴുതുന്ന രാജ്യങ്ങളിൽ അന്താരാഷ്ട്ര ഗണിതശാസ്ത്രദിനമായ മാർച്ച് 14 (3-14), പൈയുടെ മൂല്യത്തിലെ (3.14....) ആദ്യ മൂന്നക്കങ്ങളായ 3,1,4 എന്ന് വായിക്കാവുന്നതിനാൽ പൈദിനമെന്ന് അറിയപ്പെടുന്നുണ്ട്. പൈയുടെ മൂല്യം 22/7 എന്ന ഭിന്നമായും പറയാറുണ്ടല്ലോ. തീയതി/മാസം ക്രമ ത്തിലെഴുതുന്ന സമ്പ്രദായത്തിൽ ജൂലൈ മാസത്തിലെ 22 ാം തീയതി എന്ന് സൂചിപ്പിക്കാൻ 22/7 എന്നാണല്ലോ എഴുതുന്നത്. അതിനാൽ, ആ രീതി പിന്തുടരുന്ന രാജ്യങ്ങളിൽ ജൂലൈ 22 കാഷ്വൽ പൈ ദിനമെന്നും പൈ അപ്രോക്സിമേഷൻ ദിനമെന്നും അറിയപ്പെടുന്നു. അവിടങ്ങളിൽ 1988 മുതൽ എല്ലാ വർഷവും കാഷ്വൽ പൈദിനാചരണം നടന്നുവരുന്നു.

പൈ (Pie) എന്ന പലഹാരം തിന്നുകൊണ്ടും പൈയുടെ മൂല്യവുമായി ബന്ധപ്പെട്ട മത്സരങ്ങൾ സംഘടിപ്പിച്ചും പൈയുടെ പ്രാധാന്യം ചർച്ച ചെയ്തുകൊണ്ടുമൊക്കെ ഈ ദിനാചരണം നടത്തിവരുന്നു.

ജൂലൈ 23

ദേശീയ പ്രക്ഷേപണ ദിനം (National Broadcasting Day)

എല്ലാ വർഷവും ജൂലൈ 23-ന് രാജ്യത്തുടനീളം ദേശീയ പ്രക്ഷേപണദിനം ആചരിക്കുന്നു. 1927-ലെ ഇതേ ദിനത്തിലാണ് ഇൻഡ്യയിലാദ്യമായി റേഡിയോ പ്രക്ഷേപണം ആരംഭിച്ചത്. ബോംബെ സ്റ്റേഷനിൽ നിന്ന്, സ്വകാര്യ സ്ഥാപനമായ ഇൻഡ്യൻ ബ്രോഡ്കാസ്റ്റിങ്ങ് കമ്പനിയാണ് റേഡിയോ പ്രക്ഷേപണം തുടങ്ങിയത്. നിത്യജീവിതത്തിൽ റേഡിയോ ചെലുത്തുന്ന സ്വാധീനം വളരെ വലുതാണ്. രോഗശയ്യയിൽ കിടക്കുന്നവർ മുതൽ അംഗപരിമിതരും വീട്ടമ്മമാരും വരെ മാനസികോല്ലാസത്തിനും സമയം ചെലവഴിക്കാനും ആശ്രയിക്കുന്ന ശ്രവ്യമാദ്ധ്യമമാണിത്. എല്ലാ വിഭാഗം ശ്രോതാക്കളെയും ആകർഷിക്കുന്ന പരിപാടികൾ റേഡിയോ വഴി പ്രക്ഷേപണം ചെയ്യുന്നതിനാലും മറ്റു ജോലികളിലേർപ്പെട്ടിരിക്കുമ്പോഴും പരിപാടികൾ ആസ്വദിക്കാമെന്നതിനാലും ഇതിന് പരക്കെ അംഗീകാരമുണ്ട്. സാധാരണക്കാരുടെ വിനോദ-വിജ്ഞാന ഉപാധിയായ റേഡിയോപ്രക്ഷേപണം ഇൻഡ്യയിലാരംഭിച്ചതിന്റെ സ്മരണ നിലനിർത്താനാണ് ഈ ദിനാചരണം നടത്തുന്നത്.

ബ്രിട്ടീഷ് സർക്കാർ 1930-ൽ ഇൻഡ്യൻ ബ്രോഡ്കാസ്റ്റിങ്ങ് കമ്പനി ഏറ്റെടുത്ത് ഇൻഡ്യൻ സ്റ്റേറ്റ് ബ്രോഡ്കാസ്റ്റിങ്ങ് സർവ്വീസ് എന്ന് പുനർനാമകരണം ചെയ്തു. 1936-ൽ ഇതിന്റെ പേര് ആൾ ഇൻഡ്യാ റേഡിയോ എന്നാക്കി. 1957-ൽ വീണ്ടും പേരുമാറ്റിയാണ് ആകാശവാണി എന്നാക്കിയത്. ഇപ്പോൾ, ലോകത്തിലെ ഏറ്റവും ബൃഹത്തായ പൊതു പ്രക്ഷേപണ ശൃംഖലയാണ് ആൾ ഇൻഡ്യാ റേഡിയോ. പ്രക്ഷേപണം ചെയ്യുന്ന ഭാഷകളുടെ എണ്ണത്തിലും വിഷയങ്ങളുടെ ബാഹുല്യത്തിലും വൈവിദ്ധ്യത്തിലും ഇത് ലോകത്തിലെ ഏറ്റവും വലിയ പ്രക്ഷേപണസ്ഥാപനമാണ്.

ജൂലൈ 26

കാർഗിൽ വിജയദിനം (Kargil Vijay Diwas)

1999 മേയ് മുതൽ ജൂലൈ വരെ, 60 ദിവസത്തിലധികം ജമ്മുകാശ്മീരിലെ കാർഗിൽ പ്രദേശത്ത് ഇൻഡ്യയും പാകിസ്ഥാനും തമ്മിൽ നടന്ന സായുധപോരാട്ടമാണ് കാർഗിൽ യുദ്ധം. 1999 ഫെബ്രുവരിയിൽ ഒപ്പുവച്ച ലാഹോർ ഉഭയകക്ഷി സമ്മതപത്രത്തെ ലംഘിച്ച്, നിയന്ത്രണരേഖ കടന്ന്, ഇപ്പോൾ ലഡാക്ക് കേന്ദ്രഭരണപ്രദേശത്തിന്റെ ഭാഗമായ കാർഗിൽ ജില്ലയിലേക്ക് നുഴഞ്ഞുകയറിയ പാകിസ്ഥാൻ സൈന്യത്തെ ഇൻഡ്യൻ സൈന്യം ശക്തമായി നേരിടുകയും ഓപ്പറേഷൻ വിജയ് എന്ന് പേരിട്ട സൈനികനടപടിയിലൂടെ അവർ കൈവശപ്പെടുത്തി വച്ചിരുന്ന പ്രദേശങ്ങളെല്ലാം തിരിച്ചുപിടിക്കുകയും ചെയ്തു. ഇരുവശത്തും അനേകം മനുഷ്യജീവനുകൾ നഷ്ടമാകാനിടയാക്കിയ കാർഗിൽ യുദ്ധം ജൂലൈ 26-നാണ് അവസാനിച്ചത്. ഈ വിജയത്തിന്റെ ഓർമ്മകൾ അയവിറക്കാനും യുദ്ധത്തിൽ പങ്കെടുത്ത വീരയോദ്ധാക്കളുടെ ധീരതയും രാജ്യസ്നേഹവും അനുസ്മരിക്കാനും അവരെ ആദരിക്കാനുമുള്ള ദേശീയദിനാചരണമാണ് കാർഗിൽ വിജയദിനം. മാതൃരാജ്യത്തിനായി ജീവൻ വെടിഞ്ഞ 527 കാർഗിൽ യുദ്ധവീരന്മാരെ അനുസ്മരിക്കാനും ആദരാഞ്ജലി അർപ്പിക്കാനും സമർപ്പിതമാണ് ഈ ദിനം.

ഈ ദിനത്തിൽ, കാർഗിൽ സെക്ടറിലും ന്യൂഡൽഹിയിലും മാത്രമല്ല രാജ്യമൊട്ടാകെ ഭാരതീയ സായുധസേനയുടെ സംഭാവനകൾ പ്രകീർത്തിക്കുന്ന ആഘോഷപരിപാടികൾ നടത്തുന്നു. കാർഗിലിലെ ദ്രാസ് പ്രവിശ്യയിലുള്ള യുദ്ധസ്മാരകത്തിലാണ് ഇതുമായി ബന്ധപ്പെട്ട മുഖ്യപരിപാടികൾ നടക്കുന്നത്. ന്യൂഡൽഹിയിലെ യുദ്ധസ്മാരകമായ അമർ ജവാൻ ജ്യോതിയിൽ പ്രധാനമന്ത്രി സൈനികർക്ക് ആദരാജ്ഞലി അർപ്പിക്കുന്ന ചടങ്ങുമുണ്ട്.

ജൂലൈ 26

രാജ്യാന്തര കണ്ടൽ സംരക്ഷണ ദിനം (International Day for the Conservation of Mangroves / World Mangrove Day)

കണ്ടലുകളെയും അവ നിലനിൽക്കുന്ന ആവാസവ്യവസ്ഥകളെയും സംരക്ഷിക്കാനുള്ള ലക്ഷ്യവുമായി എല്ലാ വർഷവും ജൂലൈ 26 രാജ്യാന്തര കണ്ടൽ സംരക്ഷണദിനമായി ആചരിച്ചുവരുന്നു. ഇത് ലോക കണ്ടൽ

ദിനമെന്നും അറിയപ്പെടുന്നു. സമാനതകളില്ലാത്തതും സവിശേഷവും നാശോന്മുഖവുമായ ആവാസവ്യവസ്ഥകളെന്ന നിലയിൽ കണ്ടൽക്കാടുകൾക്കുള്ള പ്രാധാന്യത്തെക്കുറിച്ച് പൊതുജനങ്ങൾക്ക് അവബോധം നൽകാനും അവയുടെ സംരക്ഷണത്തിനും സുസ്ഥിരവികസനത്തിനും ഉപയോഗത്തിനും അനുയോജ്യമായ മാർഗ്ഗങ്ങൾ കണ്ടെത്താനും ഉദ്ദേശിച്ച് 2015-ൽ യുനെസ്ക്കോയാണ് കണ്ടൽദിനാചരണം പ്രഖ്യാപിച്ചത്. കണ്ടൽ സംരക്ഷണത്തിനായി പ്രവർത്തിക്കുകയും ഇക്വഡോറിലെ മ്യൂസ്നെ എന്ന തീരദേശപട്ടണത്തിലെ കണ്ടൽ ആവാസവ്യവസ്ഥകൾ പുനഃസ്ഥാപിക്കുന്നതിനുള്ള സമരത്തിൽ ഏർപ്പെട്ടുകൊണ്ടിരിക്കെ ഹൃദയാഘാതത്താൽ മരണപ്പെടുകയും ചെയ്ത ഹായ്ഹോ ഡാനിയേൽ നനോട്ടോയുടെ സ്മരണാർത്ഥമാണ് ജൂലൈ 26-ന് ഈ ദിനാചരണം നടത്തുന്നത്. ഗ്രീൻപീസ് പ്രവർത്തകനായിരുന്ന നനോട്ടോ 1998-ലെ ഇതേ ദിനത്തിലാണ് അന്തരിച്ചത്. 2016-ലാണ് ആദ്യ കണ്ടൽദിനാചരണം നടന്നത്.

മനുഷ്യനും മറ്റു ജീവജാലങ്ങൾക്കും പ്രത്യക്ഷവും പരോക്ഷവുമായ നിരവധി സേവനങ്ങൾ നൽകിവരുന്ന സവിശേഷമായ സസ്യസമൂഹമാണ് കണ്ടൽക്കാടുകൾ. ഭക്ഷണം, ഔഷധം, ഇന്ധനം, നിർമ്മാണ സാമഗ്രികൾ, കന്നുകാലിത്തീറ്റ, തേൻ, മെഴുക്, ചായങ്ങൾ, കറ (ടാനിൻ) എന്നിങ്ങനെ നിരവധി വസ്തുക്കൾ നൽകുന്ന കണ്ടൽക്കാടുകൾ കടലാക്രമണം ചെറുക്കാനും മണ്ണൊലിപ്പ് തടയാനും അന്തരീക്ഷ താപനിലയും പ്രാദേശിക കാലാവസ്ഥയും നിയന്ത്രിക്കാനും പര്യാപ്തമാണ്. ഈ ആവാസവ്യവസ്ഥകൾ അനേകം ജലജീവികൾക്ക് സുരക്ഷിതമായ ആവാസകേന്ദ്രവും പ്രജനനകേന്ദ്രവുമാണ്. പക്ഷേ, ആധുനിക ലോകത്ത് ഏറ്റവുമധികം ഭീഷണി നേരിടുന്ന ആവാസവ്യവസ്ഥകളാണിവ. നികത്തലും അനധികൃത കയ്യേറ്റങ്ങളും അമിതചൂഷണവും മലിനീകരണവും നിമിത്തം കണ്ടൽക്കാടുകളിലേറെയും നാശോന്മുഖമാണ്. ഉഷ്ണമേഖലാ മഴക്കാടുകളെപ്പോലെ തന്നെ ജൈവപ്രാധാന്യവും പാരിസ്ഥിതിക പ്രാധാന്യവുമുള്ള കണ്ടൽക്കാടുകൾ നിലനിർത്തേണ്ടത് നാടിന്റെയും നാട്ടാരുടെയും സുരക്ഷയ്ക്ക് അനിവാര്യമാണ്. ഈ ലക്ഷ്യം മുൻനിർത്തിയാണ് കണ്ടൽ ദിനം ആചരിക്കുന്നത്.

ജൂലൈ 28

ലോക ഹെപ്പറ്റൈറ്റിസ് ദിനം (World Hepatitis Day)

ലോക ഹെപ്പറ്റൈറ്റിസ് ദിനാചരണം എല്ലാ വർഷവും ജൂലൈ 28-നാണ് നടക്കുന്നത്. കരളിനെ ബാധിക്കുന്ന വൈറൽ രോഗമായ ഹെപ്പ

റ്റൈറ്റിസിനെക്കുറിച്ച് ആഗോളവ്യാപകമായി അവബോധമുണ്ടാക്കാനും കൃത്യമായ പരിശോധനയും ചികിത്സയും വഴി രോഗം അകറ്റിനിർത്താനുമാണ് ഈ ദിനാചരണം ലക്ഷ്യം വയ്ക്കുന്നത്.നൊബേൽസമ്മാന ജേതാവായ അമേരിക്കക്കാരൻ ബറൂച്ച് ബ്ലൂംബെർഗ്ഗാണ് ഹെപ്പറ്റൈറ്റിസ് രോഗത്തിന് കാരണമാകുന്ന ഹെപ്പറ്റൈറ്റിസ് ബി വൈറസിനെ കണ്ടുപിടിച്ചത്. ഹെപ്പറ്റൈറ്റിസ് രോഗനിർണ്ണയത്തിനുള്ള മാർഗ്ഗവും അതിനെതിരെയുള്ള വാക്സിനും കണ്ടുപിടിച്ച ഇദ്ദേഹത്തിനോടുള്ള ആദരസൂചകമായിട്ടാണ് അദ്ദേഹത്തിന്റെ ജന്മദിനമായ ജൂലൈ 28-ന് ഹെപ്പറ്റൈറ്റിസ് ദിനാചരണം നടത്തുന്നത്. 1925-ലെ ഈ ദിനത്തിലാണ് ബ്ലൂംബെർഗ്ഗ് ജനിച്ചത്.

ജൂലൈ 28

ലോക പ്രകൃതിസംരക്ഷണദിനം (World Nature Conservation Day)

ആരോഗ്യപൂർണ്ണവും പ്രവൃത്ത്യുന്മുഖവുമായ ഒരു സമൂഹമുണ്ടാകാനും മനുഷ്യകുലവും മറ്റ് ജീവജാതികളും സുസ്ഥിരമായി നിലനിൽക്കാനും ആരോഗ്യപൂർണ്ണമായ പ്രകൃതിയാണ് അടിസ്ഥാനമായി വേണ്ടതെന്ന് ഓർമ്മപ്പെടുത്താനായി എല്ലാ വർഷവും ജൂലൈ 28 ലോകമെങ്ങും പ്രകൃതിസംരക്ഷണദിനമായി ആചരിച്ചുവരുന്നു.വായുവും വെള്ളവും മണ്ണും ഖനിജങ്ങളും സസ്യലതാദികളും ജന്തുജാതികളുമൊക്കെയടങ്ങുന്ന പ്രകൃതി വിഭവങ്ങളെ മിതമായും ബുദ്ധിപരമായും ഉപയോഗിക്കുകയും വരും തലമുറകൾക്ക് കൂടി ലഭ്യമാകുംവിധം അവയെ പരിപോഷിപ്പിച്ച് നിലനിർത്തുകയും ചെയ്യാനുള്ള ആഹ്വാനമാണ് ഓരോ ദിനാചരണവും. ഭൂമിയിൽ ക്ലിപ്തമായ അളവിലുള്ള പ്രകൃതിവിഭവങ്ങളേയുള്ളുവെന്നും വിവേകത്തോടെയും സുസ്ഥിരമായും വിനിയോഗിച്ചാൽ മാത്രമേ വരും തലമുറകൾക്കും കൂടി ഇവ പ്രയോജനപ്പെടുത്താനാവൂ എന്നുമുള്ള അവബോധം ജനങ്ങളിലേക്ക് പകരുകയാണ് ഇതിന്റെ ലക്ഷ്യം.

ജൂലൈ 29

ലോക കടുവദിനം (World Tiger day)

എല്ലാ വർഷവും ജൂലൈ 29 ആഗോളതലത്തിൽ കടുവാദിനമായി ആചരിക്കുന്നു. ആവാസവ്യവസ്ഥയിലെ പ്രധാന കണ്ണിയാണെങ്കിലും കടുത്ത വംശനാശത്തിന്റെ വക്കിലെത്തി നില്ക്കുന്ന കടുവകളെ സംരക്ഷിക്കേണ്ടതിന്റെ ആവശ്യകത ഓർമ്മിപ്പിക്കാനായി രൂപം കൊടുത്ത ദിനാ

ചരണമാണിത്. കടുവകളെക്കുറിച്ചും അവയുടെ ജൈവികപ്രാധാന്യത്തെക്കുറിച്ചും പൊതുജനങ്ങളിൽ അവബോധം വളർത്തിയും അവയുടെ സ്വാഭാവിക ആവാസകേന്ദ്രങ്ങൾക്ക് സംരക്ഷണം നൽകിയും അവയുടെ നിലനില്പ് ഭദ്രമാക്കുകയാണ് ഈ ദിനാചരണത്തിന്റെ ലക്ഷ്യം. 2010-ൽ റഷ്യയിലെ സെന്റ് പീറ്റേഴ്സ്ബർഗിൽ ചേർന്ന ടൈഗർ സമ്മിറ്റ് അഥവാ കടുവാ ഉച്ചകോടിയിലാണ് ഈ ദിനം ആചരിക്കാൻ തീരുമാനമായത്.

ഏറ്റവും കുടുതൽ കടുവകളുള്ള രാജ്യം ഇന്ത്യയാണ്. ലോകത്തെ കടുവകളിൽ 75 ശതമാനവും കാണപ്പെടുന്നത് നമ്മുടെ വനാന്തരങ്ങളിലാണ്.കടുവകളുള്ള കാടുകളുടെ ആവാസവ്യവസ്ഥകൾ സന്തുലിതമായിരിക്കും. ഭക്ഷ്യശൃംഖലയുടെ ഏറ്റവും മുകളിലുള്ള കണ്ണി എന്ന രീതിയിൽ ആവാസവ്യവസ്ഥയിലെ ജീവികളുടെ എണ്ണം ക്രമീകരിച്ചുനിർത്തുന്നതിൽ ഇവ മുഖ്യ പങ്കുവഹിക്കുന്നു. മാംസഭോജികളായ ഇവ ഇരയാക്കുന്നതു വഴി, അതിവേഗം പെറ്റുപെരുകുന്ന സസ്യഭുക്കുകളുടെ എണ്ണം ഇവ ക്രമപ്പെടുത്തുന്നു. ഇതുമൂലം ഭക്ഷ്യശൃംഖലയിലെ താഴേത്തട്ടിലുള്ളവയ്ക്കും ഭക്ഷണലഭ്യത ഉറപ്പാകുന്നു.

കടുവാസംരക്ഷണം മുൻനിർത്തി 1973-ൽ സർക്കാർ ആരംഭിച്ച പദ്ധതിയാണ് കടുവാസംരക്ഷണ പദ്ധതി അഥവാ പ്രോജക്ട് ടൈഗർ. ഇപ്പോൾ, ഇന്ത്യയിൽ 50 കടുവാസംരക്ഷണ കേന്ദ്രങ്ങളുണ്ട്. ഇന്ത്യയിലെ ആദ്യത്തെ കടുവാസംരക്ഷണ കേന്ദ്രം, 1936-ൽ സ്ഥാപിതമായതും ഇപ്പോൾ ജിം കോർബറ്റ് ദേശീയോദ്യാനമെന്നറിയപ്പെടുന്നതുമായ ഹെയ്‌ലി ദേശീയോദ്യാനമാണ്. ഇന്ത്യയിൽ ഏറ്റവും കുടൂതൽ കടുവകളെ കാണപ്പെടുന്ന സംസ്ഥാനം മദ്ധ്യപ്രദേശാണ്. പെരിയാർ, പറമ്പിക്കുളം എന്നീ രണ്ട് കടുവാസംരക്ഷണമേഖലകൾ കേരളത്തിനുണ്ട്.

ജൂലൈ ആദ്യ ശനിയാഴ്ച

രാജ്യാന്തര സഹകരണസംഘദിനം (International Day of Co operatives)

സ്ഥാപനങ്ങളുടെയോ അവയുടെ അംഗങ്ങളുടെയോ പൊതുവായ സാമ്പത്തിക, സാമൂഹ്യ, സാംസ്ക്കാരിക താല്പര്യങ്ങളും ലക്ഷ്യങ്ങളും നിറവേറ്റാനായി ജനാധിപത്യരീതിയിൽ കൂട്ടുത്തരവാദിത്തത്തോടെ പ്രവർത്തിക്കുന്ന വ്യക്തികേന്ദ്രീകൃത സംരംഭങ്ങളാണ് സഹകരണസംഘങ്ങൾ. ഇവയെപ്പറ്റിയുള്ള അവബോധം വർദ്ധിപ്പിക്കുന്നതിനും അന്താരാഷ്ട്ര ഐക്യവും സാമ്പത്തിക നൈപുണ്യവും ലോകസമാധാനവും പ്രോത്സാഹിപ്പിക്കുന്നതിൽ ഇവ വഹിച്ച പങ്ക് പ്രചരിപ്പിക്കുന്നതിനുമായി

ലോകമെങ്ങും ജൂലായിലെ ആദ്യ ശനിയാഴ്ച സഹകരണസംഘദിനമായി ആചരിക്കുന്നു.

ലോകമൊട്ടാകെയുള്ള സഹകരണസംഘങ്ങളുടെ പ്രവർത്തനങ്ങൾ ഏകോപിപ്പിക്കാനും അവയെ ശക്തിപ്പെടുത്താനും വിപുലീകരിക്കാനും സഹായിക്കാനുമായി രൂപംകൊണ്ട സംഘടനയാണ് ഇന്റർനാഷണൽ കോ ഓപ്പറേറ്റീവ് അലയൻസ്. 1895-ൽ ലണ്ടനിൽ രൂപംകൊണ്ട ഈ സംഘടന സഹകരണസംഘപ്രസ്ഥാനത്തിന്റെ വികാസത്തിന് വഴിതെളിച്ചു. 1992 ഡിസംബറിൽ നടന്ന ഐക്യരാഷ്ട്ര പൊതുസഭാ സമ്മേളനം, ഈ സംഘടനയുടെ നൂറാം വാർഷികമായ 1995-ലെ ജൂലൈ മാസത്തെ ആദ്യ ശനിയാഴ്ച സഹകരണസംഘദിനമായി പ്രഖ്യാപിച്ചു. കൂപ്പ്സ് ഡേ (Coops Day) എന്നും അറിയപ്പെടുന്ന ഈ ദിനം അങ്ങനെ 1995-ൽ ആദ്യമായി ആചരിക്കപ്പെട്ടു. അന്നു മുതൽ മുടക്കമില്ലാതെ, ഓരോ വർഷവും ഓരോ പ്രത്യേക തീം അടിസ്ഥാനമാക്കി ലോകരാജ്യങ്ങളിൽ പല രീതിയിൽ ഈ ദിനാചരണം നടന്നുവരുന്നു.

ലോകത്തെ ദാരിദ്ര്യം ഇല്ലാതാക്കുന്നതിലും തൊഴിൽ സാദ്ധ്യതകൾ വർദ്ധിപ്പിക്കുന്നതിലും സാമൂഹിക ഐക്യം വളർത്തുന്നതിലും ലോകത്തിന്റെ സാമ്പത്തികസ്ഥിതി മെച്ചപ്പെടുത്തുന്നതിലും ഇന്റർനാഷണൽ കോ ഓപ്പറേറ്റീവ് അലയൻസ് വഹിച്ച നിർണ്ണായക പങ്ക് അംഗീകരിച്ചുകൊണ്ട് 2012-നെ അന്താരാഷ്ട്ര സഹകരണവർഷമായും ഐക്യരാഷ്ട്ര സഭ പ്രഖ്യാപിച്ചിരുന്നു.

ഓഗസ്റ്റ് 6

ഹിരോഷിമദിനം (Hiroshima Day)

ഓഗസ്റ്റ് 6 ലോകമെങ്ങും ഹിരോഷിമാദിനമായി ആചരിച്ചുവരുന്നു. ജപ്പാനിലെ ഹിരോഷിമ നഗരത്തിൽ 1945-ൽ അമേരിക്ക അണുബോംബിട്ടതിന്റെ ഓർമ്മയ്ക്കാണ് ഈ ദിനാചരണം നടത്തുന്നത്. മനുഷ്യർക്കെതിരെ പ്രയോഗിച്ച ലോകത്തെ ആദ്യത്തെ അണുബോംബ് സ്ഫോടനമായിരുന്നു ഇത്. രണ്ടാം ലോകമഹായുദ്ധത്തിൽ അമേരിക്ക ഉൾപ്പെടുന്ന സഖ്യകക്ഷികൾക്കെതിരെ അതിധീരമായി പൊരുതിയ ജപ്പാനെ കരയിലൂടെയുള്ള പോരാട്ടം വഴി പരാജയപ്പെടുത്താൻ പ്രയാസമാണെന്ന് മനസ്സിലാക്കിയ അമേരിക്കൻ പ്രസിഡന്റ് ഹാരി ട്രൂമാൻ അവസാനമാർഗ്ഗമെന്ന നിലയ്ക്ക് അണുബോംബ് പ്രയോഗിക്കാൻ തീരുമാനമെടുക്കുകയായിരുന്നു. അങ്ങനെ, 1945 ഓഗസ്റ്റ് 6-ന് എനോള ഗേ എന്ന വിമാനത്തിൽ നിന്ന് ലിറ്റിൽ ബോയ് എന്ന് പേരായ ബോംബ് ഹിരോഷിമ നഗര

ത്തിൽ വർഷിച്ചു. 12,500 ടൺ സ്ഫോടകവസ്തു(ടി.എൻ.ടി.)വിന്റെ പ്രഹരശേഷിയുണ്ടായിരുന്ന ഈ ബോംബ് പതിച്ചപ്പോൾ മാനം മുട്ടെയുള്ള തീജ്വാലകളും 40,000 അടി വരെ ഉയരത്തിൽ, പർവ്വതാകാരത്തിൽ കൂൺ ആകൃതിയിൽ പുകയും ഉയർന്ന് പൊങ്ങിയതോടൊപ്പം 1000 അടി വരെ ഉയരത്തിൽ പൊടിപടലങ്ങളും ചുഴറ്റിയടിച്ചു. രണ്ടര കിലോമീറ്റർ ചുറ്റളവിലുള്ള സർവ്വതും സംഹരിച്ച സ്ഫോടനം ഒന്നര ലക്ഷത്തോളം മനുഷ്യജീവനുകൾ കവർന്നു. ലക്ഷക്കണക്കിന് പേർക്ക് പരുക്കേറ്റു. രക്ഷപ്പെട്ടവർ ആണവവികിരണങ്ങൾ മൂലം അർബ്ബുദം പോലുള്ള രോഗങ്ങൾ വന്നും മരിച്ചു. വികിരണങ്ങളുടെ ആഘാതങ്ങൾ പതിറ്റാണ്ടുകളോളം ഈ നഗരത്തെ വേട്ടയാടി.

ലോകമനഃസാക്ഷിയെ ഞെട്ടിച്ച ഈ അതിദാരുണമായ സംഭവത്തെ ഓർമ്മിക്കാനും അതിൽ ജീവൻ പൊലിഞ്ഞവർക്ക് ആദരാഞ്ജലി അർപ്പിക്കാനുമുള്ള അവസരമാണ് ഹിരോഷിമ ദിനം. ആണവായുധങ്ങളെപ്പറ്റി ബോധവൽക്കരണം നടത്താനും ലോകത്ത് സമാധാനം നിലനിർത്താൻ യുദ്ധവിരുദ്ധത പ്രചരിപ്പിക്കാനും ഈ ദിനാചരണം പ്രയോജനപ്പെടുത്തുന്നു.

ഓഗസ്റ്റ് 7

ദേശീയ കൈത്തറിദിനം (National Handloom Day)

ഭാരതത്തിന്റെ പരമ്പരാഗത നെയ്ത്ത്-കൈത്തറി വ്യവസായങ്ങളെ പ്രോത്സാഹിപ്പിക്കാനും കൈത്തറിയുടെ പ്രാധാന്യവും മഹിമയും പൊതുജനങ്ങളിലെത്തിക്കാനും നെയ്ത്തുകാർക്ക് അർഹിക്കുന്ന പ്രതിഫലവും പ്രാധാന്യവും ലഭ്യമാക്കാനും വേണ്ടി ദേശീയതലത്തിൽ ഓഗസ്റ്റ് 7 കൈത്തറി ദിനമായി ആചരിക്കപ്പെടുന്നു. 2015 മുതലാണ് ദേശീയ കൈത്തറി ദിനാചരണം ആരംഭിക്കുന്നത്. ഗുണമേന്മയുടെ അടയാളമായി കേന്ദ്ര ടെക്സ്റ്റൈൽ മന്ത്രാലയം കൈത്തറി ഉല്പന്നങ്ങൾക്ക് ഇന്ത്യ ഹാൻഡ്ലൂം മാർക്ക് (ഇന്ത്യൻ കൈത്തറിമുദ്ര) നൽകാൻ ആരംഭിച്ചതും 2015 മുതലാണ്. 1905 ഓഗസ്റ്റ് 7-ന് കൊൽക്കത്തയിൽ വച്ച്, വിദേശ ഉല്പന്നങ്ങൾ ബഹിഷ്കരിച്ച് സ്വദേശി ഉല്പന്നങ്ങൾ നിർമ്മിക്കാനും ഉപയോഗിക്കാനും ആഹ്വാനം ചെയ്യുന്ന സ്വദേശിപ്രസ്ഥാനം ആരംഭിച്ചതിന്റെ ഓർമ്മ നിലനിർത്താനാണ് ദേശീയ കൈത്തറി ദിനമായി ആഗസ്റ്റ് ഏഴ് തിരഞ്ഞെടുത്തത്.

ഭാരതത്തിന്റെ പാരമ്പര്യത്തിന്റെയും സംസ്കാരത്തിന്റെയും മുഖമുദ്രയായിരുന്നു കാശ്മീർ മുതൽ കന്യാകുമാരി വരെയുള്ള പ്രദേശങ്ങ

ളിലെ വിവിധങ്ങളായ കൈത്തറിവസ്ത്രങ്ങൾ. അത്യാകർഷകമായ കലംകാരി, ചന്ദേരി, കാഞ്ചീപുരം, പട്ടോള, ജറി വർക്ക്, ടൈ ആന്റ് ഡൈ, ബനാറസി സാരികളും കേരളത്തിന്റെ മുണ്ടും നേര്യതുമൊക്കെ ആഢ്യത്വത്തിന്റെ അവസാനവാക്കുകളായിരുന്നു. കേരളവും കൈത്തറിയുടെ കാര്യത്തിൽ മുന്നിലാണ്. തിരുവിതാംകൂറിലെ അവിട്ടം തിരുനാൾ ബാലരാമവർമ്മ മഹാരാജാവിന്റെ ആവശ്യപ്രകാരം 1800-ന്റെ ആരംഭത്തിൽ ദിവാൻ ഉമ്മിണിത്തമ്പി തമിഴ്നാട്ടിൽനിന്ന് നെയ്ത്തുകുടുംബങ്ങളെ കൊണ്ടുവന്ന് ഇവിടെ നെയ്ത്തുശാലകൾ തുടങ്ങി. അവരെ ഇതിനായി പാർപ്പിച്ചത് ബാലരാമപുരത്തായിരുന്നു. കേരളത്തിലെ ആദ്യത്തെ കൈത്തറി ഉല്പ്പന്നമാണ് ബാലരാമപുരം കൈത്തറി സാരി. ഇതുപോലെ മദ്ധ്യകേരളത്തിൽ ചേന്ദമംഗലവും ഉത്തരകേരളത്തിൽ കണ്ണൂരും കോഴിക്കോടും പേരെടുത്തു. പാലക്കാട് സാമൂതിരി കർണ്ണാടകയിൽ നിന്ന് നെയ്ത്തുകാരെ കൊണ്ടുവന്ന് മണ്ണാർക്കാടിന് സമീപമുള്ള കരിമ്പുഴയിൽ താമസിപ്പിക്കുകയും കൈത്തറി വസ്ത്രങ്ങൾ ഉണ്ടാക്കിക്കുകയും ചെയ്തതായി ചരിത്രം പറയുന്നുണ്ട്. പൈതൃകഗ്രാമമായി അറിയപ്പെടുന്ന കരിമ്പുഴ ഇപ്പോഴും കൈത്തറിയിൽ സജീവമാണ്.

എന്നാൽ, കൈത്തറി വ്യവസായം കാലക്രമത്തിൽ ക്ഷയിച്ചു. അദ്ധ്വാനത്തിന് അനുസരണമായ പ്രതിഫലമോ അംഗീകാരമോ ലഭിക്കാതെ വന്നതോടെ പലരും നെയ്ത്ത് ഉപേക്ഷിച്ചു. എങ്കിലും, ലോകത്തുല്പാദിപ്പിക്കുന്ന കൈത്തറിയുടെ 95% ഭാരതത്തിൽ നിന്നാണെന്നത് ഏറെ അഭിമാനകരമാണ്. ഇന്ന് ഇന്ത്യയിൽ കാർഷികമേഖല കഴിഞ്ഞാൽ ഏറ്റവുമധികം ജനങ്ങൾ നേരിട്ടും അല്ലാതെയും ജോലിനോക്കുന്ന ഒരു മേഖലയാണിത്. പരമ്പരാഗതമായ രീതി കൈവെടിയാതെ ആധുനിക രീതികൾ കൂടി ഉൾപ്പെടുത്തി, കൈത്തറി വ്യവസായം ഇന്ന് വികസിച്ചിട്ടുണ്ടെങ്കിലും കടുത്ത പ്രതിസന്ധികളാണ് ഈ മേഖല അഭിമുഖീകരിക്കുന്നത്. ഈ മേഖലയെ പുനരുജ്ജീവിപ്പിക്കാനാണ് കൈത്തറിദിനാചരണം ലക്ഷ്യമിടുന്നത്.

ആഗസ്റ്റ് 9

ക്വിറ്റിന്ത്യാ ദിനം (Quit India Day)

ഇന്ത്യക്കാർക്ക് അധികാരം കൈമാറി ബ്രിട്ടീഷുകാർ ഇന്ത്യ വിട്ടുപോകണമെന്ന ആവശ്യവുമായി, ഗാന്ധിജിയുടെ ആഹ്വാനപ്രകാരം 1942 ഓഗസ്റ്റ് 9-ന് നടന്ന ക്വിറ്റിന്ത്യ (ഇന്ത്യ വിടുക) പ്രക്ഷോഭങ്ങളുടെ ഓർമ്മയ്ക്കായി എല്ലാ വർഷവും ഓഗസ്റ്റ് 9, ദേശീയതലത്തിൽ ക്വിറ്റിന്ത്യാ ദിന

മായി ആചരിക്കുന്നു. ബ്രിട്ടീഷ് ആധിപത്യത്തിൽ നിന്ന് സ്വാതന്ത്ര്യം നേടാനുള്ള ഭാരതീയ ജനതയുടെ പോരാട്ടങ്ങളുടെ വഴി തിരിച്ചുവിട്ട സംഭവമായിരുന്നു ഇത്. ബ്രിട്ടീഷുകാർ ഇന്ത്യയ്ക്ക് സ്വാതന്ത്ര്യം നൽകുകയും ഇന്ത്യ വിട്ടുപോകുകയും ചെയ്തില്ലെങ്കിൽ ഗാന്ധിജിയുടെ നേതൃത്വത്തിൽ ബഹുജനസമരം നടത്തുമെന്ന് ഇന്ത്യൻ നാഷണൽ കോൺഗ്രസ് പ്രവർത്തന സമിതി ഒരു പ്രമേയം പാസ്സാക്കി. ഇത് 1942 ആഗസ്റ്റ് 7, 8 തീയതികളിൽ ബോംബെയിൽ നടന്ന അഖിലേന്ത്യാ കോൺഗ്രസ് കമ്മിറ്റി യോഗത്തിന്റെ അംഗീകാരത്തിന് വച്ചപ്പോൾ ജവഹർലാൽ നെഹ്റു ക്വിറ്റ് ഇന്ത്യാ പ്രമേയം അവതരിപ്പിക്കുകയും സർദാർ വല്ലഭായി പട്ടേൽ അതിനെ പിന്താങ്ങുകയും ചെയ്തു. തുടർന്നാണ് ഗാന്ധിജിയുടെ, പ്രവർത്തിക്കുക അല്ലെങ്കിൽ മരിക്കുക (ഡു ഓർ ഡൈ) എന്ന വിഖ്യാതമായ ആഹ്വാനമുണ്ടായത്. അന്ന് അർദ്ധരാത്രിയിൽ എല്ലാ മുതിർന്ന നേതാക്കന്മാരും അറസ്റ്റ് ചെയ്യപ്പെട്ടു. ഗാന്ധിജിയുടെ ആഹ്വാനം കേട്ട് ആവേശഭരിതരായിരുന്ന ജനങ്ങൾ ഇതോടെ അക്രമാസക്തരായി. ബ്രിട്ടീഷുകാർ വെടിവയ്പ്പും അറസ്റ്റും ഉൾപ്പെടെയുള്ള പ്രതിരോധമാർഗ്ഗങ്ങൾ സ്വീകരിച്ചുവെങ്കിലും സ്വാതന്ത്ര്യത്തിൽ കുറഞ്ഞതൊന്നും സ്വീകാര്യമല്ലെന്ന് പ്രഖ്യാപിച്ചുകൊണ്ട് പ്രക്ഷോഭം മാസങ്ങളോളം തുടർന്നു. ജനങ്ങളിൽ ഐക്യവും ദേശസ്നേഹവും ഊട്ടിയുറപ്പിച്ച ഈ സമരം കലാശിച്ചത് സ്വാതന്ത്ര്യം നൽകാനുള്ള കൂടിയാലോചനകളിലാണ്. അങ്ങനെ, ഇന്ത്യൻ സ്വാതന്ത്ര്യ സമരചരിത്രത്തിൽ നിർണ്ണായകമായ സ്ഥാനമുള്ള സമരത്തിന്റെ സ്മരണ എന്നും നിലനിർത്തുകയാണ് ക്വിറ്റ് ഇന്ത്യ ദിനാചരണം കൊണ്ടുദ്ദേശിക്കുന്നത്.

ആഗസ്റ്റ് 9

ലോക ആദിവാസി ദിനം

(World Tribal Day or International Day of the World's Indigenous People)

ലോകത്തിലെ പ്രാചീന ഗോത്രസമൂഹങ്ങളുടെ ഉന്നമനത്തിനായി ആരംഭിച്ചതാണ് ലോക ആദിവാസി ദിനാചരണം. 1994 മുതൽ ലോകമൊട്ടാകെ ഈ ദിനാചരണം നടക്കുന്നു. ആധുനിക ലോകത്തിന്റെ ആർഭാടങ്ങളും കാപട്യങ്ങളുമൊന്നുമറിയാതെ അവരുടേതായ ഒരു ലോകത്ത് അവർക്ക് മാത്രം സ്വന്തമായ പ്രത്യേക വേഷവും ഭാഷയും ആചാരാനുഷ്ഠാനങ്ങളും ജീവിതരീതികളും പിന്തുടർന്ന് കഴിഞ്ഞുകൂടുന്ന ആദിമ ജനവിഭാഗമാണ് ആദിവാസികൾ അഥവാ ഗോത്രവർഗ്ഗക്കാർ. വ്യത്യസ്ത

കാരണങ്ങളാൽ, പല പ്രാചീന ഗോത്രങ്ങളും ഭൂമുഖത്തു നിന്ന് വേരറ്റു പോയത് ഇരുപതാം നൂറ്റാണ്ടിന്റെ അന്ത്യപാദത്തോടെ ഐക്യരാഷ്ട്ര സഭയുടെ ശ്രദ്ധയിൽപ്പെട്ടു. അവരുടെ സംസ്ക്കാരം സംരക്ഷിക്കുന്നതിനും അവർക്കുനേരെയുണ്ടാകുന്ന കടന്നുകയറ്റം തടയുന്നതിനുള്ള മാർഗ്ഗങ്ങൾ ആവിഷ്ക്കരിക്കുന്നതിനുമായി ആദിവാസിസമൂഹങ്ങൾക്കായുള്ള പ്രവർത്തനസമിതി (United Nations Working Group on Indigenous Populations) രൂപം കൊണ്ടു. 1982-ൽ ജനീവയിൽ, ഇതിന്റെ ആദ്യ സമ്മേളനം നടന്നതിന്റെ അനുസ്മരണമായിട്ടാണ് ആഗസ്റ്റ് 9 ആദിവാസി ദിനാചരണത്തിന് തിരഞ്ഞെടുക്കപ്പെട്ടത്. 70 ലധികം രാജ്യങ്ങളിലുള്ള 370 ദശലക്ഷം ആദിവാസികളുടെ സാമൂഹിക, സാംസ്കാരിക, വിദ്യാഭ്യാസ അവകാശങ്ങൾ സംരക്ഷിക്കാനും അവരെ ചൂഷണത്തിൽ നിന്നും ദാരിദ്ര്യത്തിൽ നിന്നും മോചിപ്പിക്കാനും അവരുടെ നേട്ടങ്ങളും, പ്രകൃതി സംരക്ഷണത്തിനും മറ്റും അവർ നൽകുന്ന സേവനങ്ങളും അംഗീകരിക്കാനുമാണ് ഈ ദിനാചരണം ലക്ഷ്യമിടുന്നത്. ആദിവാസികൾ നേരിടുന്ന പ്രശ്നങ്ങൾ അറിയാനും അവ പരിഹരിക്കാനും ആവശ്യമായ പ്രചാരണ പരിപാടികളും അവബോധക്ലാസ്സുകളും ഇതിന്റെ ഭാഗമായി ലോകമെങ്ങും നടത്തപ്പെടുന്നു.

ആഗസ്റ്റ് 9

നാഗസാക്കി ദിനം (Nagasaki Day)

1945-ൽ ജപ്പാനിലെ നാഗസാക്കിയിൽ അമേരിക്ക അണുബോംബിട്ടതിന്റെ ഓർമ്മപ്പെടുത്തലായി എല്ലാ വർഷവും ആഗസ്റ്റ് 9 നാഗസാക്കി ദിനം ആചരിക്കുന്നു. അളവില്ലാത്തത്ര വിനാശം വിതച്ച ഈ ബോംബാക്രമണത്തിന്റെ നടുക്കുന്ന ഓർമ്മകളുണർത്തുന്ന ഈ ദിനാചരണത്തിലൂടെ യുദ്ധവിരുദ്ധത പ്രചരിപ്പിക്കാനും ലോകസമാധാനം പ്രോത്സാഹിപ്പിക്കാനുമാണ് ലക്ഷ്യമിടുന്നത്.

രണ്ടാംലോകമഹായുദ്ധത്തിൽ, ജർമ്മനി കീഴടങ്ങിയ ശേഷവും കീഴടങ്ങാൻ വിസമ്മതിച്ച ജപ്പാനെ പരാജയപ്പെടുത്താനുള്ള അവസാനമാർഗ്ഗമെന്ന നിലയ്ക്ക് അമേരിക്ക ആഗസ്റ്റ് 6-ന് ഹിരോഷിമയിൽ അണുബോംബ് വർഷിച്ചു. എന്നിട്ടും, കീഴടങ്ങാതെ പിടിച്ചുനിന്ന ജപ്പാന്റെ മേൽ, ദിവസങ്ങളുടെ ഇടവേളയിൽ രണ്ടാമതും അമേരിക്ക ബോംബിട്ടു. ഇത്തവണ, നാഗസാക്കി നഗരത്തിൽ 4630 കിലോ ഞൺ ഭാരവും അത്യുഗ്ര സ്ഫോടകശക്തിയുമുള്ള ഫാറ്റ്മാൻ എന്ന പ്ലൂട്ടോണിയം ബോംബാണ് വർഷിച്ചത്. നിമിഷാർദ്ധംകൊണ്ട് 80,000-ത്തോളം പേരെ ഇത് ചാമ്പലാക്കി.

ആണവവികിരണങ്ങളേറ്റ് അത്രത്തോളമോ അതിലധികമോ പേർ മാരകരോഗങ്ങൾ പിടിപെട്ടും മരിച്ചു. 75-ലധികം വർഷങ്ങൾ കഴിഞ്ഞിട്ടും ആണവവികിരണങ്ങളുടെ ആഘാതങ്ങൾ തുടരുകയും ചെയ്യുന്നു. അതിക്രൂരമായ ഈ സംഭവം ഓർക്കുന്നതോടൊപ്പം ആണവായുധങ്ങൾ സൃഷ്ടിക്കുന്ന ദൂരവ്യാപകമായ ഫലങ്ങളെക്കുറിച്ച് അവബോധം നൽകാനും ഈ ദിനാചരണം ലക്ഷ്യമിടുന്നു.

ആഗസ്റ്റ് 10

അന്താരാഷ്ട്ര ജൈവഡീസൽ ദിനം (International Biodiesel Day)

സസ്യജന്യമോ ജന്തുജന്യമോ ആയ കൊഴുപ്പുകളിൽ നിന്ന് നിർമ്മിക്കുന്ന പരിസ്ഥിതിസൗഹൃദ ഇന്ധനമായ ജൈവഡീസൽ അഥവാ ബയോഡീസലിനെക്കുറിച്ച് അവബോധമുണ്ടാക്കാനായി ആചരിക്കുന്നതാണ് അന്താരാഷ്ട്ര ജൈവഡീസൽദിനം. 1893 ഓഗസ്റ്റ് 10-ന് ആദ്യമായി സസ്യ എണ്ണ ഉപയോഗിച്ച് ഒരു എൻജിൻ പ്രവർത്തിപ്പിച്ചതിന്റെ ഓർമ്മയ്ക്കായി എല്ലാ വർഷവും ആ ദിനത്തിലാണ് ജൈവഡീസൽദിനം ആചരിക്കുന്നത്. റുഡോൾഫ് ഡീസൽ എന്ന ജർമ്മൻ ശാസ്ത്രജ്ഞൻ രൂപകല്പന ചെയ്ത, നിലക്കടലയെണ്ണ കൊണ്ട് പ്രവർത്തിക്കുന്ന എൻജിനാണ് അന്ന് പ്രദർശിപ്പിക്കപ്പെട്ടത്. സസ്യഎണ്ണകളുടെ (മൃഗക്കൊഴുപ്പുകളുടെയും) ഊർജ്ജദായകശേഷി ഉപയുക്തമാക്കാനുള്ള മനുഷ്യന്റെ പരിശ്രമങ്ങൾക്ക് നാന്ദിയായിത്തീർന്നു ഡീസലിന്റെ ഈ എൻജിൻ. ജൈവഡീസലിനെക്കുറിച്ചും അതിന്റെ സ്രോതസ്സുകളായ സസ്യങ്ങളെക്കുറിച്ചുമുള്ള അറിവുകൾ കർഷകർക്ക് പകരാനും തരിശുപറമ്പുകളിൽ ഇത്തരം സസ്യങ്ങളുടെ കൃഷി പ്രോത്സാഹിപ്പിക്കാനും ഈ ദിനാചരണം ലക്ഷ്യമിടുന്നു.

ആഗസ്റ്റ് 12

ദേശീയ ഗ്രന്ഥശാലാദിനം (National Library Day)

ഭാരതത്തിന്റെ ഗ്രന്ഥശാലാദിനമാണ് ഓഗസ്റ്റ് 12. ലൈബ്രറി ആന്റ് ഇൻഫർമേഷൻ സയൻസ് എന്ന പഠനശാഖയുടെ പിതാവെന്നറിയപ്പെടുന്ന പത്മശ്രീ ഡോ.എസ്.ആർ.രംഗനാഥന്റെ ജന്മദിനമാണ് ഗ്രന്ഥശാലാദിനം അഥവാ ലൈബ്രറി ദിനമായി ആചരിക്കുന്നത്. ഗണിതാദ്ധ്യാപകൻ, ഗ്രന്ഥകാരൻ, ലൈബ്രേറിയൻ എന്നീ നിലകളിൽ പ്രശസ്തനായ ശീർകാഴി രാമാമൃത രംഗനാഥൻ എന്ന എസ്.ആർ.രംഗനാഥൻ ഗ്രന്ഥശാലകൾക്കായി ജീവിതം ഉഴിഞ്ഞുവച്ച പണ്ഡിതനായിരുന്നു.

1892 ആഗസ്റ്റ് 12-ന് തമിഴ്നാട്ടിലെ തഞ്ചാവൂരിലെ ശീർകാഴിയിൽ ജനിച്ച അദ്ദേഹം ഗണിതാദ്ധ്യാപകനായിട്ടാണ് ഔദ്യോഗികജീവിതമാരംഭിച്ചത്. എന്നാൽ, പിന്നീട് 1924-ൽ മദ്രാസ് സർവ്വകലാശാലയിലെ ആദ്യത്തെ ലൈബ്രേറിയനായി നിയമിതനാകുകയും അതേത്തുടർന്ന് ലണ്ടനിൽ നിന്ന് ലൈബ്രറി സയൻസിൽ പരിശീലനം നേടുകയും ചെയ്തു. 1925-ൽ മടങ്ങിയെത്തിയ ശേഷം അദ്ദേഹം ഗ്രന്ഥാലയശാസ്ത്രം അഥവാ ലൈബ്രറി സയൻസിനെ അഴിച്ചുപണിഞ്ഞു. ലൈബ്രറികൾ പുസ്തകം സൂക്ഷിപ്പുശാലകൾ മാത്രമല്ലെന്നും പുസ്തകങ്ങൾ വായനക്കാർക്ക് സമയനഷ്ടമുണ്ടാകാതെ എളുപ്പത്തിൽ ലഭ്യമാക്കാനും ഫലപ്രദമായി ഉപയോഗിക്കാനും സൗകര്യമുള്ളയിടങ്ങൾ കൂടിയാകണമെന്നും അദ്ദേഹം മനസ്സിലാക്കി. അതിനായി പുതിയ ഗ്രന്ഥശാലാസമ്പ്രദായങ്ങൾ രൂപീകരിച്ചു. ഇതുമായി ബന്ധപ്പെട്ട് ധാരാളം ലേഖനങ്ങളും പുസ്തകങ്ങളും എഴുതുകയും ചെയ്തു. ഇവയിൽ, ഗ്രന്ഥാലയശാസ്ത്രം സംബന്ധിച്ച അടിസ്ഥാനനിയമങ്ങളും, പുസ്തകങ്ങൾ വർഗ്ഗീകരിക്കുന്നതിനായി രൂപം കൊടുത്ത കോളൻ വർഗ്ഗീകരണ പദ്ധതിയുമാണ് ഏറെ അംഗീകാരം നേടിയത്. ഗ്രന്ഥശാലാശാസ്ത്രത്തിൽ ഗവേഷണവും പരിശീലനവും നല്കാനായി 1962-ൽ ബംഗളൂരുവിലെ ഇന്ത്യൻ സ്റ്റാറ്റിസ്റ്റിക്കൽ ഇൻസ്റ്റിറ്റ്യൂട്ടിൽ ഡോക്യുമെന്റേഷൻ റിസർച്ച് ആന്റ് ട്രെയിനിങ്ങ് സെന്റർ സ്ഥാപിച്ചത് ഇദ്ദേഹമാണ്. പത്മശ്രീ നല്കിയും സ്വന്തം പേരിലുള്ള തപാൽ സ്റ്റാമ്പ് പുറത്തിറക്കിയും ഭാരതം അംഗീകരിച്ച ഈ പ്രതിഭ 1972 സെപ്തംബർ 27-ന് അന്തരിച്ചു.

ആഗസ്റ്റ് 12

ലോക യുവജനദിനം (International Youth Day)

1999 മുതൽ ഓഗസ്റ്റ് 12-ന് ആഗോളതലത്തിൽ യുവജനദിനം ആചരിച്ചുവരുന്നു. ലോകജനതയുടെ പകുതിയോളം 30 വയസ്സിൽത്താഴെയുള്ള യുവജനങ്ങളായതിനാൽ ലോകത്തെ പ്രശ്നങ്ങൾ പരിഹരിക്കാനും സുസ്ഥിരവികസനം നടപ്പാക്കാനും യുവതലമുറയ്ക്കാണ് കൂടുതൽ സാധിക്കുകയെന്ന് വിലയിരുത്തപ്പെടുന്നു. യുവതലമുറ അഭിമുഖീകരിക്കുന്ന പ്രശ്നങ്ങളും വെല്ലുവിളികളും പരിഹരിക്കുന്നതോടൊപ്പം അവർക്ക് അർഹമായ വിദ്യാഭ്യാസവും ആരോഗ്യരക്ഷയും തൊഴിലും സാമ്പത്തിക സഹായങ്ങളും സാമൂഹ്യജീവിതവും ഉറപ്പുവരുത്താനും ഈ ദിനാചരണം ലക്ഷ്യമിടുന്നു. സ്കൂളുകളിലും കോളേജുകളിലും മത്സരങ്ങളും സെമിനാറുകളും പ്രഭാഷണങ്ങളും അതുപോലുള്ള പരിപാടികളും ദിനാചരണത്തിന്റെ ഭാഗമായി നടത്തപ്പെടുന്നു.

ആഗസ്റ്റ് 12

ലോക ആനദിനം (World Elephant Day)

കരയിലെ ഏറ്റവും വലിയ ജീവിയായ ആന വംശനാശഭീഷണി നേരിടുന്നതിനാൽ അവയെയും അവയുടെ ആവാസമേഖലകളെയും സംരക്ഷിക്കാനും ആനകളെപ്പറ്റിയും അവയുടെ പരിസ്ഥിതിപ്രാധാന്യത്തെപ്പറ്റിയും പൊതുജനങ്ങളെ ബോധവൽക്കരിക്കാനുമായി ആഗസ്റ്റ് 12 എല്ലാ വർഷവും രാജ്യാന്തരതലത്തിൽ ആനദിനമായി ആചരിക്കുന്നു. 2012 ആഗസ്റ്റ് 12-നാണ് ആദ്യമായി ഈ ദിനാചരണം നടത്തിയത്. ചലച്ചിത്ര പ്രവർത്തകരായ പട്രീഷ്യ സിംസ്, മൈക്കൽ ക്ലാർക്ക്, തായ്‌ലൻഡിലെ എലിഫന്റ് റീഇൻട്രൊഡക്ഷൻ ഫൗണ്ടേഷൻ സെക്രട്ടറി ജനറൽ ശിവപോൺ ദർദരാനന്ദ എന്നിവർ ചേർന്നാണ് ഈ ദിനാചരണത്തിന് തുടക്കമിട്ടത്.

ആവാസമേഖലകളുടെ വിസ്തൃതി കുറയുന്നതും തുടർച്ച നഷ്ടമാകുന്നതും അവയുടെ സ്വൈരസഞ്ചാരത്തിനും തീറ്റതേടലിനും വിഘാതമാണ്. ഇതോടൊപ്പം, കൊമ്പിനു വേണ്ടി വേട്ടയാടപ്പെട്ടും കാട്ടിൽ നിക്ഷേപിക്കുന്ന പ്ലാസ്റ്റിക്ക് മാലിന്യങ്ങൾ അകത്തു ചെന്ന് ഗുരുതരമായ ആരോഗ്യ പ്രശ്നങ്ങളുണ്ടായും ആനകൾ മരണപ്പെടുന്നുണ്ട്. കാട്ടുറോഡുകളും റെയിൽവേപ്പാളങ്ങളും മുറിച്ചുകടക്കുമ്പോൾ വാഹനങ്ങൾ തട്ടിയും അനേകമെണ്ണം മരിക്കുന്നു. മനുഷ്യനുമായുള്ള സംഘർഷത്തിൽ വർഷം തോറും 100-ലധികം ആനകൾ കൊല്ലപ്പെടുന്നതായി കേന്ദ്ര പരിസ്ഥിതി മന്ത്രാലയത്തിന്റെ കണക്കുകൾ വ്യക്തമാക്കുന്നു. ഇതിൽ നിന്നെല്ലാം ആനകളെ രക്ഷിക്കാനാണ് ആനദിനാചരണം നടത്തുന്നത്.

1973-ൽ ഇന്ത്യയിൽ ആനപിടിത്തം നിയമം മൂലം നിരോധിച്ചു. ഇന്ത്യൻ വന്യജീവി സംരക്ഷണനിയമത്തിന്റെ ഒന്നാം പട്ടികയിൽ ഉൾപ്പെടുത്തിയിരിക്കുന്ന ആനകളുടെ സംരക്ഷണത്തിനായി 1991-ൽ പ്രോജക്ട് എലിഫന്റ് പദ്ധതി ആരംഭിച്ചു. ഇന്ത്യയിൽ ഇപ്പോൾ മൂപ്പതോളം ആന സംരക്ഷണമേഖലകളുണ്ട്.

ആഗസ്റ്റ് 13

ഇടംകൈയ്യന്മാരുടെ രാജ്യാന്തരദിനം (International Left-Handers Day)

ലോകത്താകമാനമുള്ള ഇടംകൈയ്യന്മാർക്ക് വേണ്ടിയുള്ള ദിനമാണ് ആഗസ്റ്റ് 13. ലോക ജനസംഖ്യയുടെ 10-12 ശതമാനത്തോളം വരുന്ന ഇടം

കൈയ്യന്മാർ സമൂഹത്തിൽ നിന്ന് നേരിടുന്ന ഒറ്റപ്പെടലുകൾ ഇല്ലാതാക്കാനും സമാനരായ സഹോദരങ്ങളെ ഓർക്കാനും പരിഗണിക്കാനും അംഗീകരിക്കാനും വേണ്ടിയാണ് ഈ ദിനാചരണം നടത്തുന്നത്. 1976-ൽ, ലെഫ്റ്റ് ഹാൻഡേഴ്സ് ഇന്റർനാഷണൽ എന്ന സംഘടനയുടെ സ്ഥാപകനായ ഡീൻ ആർ കാംപ്ബെൽ എന്ന അമേരിക്കക്കാരനാണ് ഇത്തരമൊരു ദിനാചരണത്തിന് തുടക്കം കുറിച്ചത്. തുടർന്നുള്ള വർഷങ്ങളിലും നടന്നിരുന്ന ദിനാചരണം പിന്നീട്, ലെഫ്റ്റ് ഹാൻഡേഴ്സ് ക്ലബ്ബ് രൂപംകൊണ്ടപ്പോൾ അതിന്റെ ഭാഗമായി 1992 ആഗസ്റ്റ് 13-ന് നടത്തുകയുണ്ടായി. അതിനുശേഷം എല്ലാ വർഷവും ആഗസ്റ്റ് 13 ഇടംകൈയ്യന്മാർക്കായുള്ള ദിനമായി ലോകമെങ്ങും ആചരിച്ചുവരുന്നു. ഇന്ത്യയിലും ഈ ദിനാചരണം നടക്കുന്നുണ്ട്.

ലോകത്ത് വലംകൈയ്യൻമാർക്കാണ് ഭൂരിപക്ഷമെങ്കിലും പ്രശസ്തി നേടിയ അനേകം ഇടംകൈയ്യന്മാരുമുണ്ട്. മുൻ അമേരിക്കൻ പ്രസിഡന്റ് ബരാക് ഒബാമ, മൈക്രോസോഫ്റ്റ് സഹസ്ഥാപകനായ ബിൽ ഗേറ്റ്സ്, ശാസ്ത്രജ്ഞരായ മേരി ക്യൂറി, ഐൻസ്റ്റീൻ, എഴുത്തുകാരായ ഹെലൻ കെല്ലർ, ലൂയിസ് കരോൾ, പ്രധാനമന്ത്രി നരേന്ദ്രമോദി, ചലച്ചിത്ര താരങ്ങളായ അമിതാഭ് ബച്ചൻ, രജനികാന്ത്, വ്യവസായപ്രമുഖൻ രത്തൻ ടാറ്റ, വനിതാ ബോക്സിങ് താരം മേരികോം, ക്രിക്കറ്റർ സച്ചിൻ തെണ്ടുൽക്കർ തുടങ്ങിയവരെല്ലാം ഇടംകൈയ്യരാണ്.

ആഗസ്റ്റ് 14

ലോക പല്ലി ദിനം (World Lizard day)

വന്യജീവികളായ ഉരഗങ്ങളുടെ വിഭാഗത്തിൽ ഉൾപ്പെടുന്ന പല്ലിവർഗ്ഗക്കാർക്കുവേണ്ടിയുള്ള ഒരു ദിനാചരണമാണ് ലോക പല്ലിദിനം. ആഗസ്റ്റ് 14 ആണ് ലോക പല്ലിദിനമായി ആചരിക്കുന്നത്. 2013 മുതൽ ഈ ദിനാചരണം തുടർച്ചയായി നടക്കുന്നുണ്ട്. പക്ഷേ, മറ്റു ദിനാചരണങ്ങൾ പോലെ ഇതിന് വലിയ പ്രചാരം കിട്ടിയിട്ടില്ല. അന്റാർട്ടിക്കയിലൊഴികെ ലോകത്തെല്ലായിടത്തും കാണപ്പെടുന്നതും വലുപ്പത്തിൽ ചെറുതുമായ ഉരഗവർഗ്ഗക്കാരാണ് പല്ലികൾ. ലോകത്താകമാനം 6000-ത്തോളം ജാതി പല്ലികളുണ്ട്. ഗൗളികൾ, അരണകൾ, ഓന്തുകൾ, മരയോന്തുകൾ, ഉടുമ്പുകൾ എന്നിവയെല്ലാം ഈ വിഭാഗത്തിൽപ്പെടുന്നു. പർവ്വതങ്ങളിലും വനങ്ങളിലും മരുഭൂമികളിലും നാട്ടിലും നഗരങ്ങളിലുമെല്ലാം പല്ലികളെ കാണാം. പലയിനം പല്ലികളും വംശനാശഭീഷണി നേരിടുകയാണ്. പല്ലികൾ പലരീതിയിലും മനുഷ്യർക്ക് ഉപകാരികളാണ്. വിളകളെ ആക്രമി

ക്കുന്ന കീടപ്രാണികളുടെ എണ്ണം നിയന്ത്രിച്ചുനിർത്തുന്നതിൽ ഇവയ്ക്ക് നല്ല പങ്കുണ്ട്. പല്ലികളെ മനസ്സിലാക്കാനും അവയുടെ പരിസ്ഥിതി പ്രാധാന്യത്തെക്കുറിച്ച് പൊതുജനങ്ങളെ അറിയിക്കാനുമാണ് ഈ ദിനാചരണം ലക്ഷ്യം വയ്ക്കുന്നത്.

കേരളത്തിൽ 60-ഓളം ജാതി പല്ലിവർഗ്ഗക്കാരെ തിരിച്ചറിഞ്ഞിട്ടുണ്ട്. ഇവയിൽ പലതും കടുത്ത വംശനാശഭീഷണി നേരിടുന്നതായി ശാസ്ത്രലോകം സൂചിപ്പിക്കുന്നു. പലതും പശ്ചിമഘട്ടത്തിലെ ദേശജാതി (എൻഡമിക് സ്പീഷീസുകൾ) കളാണ്. ഇവയുടെ കൂടുതൽ വിവരങ്ങൾ ശാസ്ത്രലോകത്തിന് ഇന്നും അജ്ഞാതമാണ്. ഇവയിൽ പലതിനും വന്യജീവി സംരക്ഷണനിയമത്തിന്റെ പരിരക്ഷ കിട്ടുന്നുമില്ല.

ആഗസ്റ്റ് 14

വിഭജനഭീതി അനുസ്മരണദിനം
(Partition Horrors Remembrance Day)

1947 ആഗസ്റ്റ് 14-ന് നടന്ന ഇൻഡ്യാവിഭജനത്തിന്റെ വേദനകളും യാതനകളും അനുഭവിച്ചവരുടെ ഓർമ്മയ്ക്കായി ആചരിക്കപ്പെടുന്ന ഒരു ദിനമാണ് വിഭജനഭീതി അനുസ്മരണദിനം. 2021-ലാണ് എല്ലാ വർഷവും ആഗസ്റ്റ് 14 വിഭജനഭീതി അനുസ്മരണദിനമായി ആചരിക്കാൻ പ്രധാനമന്ത്രി നരേന്ദ്രമോദി ആഹ്വാനം ചെയ്തത്. വിഭജനവുമായി ബന്ധപ്പെട്ട് വ്യാപകമായി അരങ്ങേറിയ അക്രമങ്ങളും കൊള്ളയും കാരണം ലക്ഷക്കണക്കിന് ജനങ്ങൾക്ക് ജീവനും ജീവിതവും മാനവും സ്വത്തുവകകളും നഷ്ടപ്പെടുകയും സ്വന്തം നാടും വീടും ബന്ധുത്വങ്ങളും വിട്ട് പലായനം ചെയ്യേണ്ടിവരികയും ചെയ്തു. ലഭ്യമായ കണക്കുകൾ പ്രകാരം 20 ലക്ഷം ആളുകൾക്ക് ജീവൻ നഷ്ടപ്പെടുകയും അത്രത്തോളം തന്നെ ആളുകൾ വീടുപേക്ഷിച്ചു പോകുകയും ചെയ്തു. ഇവർ അനുഭവിച്ച ഒറ്റപ്പെടലും ഭീതിയും ദുരിതവും സ്മരിക്കാനാണ് ഈ ദിനാചരണം ലക്ഷ്യമിടുന്നത്. വിവേചനവും ശത്രുതയും ദുഷ്ടവിചാരങ്ങളും ദൂരീകരിക്കാനും ഐക്യവും സാമൂഹികമൈത്രിയും ശക്തിപ്പെടുത്താനും ഈ ദിനാചരണം ലക്ഷ്യമിടുന്നു.

ആഗസ്റ്റ് 15

ഇന്ത്യൻ സ്വാതന്ത്ര്യദിനം (Indian Independence day)

അഞ്ച് നൂറ്റാണ്ടുകളോളം നീണ്ട വിദേശാധിപത്യത്തിന് വിരാമമിട്ട് 1947 ഓഗസ്റ്റ് 15-ന് ബ്രിട്ടീഷുകാരിൽ നിന്ന് ഇന്ത്യ സ്വതന്ത്രമായതിന്റെ ഓർമ്മ പുതുക്കുന്ന ആഘോഷദിനമാണ് ഇന്ത്യൻ സ്വാതന്ത്ര്യദിനം. ഇത് ദേശീയ അവധിദിവസമാണ്. അസ്വാതന്ത്ര്യത്തിന്റെ അന്ധകാരത്തിൽ നിന്ന് സ്വാതന്ത്ര്യത്തിന്റെ വെളിച്ചത്തിലേക്ക് കടക്കാൻ, ഇന്ത്യക്കാരുടെ അചഞ്ചലമായ ഇച്ഛാശക്തിയും അപാരമായ സഹനവും വഴിയൊരുക്കി. ദേശസ്നേഹികളായ അനേകം മനുഷ്യർ ജീവനും ജീവിതവും ത്യജിച്ച് നടത്തിയ നിരന്തരപ്രയത്നങ്ങളുടെ പരിസമാപ്തിയായിരുന്നു സ്വാതന്ത്ര്യലബ്ധി.

സ്വാതന്ത്ര്യദിനാഘോഷത്തിന്റെ ഭാഗമായി ഓഗസ്റ്റ് 14-ന് രാഷ്ട്രപതി രാജ്യത്തെ അഭിസംബോധന ചെയ്യും. സ്വാതന്ത്ര്യപ്രഖ്യാപനത്തിനുശേഷം ചുവപ്പുകോട്ടയിൽ, ആദ്യ പ്രധാനമന്ത്രി ജവഹർലാൽ നെഹ്രു ഇന്ത്യൻ ത്രിവർണ്ണപതാക ഉയർത്തിയതിന്റെ ഓർമ്മയ്ക്കായി എല്ലാ സ്വാതന്ത്ര്യദിനത്തിലും പ്രധാനമന്ത്രി ന്യൂഡൽഹിയിലെ ചുവപ്പുകോട്ടയിൽ പതാക ഉയർത്തിയ ശേഷം രാജ്യത്തെ അഭിസംബോധന ചെയ്യും. പോയ വർഷത്തെ നേട്ടങ്ങളും നിലവിൽ രാജ്യം നേരിടുന്ന പ്രശ്നങ്ങളും ഭാവിയിൽ ചെയ്യാനുദ്ദേശിക്കുന്ന കാര്യങ്ങളുമൊക്കെ ഉൾപ്പെടുത്തിയുള്ള പ്രസംഗത്തിനു ശേഷം അദ്ദേഹം സ്വാതന്ത്ര്യസമരസേനാനികൾക്ക് ആദരാഞ്ജലി അർപ്പിക്കും. തുടർന്ന് ദേശീയഗാനമായ ജനഗണമന ആലപിക്കപ്പെടും. സായുധസേനകളുടെയും അർദ്ധസൈനികവിഭാഗങ്ങളുടെയും പരേഡ് നടത്തും. സ്വാതന്ത്ര്യസമരത്തിന്റെ പ്രധാന ഘട്ടങ്ങളും സാംസ്ക്കാരികപൈതൃകങ്ങളും ഉൾക്കൊള്ളുന്ന പ്രദർശനങ്ങളും നടക്കാറുണ്ട്. രാജ്യത്തുടനീളം ദേശീയപതാക ഉയർത്തുകയും പരേഡുകളും സാംസ്കാരിക പരിപാടികളും അരങ്ങേറുകയും ചെയ്യും. രാജ്യത്തോടുള്ള കൂറിന്റെയും സ്നേഹത്തിന്റെയും പ്രതീകമായി പൗരന്മാർ സ്വന്തം വസ്ത്രങ്ങളിലും വാഹനങ്ങളിലും ജോലിസ്ഥലങ്ങളിലുമൊക്കെ ചെറിയ ത്രിവർണ്ണപതാകകൾ പാറിക്കാറുമുണ്ട്. ഇപ്പോൾ, സ്വന്തം വീടുകളിലും നിയമങ്ങൾ പാലിച്ച് പതാക ഉയർത്താൻ അനുവദിക്കുന്നുണ്ട്.

ആഗസ്റ്റ് 19

ലോക ഫോട്ടോഗ്രഫിദിനം (World Photography Day)

ആഗസ്റ്റ് 19-ന് ലോകമൊട്ടാകെ നടക്കുന്ന ഒരു ദിനാചരണമാണ് ഫോട്ടോഗ്രാഫിദിനം. ഫ്രഞ്ച് ഗവൺമെന്റ് 1839 ആഗസ്റ്റ് 19-ന് ഫോട്ടോ ഗ്രാഫിക്ക് പേറ്റന്റ് നേടിയതിന്റെ ഓർമ്മയ്ക്കായിട്ടാണ് ഈ ദിനാചരണം നടത്തുന്നത്. 1837-ൽ ഫ്രഞ്ചുകാരായ ലൂയി ഡഗറേ, ജോസഫ് നൈസ്ഫോർ എന്നിവർ വികസിപ്പിച്ചെടുത്ത ഡഗറോടൈപ്പ് എന്ന വിദ്യയാണ് ഫോട്ടോ ഗ്രാഫിക്ക് തുടക്കമിട്ടത്. ഫ്രഞ്ച് അക്കാദമി ഓഫ് സയൻസസ് 1839 ആഗസ്റ്റ് 19-ന് ഈ വിദ്യ വിളംബരം ചെയ്യുകയും അതേവർഷം തന്നെ ഫ്രഞ്ച് ഗവൺമെന്റ് ഈ കണ്ടുപിടിത്തത്തിന്റെ പേറ്റന്റ് വിലയ്ക്കുവാങ്ങി ലോക ത്തിന് സമ്മാനമായി സമർപ്പിക്കുകയും ചെയ്തു. 2010 മുതലാണ് ദിനാ ചരണം തുടങ്ങിയത്. ഫോട്ടോഗ്രാഫിയുടെ ശാസ്ത്രവും ചരിത്രവും കലാ പരമായ പ്രാധാന്യവും വിളംബരം ചെയ്യുകയും മാദ്ധ്യമങ്ങൾ വഴി ഫോട്ടോ കൾ പങ്കുവയ്ക്കുകയുമൊക്കെ ചെയ്ത് ഈ ദിനം ആഘോഷിക്കപ്പെ ടുന്നു.

ആഗസ്റ്റ് 20

ദേശീയ സദ്ഭാവനാ ദിനം (Harmony Day)

ഇന്ത്യയിലെ ഏറ്റവും പ്രായം കുറഞ്ഞ പ്രധാനമന്ത്രിയായിരുന്ന രാജീവ്ഗാന്ധിയുടെ ജന്മദിനമായ ഓഗസ്റ്റ് 20 രാജ്യവ്യാപകമായി സദ് ഭാവനാദിവസമായി ആചരിക്കുന്നു. മതത്തിനും ജാതിക്കും ഭാഷയ്ക്കും ദേശത്തിനും അതീതമായി രാജ്യത്ത് അഖണ്ഡതയും സാമുദായിക ഐക്യവും പ്രോത്സാഹിപ്പിക്കാനാണ് ഈ ദിനാചരണം ലക്ഷ്യമിടുന്നത്. സാമുദായിക സൗഹാർദ്ദവും ഐക്യവും സമാധാനവും പ്രചരിപ്പിക്കാൻ മഹത്തായ സംഭാവനകൾ നൽകുന്നവർക്ക് ഈ ദിവസത്തിൽ രാജീവ് ഗാന്ധി ദേശീയ സദ്ഭാവനാ പുരസ്ക്കാരം നൽകപ്പെടുന്നു. 1992 മുതലാണ് ഈ പുരസ്ക്കാരം നൽകിത്തുടങ്ങിയത്.

ആഗസ്റ്റ് 20

ലോക കൊതുകുദിനം (World Mosquito Day)

കൊതുകുകൾ പരത്തുന്ന മലേറിയ, മന്ത്, ഡെങ്കിപ്പനി, മഞ്ഞപ്പനി, ജപ്പാൻജ്വരം, ചിക്കുൻഗുനിയ തുടങ്ങിയ രോഗങ്ങളെക്കുറിച്ച് പൊതുജനങ്ങളിൽ ബോധവൽക്കരണം നടത്താനും കൊതുകുജന്യരോഗങ്ങളിൽ നിന്ന് മനുഷ്യസമൂഹത്തെ രക്ഷിക്കാനുമായി ആചരിക്കുന്ന ദിനാചരണമാണ് ലോക കൊതുകുദിനം. മലമ്പനി അഥവാ മലേറിയ പരത്തുന്നത് അനോഫിലിസ് പെൺകൊതുകുകളാണെന്ന് ആദ്യമായി കണ്ടെത്തിയത്, നൊബേൽസമ്മാനജേതാവും ബ്രിട്ടീഷിന്ത്യൻ ശാസ്ത്രജ്ഞനുമായ സർ റൊണാൾഡ് റോസ് ആണ്. 1897 ഓഗസ്റ്റ് 20-നാണ് ചികിത്സാരംഗത്തെ ഈ സുപ്രധാന കണ്ടുപിടിത്തം നടന്നത്. ഈ ചരിത്രദിനത്തിന്റെ ഓർമ്മയ്ക്കായിട്ടാണ് എല്ലാ വർഷവും ആഗസ്റ്റ് 20 ലോക കൊതുകു ദിനമായി ആചരിക്കുന്നത്. 1902-ലെ ഫിസിയോളജിക്കും മെഡിസിനുമുള്ള നൊബേൽ പുരസ്കാരത്തിന് തന്നെ അർഹനാക്കിയ ഈ കണ്ടുപിടിത്തത്തിന്റെ ഓർമ്മയ്ക്കായി റൊണാൾഡ് റോസ് തന്നെയാണ് ഈ ദിനാചരണം പ്രഖ്യാപിച്ചത്. കൊതുകുകടിയിലൂടെയാണ് മലമ്പനി പകരുന്നതെന്ന് റോസിനു മുമ്പുതന്നെ, അഭിപ്രായപ്പെടുകയും അത് തെളിയിക്കാനുള്ള പരീക്ഷണങ്ങൾ നടത്താൻ റൊണാൾഡ് റോസിനെ പ്രേരിപ്പിക്കുകയും ചെയ്ത ബ്രിട്ടീഷ് ഭിഷഗ്വരൻ സർ പാട്രിക് മാൻസൺ 1899-ൽ സ്ഥാപിച്ച ലണ്ടൻ സ്കൂൾ ഓഫ് ട്രോപ്പിക്കൽ മെഡിസിൻ ആണ് ആണ്ടുതോറും ഈ ദിനാചരണം നടത്തുന്നത്. പൊതുജനാരോഗ്യത്തിലും പകർച്ചവ്യാധികളിലും പ്രത്യേക ശ്രദ്ധയോടെ ഗവേഷണങ്ങൾ നടത്തുന്ന ഈ സ്ഥാപനം ഇപ്പോൾ ലണ്ടൻ സ്കൂൾ ഓഫ് ഹൈജീൻ ആൻഡ് ട്രോപ്പിക്കൽ മെഡിസിൻ എന്നാണ് അറിയപ്പെടുന്നത്.

ആഗസ്റ്റ് 22

വിശ്വസംസ്കൃതദിനം (World Sanskrit Day)

ലോകത്തിലെ ഏറ്റവും പുരാതനമായ ഭാഷകളിലൊന്നാണ് സംസ്കൃതം. ദേവഭാഷയെന്ന് വിളിക്കപ്പെടുന്നതും ഭാരതത്തിന് മാത്രം സ്വന്തമായതുമായ സംസ്കൃതഭാഷ പ്രചരിപ്പിക്കാനും അതുവഴി ഭാരതത്തിന്റെ സാംസ്കാരിക പൈതൃകം കാത്തുസൂക്ഷിക്കാനും അതിന്റെ അന്തഃസത്ത ലോകമെങ്ങും പ്രചരിപ്പിക്കാനും വേണ്ടി ആചരിക്കപ്പെടുന്നതാണ് വിശ്വസംസ്കൃതദിനം. ലോകസംസ്കൃതദിനമെന്നും അറിയപ്പെടുന്ന ഈ ദിനാ

ചരണം നടത്തുന്നത് ഇന്ത്യയുടെ ഔദ്യോഗിക സിവിൽ കലണ്ടറായ ശകവർഷത്തിലെ ശ്രാവണമാസത്തിലെ പൗർണ്ണമിദിനത്തിലാണ്. പ്രാചീനകാലത്ത് അദ്ധ്യയനം തുടങ്ങിയ ഏത് നല്ലകാര്യവും ആരംഭിച്ചിരുന്നത് ശ്രാവണപൂർണ്ണിമ ദിനത്തിലായിരുന്നതിനാലാണ് ദിനാചരണത്തിന് ഈ ദിവസം തന്നെ തിരഞ്ഞെടുത്തത്.

ഗ്രിഗോറിയൻ കലണ്ടറും ശകവർഷ കലണ്ടറും തമ്മിലുള്ള അന്തരം മൂലം എല്ലാ വർഷവും ഒരേ ഇംഗ്ലിഷ് തീയതിക്കല്ല ശ്രാവണപൂർണ്ണിമ വരുന്നത്. അതിനാൽ, സംസ്കൃതദിനത്തിലും വ്യത്യാസം വരും. 2020-ൽ അത് ആഗസ്റ്റ് 3-നും 2021-ൽ ആഗസ്റ്റ് 22 നും 2022-ൽ ആഗസ്റ്റ് 12-നും 2023-ൽ ആഗസ്റ്റ് 31-നുമായിരുന്നു. സംസ്കൃതഭാരതി എന്ന സംഘടനയാണ് ഈ ദിനാചരണത്തിന് പിന്നിൽ പ്രവർത്തിക്കുന്നത്. 1969-ലാണ് എല്ലാ ഭാരതീയഭാഷകളുടെയും മാതാവായ സംസ്കൃതഭാഷയുടെ പഠനം പ്രോത്സാഹിപ്പിക്കുകയും ആ ഭാഷയെ പുനരുജ്ജീവിപ്പിക്കുകയും ചെയ്യുകയെന്ന ലക്ഷ്യത്തോടെ ആദ്യമായി ഇന്ത്യയിൽ സംസ്കൃത ദിനം ആചരിച്ചത്.

ആഗസ്റ്റ് 29

ദേശീയ കായികദിനം (National Sports Day)

ആഗസ്റ്റ് 29 ലോകപ്രശസ്ത ഹോക്കി കളിക്കാരനായ മേജർ ധ്യാൻ ചന്ദിന്റെ ജന്മദിനമാണ്. 1928-ലെ ആംസ്റ്റർഡാം ഒളിമ്പിക്സിലും 1932-ലെ ലോസ് ഏഞ്ചലസ് ഒളിമ്പിക്സിലും 1936-ലെ ബർലിൻ ഒളിമ്പിക്സിലും ഇന്ത്യയ്ക്ക് വേണ്ടി സ്വർണ്ണമെഡലുകൾ നേടി ഇന്ത്യൻ ഹോക്കിയെ ലോകത്തിന്റെ നെറുകയിലെത്തിച്ച ഇദ്ദേഹത്തിനോടുള്ള ആദരസൂചകമായിട്ടാണ് ആഗസ്റ്റ് 29-ന് ഇൻഡ്യയിൽ കായികദിനം ആചരിക്കുന്നത്. അന്നേ ദിവസം, രാഷ്ട്രപതിഭവനിൽ നടക്കുന്ന ചടങ്ങിൽ കായികമേഖലയിലെ പ്രതിഭകളെയും കായിക ടീമുകളെയും പുരസ്ക്കാരങ്ങൾ നൽകി ആദരിക്കാറുണ്ട്. കായികരംഗത്തെ മികവിനുള്ള രാജീവ്ഗാന്ധി ഖേൽ രത്ന പുരസ്ക്കാരം, അർജ്ജുന പുരസ്ക്കാരം, ദ്രോണാചാര്യ പുരസ്ക്കാരം തുടങ്ങിയ ദേശീയ കായികപുരസ്ക്കാരങ്ങൾ ഈ ദിനത്തിലാണ് സമർപ്പിക്കപ്പെടുന്നത്.

1905 ആഗസ്റ്റ് 29-ന് അലഹബാദിലാണ് ധ്യാൻചന്ദ് സിങ്ങ് എന്ന പേരോടെ മേജർ ധ്യാൻചന്ദ് ജനിച്ചത്. വെള്ളക്കാരിൽ നിന്ന് ആ ബാലൻ ഹോക്കികളി കണ്ടുപഠിച്ചു. അച്ഛന്റെ പാത പിന്തുടർന്ന് 16-ാം വയസ്സിൽ സൈനികനായിത്തീർന്ന ശേഷമാണ് അദ്ദേഹം ഹോക്കിയെ ഗൗരവമാ

യിക്കാണാൻ തുടങ്ങിയത്. 1928-ലെ സമ്മർ ഒളിമ്പിക്സ് മുതൽ 1949 വരെ 570 ഗോളുകൾ നേടിയ അദ്ദേഹത്തിന്റെ ആത്മകഥയുടെ പേര് പോലും 'ഗോൾസ്' എന്നാണ്. 1936-ലെ ബർലിൻ ഒളിമ്പിക്സിലെ അദ്ദേഹത്തിന്റെ പ്രകടനം കണ്ട്, അഡോൾഫ് ഹിറ്റ്ലർ ജർമ്മനിയിൽ കേണൽ പദവി വാഗ്ദാനം ചെയ്യുകയുണ്ടായി. അത് നിരസിച്ച് മടങ്ങിയ അദ്ദേഹത്തിന് സ്വാതന്ത്ര്യാനന്തരം ഭാരതസർക്കാർ മേജർ പദവി നൽകി.

നാലു കൈകളും ഓരോ കൈയിലും ഓരോ ഹോക്കിസ്റ്റിക്കുമുള്ള രീതിയിൽ അദ്ദേഹത്തിന്റെ ഒരു പ്രതിമ വിയന്നയിൽ സ്ഥാപിച്ചിട്ടുണ്ട്. ഹോക്കിയിലെ ഇതിഹാസമെന്നും ഹോക്കി മാന്ത്രികനെന്നും വിശേഷിപ്പിക്കപ്പെടുന്ന ഇദ്ദേഹത്തിന്റെ ആദരാർത്ഥം ഏർപ്പെടുത്തിയതാണ് കായികമേഖലയിലെ സമഗ്രസംഭാവനയ്ക്ക് നൽകുന്ന അത്യുന്നതപുരസ്ക്കാരമായ ധ്യാൻചന്ദ് പുരസ്ക്കാരം.

ആഗസ്റ്റ് 30

ദേശാന്തര തിമിംഗലസ്രാവ് ദിനം (International Whale Shark Day)

ആഗസ്റ്റ് 30 ദേശാന്തര തിമിംഗലസ്രാവ് ദിനമാണ്. സമുദ്ര ആവാസ വ്യവസ്ഥകളുടെ ആരോഗ്യത്തിലും സുസ്ഥിരതയിലും നിർണ്ണായക പങ്കു വഹിക്കുന്നതും ഏറ്റവുമധികം ജീവഭീഷണി നേരിടുന്ന സമുദ്രജീവിയെന്ന് ഐ.യു.സി.എൻ. വിലയിരുത്തുന്നതുമായ തിമിംഗലസ്രാവുകളെന്ന മത്സ്യഭീമന്മാരെപ്പറ്റി അവബോധമുണർത്താനായി 2012 മുതൽ ലോകമൊട്ടാകെ ഈ ദിനാചരണം നടന്നുവരുന്നു. മാംസത്തിനും ചിറകുകൾക്കും വേണ്ടി ക്രമാതീതമായി വേട്ടയാടപ്പെടുന്നതിനാൽ ഇവയുടെ എണ്ണം കുറഞ്ഞുവരുന്ന സാഹചര്യത്തിലാണ് ഈയൊരു ദിനാചരണം തുടങ്ങിയത്.

ആഗസ്റ്റിലെ മൂന്നാം ശനിയാഴ്ച

ലോക തേനീച്ചദിനം (World Honey Bee Day)

ആഗസ്റ്റിലെ മൂന്നാമത്തെ ശനിയാഴ്ച ലോകമെങ്ങും തേനീച്ച ദിനമായി ആചരിക്കുന്നു. 2009 ഓഗസ്റ്റ് 22-ന് അമേരിക്കയിലെ ഒരു കൂട്ടം തേനീച്ച ക്കർഷകരാണ് തേനീച്ച അവബോധദിനം (National Honey Bee Awareness Day) എന്ന പേരിൽ ഈ ദിനാചരണത്തിന് തുടക്കം കുറിച്ചത്. വിളകളിൽ പരാഗണത്തിന് സഹായിക്കുന്നത് വഴി ഭക്ഷ്യമേഖലയ്ക്ക് അതുല്യമായ സേവനം കാഴ്ചവയ്ക്കുന്ന പ്രാണികളായ തേനീച്ചകളെക്കുറിച്ചുള്ള അറിവുകൾ ജനങ്ങൾക്ക് പകർന്നുനൽകാനും

അവയെ വളർത്താനുള്ള താല്പര്യം ജനിപ്പിക്കാനുമായിരുന്നു ഇത് സംഘടിപ്പിച്ചത്. പിന്നീടിത് ആഗോളതലത്തിലുള്ള ദിനാചരണമായി മാറുകയും പേര് ലോക തേനീച്ച ദിനം (World Honey Bee Day) എന്നാക്കുകയും ചെയ്തു. 2010 മുതലാണ് ദിനാചരണം ആഗസ്റ്റിലെ മൂന്നാമത്തെ ശനിയാഴ്ചയാക്കിയത്.

സെപ്തംബർ 2

ലോക നാളികേരദിനം (World Coconut day)

സെപ്റ്റംബർ 2 ലോകമൊട്ടാകെ നാളികേരദിനമായി ആചരിച്ചു വരുന്നു. വേണ്ടവണ്ണം ഉപയോഗപ്പെടുത്തിയാൽ ദാരിദ്ര്യനിർമ്മാർജ്ജനത്തിന് ഏറെ സഹായകമാവുന്ന നാളികേരവൃക്ഷത്തിന്റെ ഗുണഗണങ്ങൾ പ്രചരിപ്പിക്കുക, നാളികേരകൃഷിയും അനുബന്ധവ്യവസായങ്ങളും പ്രോത്സാഹിപ്പിക്കുക, ഇത്തരം വ്യവസായങ്ങളിൽ മുതൽമുടക്കാൻ അംഗരാജ്യങ്ങളെ പ്രേരിപ്പിക്കുക എന്നിവയൊക്കെയാണ് ഈ ദിനാചരണത്തിന്റെ ലക്ഷ്യങ്ങൾ. ലോകത്തിലെ തെങ്ങുകൃഷിയുള്ള മിക്കവാറും എല്ലാ രാജ്യങ്ങളും അംഗങ്ങളായ ഏഷ്യൻ ആന്റ് പസഫിക് കോക്കനട്ട് കമ്മ്യൂണിറ്റി (APCC) എന്ന രാജ്യാന്തര സംഘടനയുടെ സ്ഥാപകദിനമാണ് സെപ്റ്റംബർ 2.

ഏഷ്യൻ രാജ്യങ്ങളായ ഇന്ത്യ, ഇൻഡൊനേഷ്യ, ഫിലിപ്പൈൻസ് എന്നിവ ചേർന്ന് 1968 ഡിസംബർ 12-ന് ഏഷ്യൻ കോക്കനട്ട് കമ്മ്യൂണിറ്റി എന്ന ഒരു സംഘടന സ്ഥാപിക്കുന്നതിന് തീരുമാനമെടുത്തു. 1969 സെപ്റ്റംബർ 2-ന് ഇൻഡൊനേഷ്യയിലെ ജക്കാർത്ത ആസ്ഥാനമായി സംഘടന നിലവിൽ വന്നു. പിന്നീട്, ഏഷ്യയ്ക്ക് പുറത്തുള്ള രാജ്യങ്ങളും അംഗങ്ങളായതോടെ ഇതിന്റെ പേര് ഏഷ്യൻ ആന്റ് പസഫിക് കോക്കനട്ട് കമ്മ്യൂണിറ്റി എന്ന് മാറ്റുകയുണ്ടായി. ഐക്യരാഷ്ട്രസഭ ഇക്കണോമിക് ആന്റ് സോഷ്യൽ കമ്മീഷൻ ഫോർ ഏഷ്യ ആന്റ് ദ പസഫിക് (UN-ESCAP)-ന് കീഴിലുള്ള ഈ സംഘടനയിൽ ഇപ്പോൾ ഇൻഡ്യ, ഇൻഡൊനേഷ്യ, ഫിലിപ്പൈൻസ്, ശ്രീലങ്ക, ഫിജി, മൈക്രോനേഷ്യ, മലേഷ്യ,പാപ്പുവ ന്യൂഗിനിയ, മാർഷ്യൽ ദ്വീപുകൾ, സോളമൻ ദ്വീപുകൾ, തായ്‌ലാന്റ്, ടോംഗ, വന്വാറ്റൂ, വിയറ്റ്നാം, സമോവ, കിരിബാറ്റി എന്നിങ്ങനെ 16 രാജ്യങ്ങൾ അംഗങ്ങളാണ്. ലോകത്തിലെ ആകെ നാളികേരോല്പാദനത്തിന്റെയും ഉല്പന്ന വിപണനത്തിന്റെയും 90 ശതമാനവും നടക്കുന്നത് ഈ സംഘടന വഴിയാണ്.

സെപ്റ്റംബർ 5

ദേശീയ അദ്ധ്യാപകദിനം (National Teacher's Day)

ഭാരതത്തിൽ അദ്ധ്യാപകദിനമായി ആചരിക്കുന്ന ദിവസമാണ് സെപ്റ്റംബർ 5. വിദ്യാർത്ഥികളെ വിജയത്തിന്റെ പാതയിലേക്ക് നയിക്കുന്ന അദ്ധ്യാപകരെ ആദരിക്കുന്നതിനായിട്ടാണ് ഈ ദിനാചരണം. ഭാവി വാഗ്ദാനങ്ങളായ വിദ്യാർത്ഥികൾക്ക് ശരിയായ വിദ്യാഭ്യാസവും മാർഗ്ഗ നിർദ്ദേശങ്ങളും നൽകി അവരെ ഉത്തമപൗരന്മാരായി വളർത്തുന്ന അദ്ധ്യാ പകസമൂഹത്തെ പ്രകീർത്തിക്കാനും ആദരിക്കാനുമുള്ള ദിവസമാണിത്. അന്നേ ദിവസം, രാജ്യത്ത് അദ്ധ്യാപനത്തിൽ മികവ് തെളിയിക്കുന്ന അദ്ധ്യാപകർക്ക് രാഷ്ട്രപതി പുരസ്ക്കാരങ്ങൾ നൽകും. തങ്ങളുടെ ശോഭ നമായ ഭാവി രൂപപ്പെടുത്തുന്നതിൽ അദ്ധ്യാപകർക്കുള്ള പങ്ക് മനസി ലാക്കാൻ വിദ്യാർത്ഥികൾക്ക് ഈ ദിനാചരണം വഴിയൊരുക്കുന്നു. സ്വന്തം പ്രയത്നങ്ങൾ അംഗീകരിക്കപ്പെടുന്നതിന്റെ ചാരിതാർത്ഥ്യം അദ്ധ്യാപ കർക്കുമുണ്ടാവുന്നു. ഭാരതത്തിന്റെ ആദ്യ ഉപരാഷ്ട്രപതിയും രണ്ടാമത്തെ രാഷ്ട്രപതിയുമായിരുന്ന ഡോ.സർവ്വേപ്പള്ളി രാധാകൃഷ്ണന്റെ ജന്മദിന മാണ് അദ്ധ്യാപകദിനമായി ആചരിച്ചുവരുന്നത്.

അദ്ധ്യാപകനും പ്രഭാഷകനും എഴുത്തുകാരനും തത്വചിന്തകനുമായി രുന്ന ഡോ.രാധാകൃഷ്ണൻ തമിഴ്നാട്ടിലെ തിരുത്തണി എന്ന സ്ഥലത്ത് 1888 സെപ്റ്റംബർ 5-നാണ് ജനിച്ചത്. തത്വചിന്താപരമായ ഗ്രന്ഥങ്ങൾ രചിച്ച അദ്ദേഹം ഭാരതീയ തത്വചിന്ത പാശ്ചാത്യർക്ക് മനസ്സിലാക്കിക്കൊ ടുക്കുന്നതിൽ വിജയിച്ചു. ഏറ്റവുമധികം കാലം ഉപരാഷ്ട്രപതിയായി രാഷ്ട്രത്തെ സേവിച്ച അദ്ദേഹമാണ് ആ പദവിയിൽ നിന്ന് രാഷ്ട്രപതി പദവിയിലെത്തിയ ആദ്യ വ്യക്തി. 1962-ൽ രാഷ്ട്രപതിപദം ഏറ്റതിന്റെ ആഹ്ലാദം ആഘോഷിക്കാൻ ഗുരുവിന്റെ ജന്മദിനമായ സെപ്റ്റംബർ 5 നിശ്ചയിച്ച്, അനുവാദം തേടിയ വിദ്യാർത്ഥികളോട് ആ ദിനം അദ്ധ്യാപക ദിനമായി ആഘോഷിക്കാൻ നിർദ്ദേശിച്ചത്, മനസ്സുകൊണ്ട് എന്നും അദ്ധ്യാ പകനായിരുന്ന അദ്ദേഹം തന്നെയാണ്.

സെപ്റ്റംബർ 8

ലോക സാക്ഷരതാദിനം (International Literacy Day)

ലോകത്തിലെ അക്ഷരജ്ഞാനമില്ലാത്ത എല്ലാ മനുഷ്യർക്കും അക്ഷ രാഭ്യാസം നൽകുക എന്ന ലക്ഷ്യത്തോടെ, ലോകമെങ്ങും ആചരിക്കുന്ന ഒരു അന്താരാഷ്ട്രദിനമാണ് സാക്ഷരതാദിനം. നിരക്ഷരരെ സാക്ഷരരാ

ക്കേണ്ടതിന്റെ ആവശ്യകത ജനങ്ങളെ ബോദ്ധ്യപ്പെടുത്താനും സാക്ഷരതാപ്രവർത്തനങ്ങളിൽ പൊതുജനപങ്കാളിത്തവും സഹകരണവും ഉറപ്പാക്കാനുമായി എല്ലാ വർഷവും സെപ്റ്റംബർ 8 ലോകസാക്ഷരതാദിനമായി ആചരിക്കുന്നു. നിരക്ഷരതാനിർമ്മാർജ്ജനത്തെക്കുറിച്ചു പഠിക്കാൻ 1965-ൽ ഇറാനിലെ ടെഹ്റാനിൽ യുനെസ്‌ക്കോ വിളിച്ചുചേർത്ത വിവിധ അംഗരാജ്യങ്ങളിലെ വിദ്യാഭ്യാസമന്ത്രിമാരുടെ പൊതുസമ്മേളനത്തിലാണ്, സമ്മേളനം തുടങ്ങിയ ദിനമായ സെപ്റ്റംബർ 8 ലോകത്തെല്ലാവർക്കും വിദ്യാഭ്യാസം ലഭ്യമാക്കാനുള്ള ദിനമായി ആചരിക്കണമെന്നുള്ള ആശയം ഉടലെടുത്തത്. 1966-ൽ യുനെസ്‌ക്കോ ഈ ശിപാർശ അംഗീകരിക്കുകയും ലോകത്ത് ഒരു നിരക്ഷരനും അവശേഷിക്കാത്ത കാലം വരെ ആഗോളതലത്തിൽ ഈ ദിനാചരണം നടത്തണമെന്ന് നിർദ്ദേശിക്കുകയും ചെയ്തു. 1967-ലാണ് ആദ്യ ദിനാചരണം നടന്നത്. ആഗോളതലത്തിൽ വിദ്യാഭ്യാസത്തിന്റെ പ്രാധാന്യം ബോദ്ധ്യപ്പെടുത്തുകയാണ് ലോകസാക്ഷരതാദിനത്തിന്റെ ലക്ഷ്യം. 2020-ലെ കണക്കനുസരിച്ച് കേരളമാണ് സാക്ഷരതയിൽ ഇൻഡ്യയിൽ ഒന്നാം സ്ഥാനത്ത് നിൽക്കുന്നത്.

സെപ്റ്റംബർ 11

വനരക്തസാക്ഷി ദിനം (Forest Martyrs' day)

വനം-വന്യജീവി സംരക്ഷണപ്രവർത്തനങ്ങൾക്കിടയിൽ ജീവത്യാഗം സംഭവിച്ച വനപാലകരെ ഓർക്കാൻ വേണ്ടിയുള്ള ദേശീയദിനാചരണമാണിത്. എല്ലാ വർഷവും സെപ്തംബർ 11 ആണ് ദേശീയ വനരക്തസാക്ഷി ദിനമായി ആചരിക്കുന്നത്. കേന്ദ്ര വനം-പരിസ്ഥിതി മന്ത്രാലയത്തിന്റെ നിർദ്ദേശപ്രകാരം 2013 മുതലാണ് രാജ്യമൊട്ടാകെ ഈ ദിനാചരണം തുടങ്ങിയത്. കേരളത്തിൽ, 2018-ലെ ഈ ദിനാചരണത്തിന്റെ ഭാഗമായി തിരുവനന്തപുരത്തെ വനം ആസ്ഥാനത്ത് ഗാന്ധിപ്രതിമയുടെ അടുത്തായി 400 ചതുരശ്ര അടിയിൽ, മൂന്ന് മീറ്റർ ഉയരത്തിൽ ഒരു രക്തസാക്ഷിസ്തൂപം നിർമ്മിക്കുകയുണ്ടായി. വെങ്കലവും കന്യാകുമാരി ജില്ലയിലെ മൈലാടിയിൽ നിന്നുള്ള കൃഷ്ണശിലയും ഉപയോഗിച്ചാണ് മനോഹരമായ ഈ സ്തൂപം നിർമ്മിച്ചിരിക്കുന്നത്.

വന്യജീവികളെ മാത്രമല്ല, വനംകൊള്ളക്കാരെയും ചന്ദനക്കടത്തുകാരെയും കൂടി നേരിടാൻ മനസാ തയ്യാറെടുത്തുകൊണ്ട്, നിരായുധരായി, ജീവൻ പണയം വച്ച് വനത്തിലേക്ക് പോകുന്ന വനപാലകരുടെ സേവനം ലോകത്തിനാകെ മാതൃകയാണ്. ഇത്തരക്കാരെ ഓർക്കാനും അവരോടുള്ള ആദരവ് പ്രകടിപ്പിക്കാനും അവരുടെ സേവനങ്ങൾ പ്രകീർത്തിക്കാനും അവരുടെ കുടുംബത്തിന് സാന്ത്വനം പകരാനും ഈ ദിനാചരണം ലക്ഷ്യമിടുന്നു.

സെപ്റ്റംബർ 14

ദേശീയ ഹിന്ദി ദിവസം (National Hindi Day)

ഹിന്ദി രാഷ്ട്രഭാഷയായി അംഗീകരിച്ചതിന്റെ ഓർമ്മയ്ക്കായി 1953 മുതൽ, സെപ്റ്റംബർ 14-ന് ദേശീയതലത്തിൽ ഹിന്ദിദിവസം ആചരിക്കപ്പെടുന്നു. ബ്രിട്ടീഷുകാർ ഏർപ്പെടുത്തിയ ഇംഗ്ലിഷിന് പകരം ഭാരതത്തിൽ ഏറ്റവുമധികം ആളുകൾ സംസാരിക്കുന്ന ഭാഷയായ ഹിന്ദി സ്വതന്ത്രഭാരതത്തിലെ ഔദ്യോഗികഭാഷയാക്കാൻ വ്യോഹാർ രാജേന്ദ്ര സിൻഹ എന്ന ഭാഷാവിദഗ്ദ്ധന്റെ നേതൃത്വത്തിൽ, ഹസാരി പ്രസാദ് ദ്വിവേദി, കാകാ കലേൽക്കർ, മൈഥിലീശരൺ ഗുപ്ത, സേഥ് ഗോവിന്ദ് ദാസ് എന്നീ സാഹിത്യകാരന്മാർ നടത്തിയ ശ്രമങ്ങളുടെ ഫലമായാണ് ഹിന്ദിക്ക് ഔദ്യോഗികഭാഷയെന്ന പദവി ലഭ്യമായത്. വ്യോഹാർ രാജേന്ദ്ര സിൻഹയുടെ അൻപതാം ജന്മദിനമായ 1949 സെപ്റ്റംബർ 14-നാണ് ഭാരത സർക്കാർ ഇതു സംബന്ധിച്ച പ്രഖ്യാപനമിറക്കിയത്. പിന്നീട്, 1950 ജനുവരി 26-ന് നിലവിൽ വന്ന ഇൻഡ്യൻ ഭരണഘടനയുടെ ആർട്ടിക്കിൾ 343 പ്രകാരം ദേവനാഗരി ലിപിയിലുള്ള ഹിന്ദിഭാഷ, ഇംഗ്ളിഷിനൊപ്പം ഭാരതത്തിന്റെ ഔദ്യോഗികഭാഷയായി പ്രഖ്യാപിക്കപ്പെട്ടു.

വിദ്യാഭ്യാസസ്ഥാപനങ്ങളിലും കേന്ദ്രസർക്കാരിന് കീഴിലുള്ള സ്ഥാപനങ്ങളിലുമൊക്കെ ഹിന്ദിദിനം വിവിധപരിപാടികളോടെ ആഘോഷിക്കാറുണ്ട്. ഈയവസരത്തിലാണ് രാഷ്ട്രഭാഷയുടെ വികാസത്തിനും പ്രചാരത്തിനും വേണ്ടി പ്രവർത്തിക്കുന്നവർക്കുള്ള രാഷ്ട്രഭാഷാപുരസ്ക്കാരങ്ങൾ നൽകുന്നത്. ഈ മേഖലയിലെ വ്യക്തികൾക്ക് രാഷ്ട്രഭാഷാ ഗൗരവ് പുരസ്ക്കാരവും സ്ഥാപനങ്ങൾക്കും ഡിപ്പാർട്ട്മെന്റുകൾക്കും രാഷ്ട്രഭാഷാ കീർത്തി പുരസ്ക്കാരവുമാണ് നൽകുന്നത്.

സെപ്റ്റംബർ 18

ലോക മുളദിനം (World Bamboo Day)

പുല്ലുവർഗ്ഗത്തിലെ ഏറ്റവും വലിയ സസ്യമായ മുളകൾക്കായി ആചരിക്കപ്പെടുന്ന ദിനമാണ് ലോകമുളദിനം. എല്ലാ വർഷവും സെപ്റ്റംബർ 18 ആണ് ഇതിനായി മാറ്റിവച്ചിരിക്കുന്നത്. വൈവിദ്ധ്യമാർന്ന ഉപയോഗങ്ങളുള്ള മുളകളുടെ പാരിസ്ഥിതിക പ്രസക്തിയും ബഹുമുഖമായ ഉപയോഗയോഗ്യതകളും ലോകമൊട്ടാകെ പ്രചരിപ്പിക്കുവാൻ ഒരു ദിനാചരണം വേണമെന്ന് നിർദ്ദേശിച്ചത് 2005-ൽ രൂപംകൊണ്ട വേൾഡ്

ബാംബൂ ഓർഗനൈസേഷനാണ്. 2009 സെപ്റ്റംബറിൽ തായ്‌ലൻഡ് തലസ്ഥാനമായ ബാങ്കോക്കിൽ കൂടിയ എട്ടാമത് ലോക മുളസമ്മേളനത്തിൽ (വേൾഡ് ബാംബൂ കോൺഗ്രസ്സ്) സെപ്റ്റംബർ 18 ആഗോളതലത്തിൽ മുളദിനമായി ആചരിക്കാൻ തായ് സർക്കാരിന്റെ റോയൽ ഫോറസ്റ്റ് ഡിപ്പാർട്ടുമെന്റ് ആഹ്വാനം ചെയ്തു. അതിനുശേഷം, പരിസ്ഥിതി സംരക്ഷിക്കാനും നാമിന്നുപയോഗിക്കുന്ന പല വസ്തുക്കൾക്കും പകരം വയ്ക്കാനും യോജിച്ച പ്രകൃതിസൗഹൃദ വസ്തുവായും ഭക്ഷ്യവസ്തുവായും ഔഷധമായും പ്രാധാന്യമുള്ള മുളയുടെ സാദ്ധ്യതകൾ പ്രചരിപ്പിക്കാനായി ഈ ദിനാചരണം ലോകമൊട്ടാകെ നടന്നുവരുന്നു.

സെപ്റ്റംബർ 21

ലോക അൽഷീമേഴ്സ് ദിനം (World Alzheimer's Day)

സെപ്റ്റംബർ 21 ലോകവ്യാപകമായി അൽഷീമേഴ്സ് ദിനമായി ആചരിക്കുന്നു. ഓർമ്മ നഷ്ടപ്പെടുന്ന രോഗമായ അൽഷീമേഴ്സിനെക്കുറിച്ചുള്ള ബോധവൽക്കരണമാണ് ഈ ദിനാചരണത്തിന്റെ ലക്ഷ്യം. അൽഷീമേഴ്സിന്റെ പൊതുവായ പ്രാരംഭലക്ഷണങ്ങൾ, അതിന്റെ പരിണാമം, രോഗികളുടെ പരിചരണം എന്നിവയെക്കുറിച്ചൊക്കെ ചിന്തിക്കാനും അതിനുവേണ്ടി പ്രവർത്തിക്കാനുമുള്ള ദിവസമാണിത്. 1994-ലാണ് ആദ്യ ദിനാചരണം നടന്നത്. 1901-ൽ ജർമ്മൻ മാനസികരോഗവിദഗ്ദ്ധനായ അലോയ്സ് അൽഷീമർ കണ്ടെത്തിയ ഒരുതരം മറവിരോഗമായ ഇതിന്റെ കാരണങ്ങൾ ഇതുവരെ വൈദ്യശാസ്ത്രത്തിന് വ്യക്തമായി മനസ്സിലാക്കാൻ സാധിച്ചിട്ടില്ല. ഇത് ചികിത്സിച്ച് ഭേദമാക്കാനുള്ള മാർഗ്ഗങ്ങളും ഇതുവരെ കണ്ടെത്തിയിട്ടില്ല. ലോകത്താകമാനം ഇത്തരം രോഗികൾ കൂടിവന്നതോടെ അവരെ സഹായിക്കാനും പിന്തുണയ്ക്കാനുമായി 1980-ൽ അൽഷീമേഴ്സ് അസോസിയേഷൻ നിലവിൽ വന്നു. ഇതിന്റെ ആഭിമുഖ്യത്തിൽ 1984-ൽ രൂപംകൊണ്ട അൽഷീമേഴ്സ് ഡിസീസ് ഇന്റർനാഷണൽ എന്ന രാജ്യാന്തര എൻ.ജി.ഒ. യുടെ പത്താം വാർഷികസമ്മേളനത്തിലാണ് സെപ്റ്റംബർ 21 അൽഷീമേഴ്സ് ദിനമായി ആചരിക്കാനുള്ള തീരുമാനമുണ്ടായത്. അങ്ങനെ, 1994 മുതൽ എല്ലാ വർഷവും മുടങ്ങാതെ ദിനാചരണം നടന്നുവരുന്നു.

സെപ്റ്റംബർ 22

ലോക കാറില്ലാദിനം (World Car Free Day)

മോട്ടോർവാഹനങ്ങൾ മൂലമുണ്ടാകുന്ന വായുമലിനീകരണവും ശബ്ദ മലിനീകരണവും കുറയ്ക്കുന്നതിനായി എല്ലാ വർഷവും സെപ്റ്റംബർ 22 ആഗോളതലത്തിൽ കാറില്ലാദിനമായി ആചരിക്കുന്നു. ഫോസിൽ ഇന്ധനങ്ങൾ ലാഭിക്കാനും കാർബൺ ഡൈ ഓക്സൈഡ് ബഹിർഗ്ഗമനവും അതുവഴി ഹരിതഗൃഹപ്രഭാവവും, കുറയ്ക്കാനും ആണ്ടിൽ ഒരു ദിവസമെങ്കിലും വാഹന ഉടമകൾ കാർ ഉൾപ്പെടെയുള്ള മോട്ടോർ വാഹനങ്ങൾ ഒഴിവാക്കണമെന്ന് ഈ ദിനം ആഹ്വാനം ചെയ്യുന്നു. ജീവിതശൈലീരോഗങ്ങൾ തടയുന്നതിന് കാൽനടയാത്രയും സൈക്കിൾ യാത്രയും പ്രോത്സാഹിപ്പിക്കുകയെന്നതും ഈ ദിനാചരണത്തിന്റെ ലക്ഷ്യമാണ്.

രാജ്യത്തുണ്ടായ ഇന്ധനക്ഷാമത്തിന് പരിഹാരമെന്നോണം 1956-ൽ ബെൽജിയവും നെതർലാന്റ്സുമാണ് ആദ്യ കാറില്ലാ ഞായറാഴ്ചകൾ നടപ്പാക്കിയത്. ഇവ ഉൾപ്പെടെയുള്ള മറ്റു ചില രാജ്യങ്ങളിലും ചില കാലങ്ങളിൽ കാറില്ലാ ഞായറാഴ്ചകൾ നടപ്പാക്കിയിരുന്നെങ്കിലും ഇത് ആണ്ടിലെ എല്ലാ ഞായറാഴ്ചയും ആചരിച്ചിരുന്നില്ല. ഇന്ധനക്ഷാമവും മലിനീകരണവും വർദ്ധിച്ചുവരുന്ന സാഹചര്യത്തിൽ ഇത്തരം ദിവസങ്ങൾ ലോകമൊട്ടാകെ ആചരിക്കണമെന്ന ആശയം മുന്നോട്ടുവച്ചത് ഫ്രാൻസിസ് എറിക് ബ്രിട്ടൺ എന്ന അമേരിക്കക്കാരനാണ്. 1994 ഒക്ടോബറിൽ സ്പെയിനിലെ ടോലിഡോയിൽ നടന്ന ഇന്റർനാഷണൽ ആക്സസ്സിബിൾ സിറ്റീസ് കോൺഫറൻസിൽ മുഖ്യപ്രഭാഷണം നടത്തവേയാണ് ഈയൊരു ആശയം എറിക് ബ്രിട്ടൺ അവതരിപ്പിച്ചത്. തൊട്ടടുത്ത വർഷം മുതൽ ചില രാജ്യങ്ങളിൽ ദിനാചരണം നടന്നു വന്നു. ദിനാചരണം ആഗോളതലത്തിൽ വ്യാപിച്ചത് 2000-ത്തിലാണെന്ന് പറയാം. ഇപ്പോൾ, ഒട്ടേറെ രാജ്യങ്ങളിൽ ഈ ദിനാചരണം നടക്കുന്നു. പ്രധാന റോഡുകളിലൂടെ സൈക്ലിങ്ങും സ്കേറ്റിങ്ങും നടത്തിയും കൂട്ടത്തോടെ പാട്ടുപാടി നടന്നും മറ്റും ഈ ദിനം ആഘോഷിക്കപ്പെടുന്നു.

സെപ്റ്റംബർ 27

ലോക വിനോദസഞ്ചാരദിനം (World Tourism Day)

സെപ്റ്റംബർ 27 ആഗോള വിനോദസഞ്ചാരദിനമാണ്. ഐക്യരാഷ്ട്ര സഭാ ലോക വിനോദസഞ്ചാര സംഘടന(യു.എൻ. വേൾഡ് ടൂറിസം ഓർഗനൈസേഷൻ) യുടെ ആഹ്വാനപ്രകാരമാണ് ഈ ദിനാചരണം നട

ക്കുന്നത്. ലോകജനതയെ വിനോദസഞ്ചാരത്തിന്റെ സാമൂഹ്യ-സാമ്പത്തിക -രാഷ്ട്രീയ-സാംസ്ക്കാരിക മൂല്യങ്ങൾ ബോദ്ധ്യപ്പെടുത്തിക്കൊടുക്കുകയാണ് ഇതിന്റെ ഉദ്ദേശ്യം.

വിനോദസഞ്ചാരമേഖലയിൽ രാജ്യാന്തരസഹകരണം ഉറപ്പുവരുത്താനുള്ള പ്രവർത്തനങ്ങളുടെ തുടർച്ചയായി ഇന്റർനാഷണൽ കോൺഗ്രസ് ഓഫ് ഒഫീഷ്യൽ ടൂറിസ്റ്റ് ട്രാഫിക്ക് അസോസിയേഷൻസ് എന്ന പേരിൽ 1925-ൽ ഹേഗ് ആസ്ഥാനമാക്കി ഒരു സംഘടന രൂപം കൊണ്ടിരുന്നു. അതേത്തുടർന്ന് 1947-ൽ നിലവിൽ വന്ന ഇന്റർനാഷണൽ യൂണിയൻ ഓഫ് ഒഫീഷ്യൽ ട്രാവൽ ഓർഗനൈസേഷൻ എന്ന സംഘടനയാണ് 1970-ൽ, ആഗോള വിനോദസഞ്ചാരരംഗത്ത് ഒരു നാഴികക്കല്ലായി മാറിയ യു.എൻ. വേൾഡ് ടൂറിസം ഓർഗനൈസേഷൻ (UNWTO) എന്ന സംഘടനയായി മാറിയത്. മാഡ്രിഡ് ആസ്ഥാനമായ ഇതിന്റെ നിയമാവലികൾ അംഗീകരിക്കപ്പെട്ട ദിവസത്തിന്റെ ഓർമ്മയ്ക്കായി 1980 മുതലാണ് വിനോദസഞ്ചാരദിനാചരണം തുടങ്ങിയത്. 1997 മുതൽ, ഓരോ വർഷവും ഓരോ വ്യത്യസ്ത പ്രമേയവുമായി ഓരോ വ്യത്യസ്ത രാജ്യങ്ങളാണ് UNWTO- യുടെ ആഭിമുഖ്യത്തിൽ ഈ ദിനാചരണത്തിന് ആതിഥേയത്വം വഹിക്കുന്നത്. 2003 മുതൽ ആതിഥേയത്വത്തിന് UNWTO ഒരു ക്രമം നിശ്ചയിച്ചിട്ടുണ്ട്. അതനുസരിച്ച് 2006-ൽ യൂറോപ്പും 2007-ൽ ദക്ഷിണേഷ്യയും 2008-ൽ അമേരിക്കയും 2009-ൽ ആഫ്രിക്കയും 2011-ൽ മദ്ധ്യപൂർവ്വദേശവുമാണ് ദിനാഘോഷം സംഘടിപ്പിച്ചത്. 2019-ൽ ഇൻഡ്യയായിരുന്നു ആതിഥ്യം വഹിച്ചത്.

സെപ്റ്റംബർ 28

ലോക പേപ്പട്ടിവിഷ നിവാരണദിനം (World Rabies Day)

പേപ്പട്ടിവിഷ നിവാരണദിനം സെപ്റ്റംബർ 28-ന് ലോകമൊട്ടാകെ ആചരിച്ചുവരുന്നു. സഹപ്രവർത്തകയായ എമിലി റോക്സിനൊപ്പം റാബീസ് അഥവാ പേപ്പട്ടിവിഷത്തിന് പ്രതിരോധമരുന്ന് (വാക്സിൻ) കണ്ടുപിടിക്കുകയും ആദ്യമായി അത് രോഗികളിൽ കുത്തിവയ്ക്കുന്ന സമ്പ്രദായം പരീക്ഷിക്കുകയും ചെയ്ത ലൂയി പാസ്ചർ എന്ന ഫ്രഞ്ച് സൂക്ഷ്മ ജീവിശാസ്ത്രജ്ഞനോടുള്ള ആദരസൂചകമായി അദ്ദേഹത്തിന്റെ ചരമദിനമാണ് ദിനാചരണത്തിനായി നിശ്ചയിച്ചിരിക്കുന്നത്.

1822 ഡിസംബർ 27-ന് ജനിച്ച പാസ്ചർ 1895 സെപ്റ്റംബർ 28-നാണ് അന്തരിച്ചത്. രസതന്ത്രം, സൂക്ഷ്മാണുശാസ്ത്രം എന്നീ വിഷയങ്ങളിൽ പ്രഗത്ഭനായിരുന്ന ഇദ്ദേഹമാണ് പകർച്ചവ്യാധികൾക്ക് കാരണം സൂക്ഷ്മാണുക്കളാണെന്ന് തെളിയിച്ചത്. വെള്ളത്തെ ഭയക്കുന്ന ലക്ഷണങ്ങൾ കാണിക്കുന്നതിനാൽ ഹൈഡ്രോഫോബിയ എന്നും അറിയപ്പെടുന്ന പേപ്പട്ടി വിഷബാധയേറ്റ ഒമ്പത് വയസ്സുകാരൻ ജോസഫ് മീസ്റ്ററിലാണ് പാസ്ചർ പേപ്പട്ടിവിഷ പ്രതിരോധമരുന്നിന്റെ ആദ്യ കുത്തിവയ്പ്പ് പരീക്ഷിച്ച് വിജയിച്ചത്. പേപ്പട്ടിവിഷബാധയെക്കുറിച്ചും അതിനുള്ള പ്രതിരോധമാർഗ്ഗങ്ങളെക്കുറിച്ചും ജനങ്ങളിൽ അവബോധമുണർത്തുകയാണ് ദിനാചരണത്തിന്റെ ലക്ഷ്യം.

സെപ്റ്റംബർ 29

ലോക ഹൃദയദിനം (World Heart Day)

മനുഷ്യന്റെ ഭ്രൂണാവസ്ഥ മുതൽ മരണം വരെ തുടർച്ചയായി പ്രവർത്തിച്ച് ശരീരത്തിലെ കോടാനുകോടി കോശങ്ങളെ പ്രവർത്തനനിരതമായി കാത്തുസൂക്ഷിക്കുന്ന ഹൃദയത്തെക്കുറിച്ച് ചിന്തിക്കാനുള്ള അവസരമാണ് അന്താരാഷ്ട്ര ഹൃദയദിനമായ സെപ്റ്റംബർ 29. ലോകഹൃദയാരോഗ്യദിനമെന്നും അറിയപ്പെടുന്ന ഈ ദിനാചരണത്തിന് മുൻകൈയെടുത്തത് സ്വിറ്റ്സർലന്റിലെ ജനീവ കേന്ദ്രമായി പ്രവർത്തിക്കുന്ന വേൾഡ് ഹാർട്ട് ഫെഡറേഷനാണ്. ശാരീരികാരോഗ്യത്തിന്റെ അടിസ്ഥാനമാണ് ആരോഗ്യമുള്ള ഹൃദയം. പുകയില ഉപയോഗവും അനാരോഗ്യകരമായ ഭക്ഷണരീതികളും ശാരീരിക നിഷ്ക്രിയത്വവും നിയന്ത്രിച്ച് ഹൃദയം ആരോഗ്യമുള്ളതായി നിലനിർത്തിയാൽ ജീവനും ജീവിതവും സുദൃഢമായിത്തീരുമെന്ന് ലോകജനതയെ ഉദ്ബോധിപ്പിക്കാനാണ് എല്ലാ വർഷവും ഹൃദയദിനമാചരിക്കുന്നത്. At the heart of health എന്നതാണ് ഇതിന്റെ ആപ്തവാക്യം. ഹൃദയസംബന്ധമായ രോഗങ്ങളാണ് മനുഷ്യരുടെ ജീവൻ കവരുന്നതിൽ ഏറ്റവും മുന്നിലെന്ന ഭീകരസത്യം ലോകത്തോട് വിളിച്ചുപറയാനായിട്ടാണ് ഈ ദിനാചരണം തുടങ്ങിയത്. ആദ്യത്തെ ദിനാചരണം നടന്നത് 2000 സെപ്റ്റംബർ 24-നായിരുന്നു. വേൾഡ് ഹാർട്ട് ഫെഡറേഷനോടൊപ്പം ലോകാരോഗ്യസംഘടനയും യുനെസ്കോയും സഹകരിച്ചാണ് ഇപ്പോൾ ഹൃദയദിനമാചരിക്കുന്നത്. 2011 വരെ സെപ്റ്റംബറിലെ അവസാന ഞായറാഴ്ചയായിരുന്നു ഇതിനായി തിരഞ്ഞെടുത്തിരുന്നത്. എന്നാൽ, 2012 മുതൽ ദിനാചരണം സെപ്റ്റംബർ 29-ലേക്ക് മാറ്റി.

ഒക്ടോബർ 1

അന്താരാഷ്ട്ര വയോജനദിനം (International Day of Older Persons)

എല്ലാ വർഷവും ഒക്ടോബർ ഒന്ന് ലോകമെങ്ങും വയോജനദിനമായി ആചരിച്ചുവരുന്നു. ഐക്യരാഷ്ട്ര പൊതുസഭ 1990 ഡിസംബർ 14-നാണ് ഒക്ടോബർ ഒന്ന് ലോകവയോജനദിനമായി പ്രഖ്യാപിച്ചത്. അതനുസരിച്ച് 1991-ന് ആദ്യദിനാചരണം നടന്നു. വയോജനങ്ങൾ സമൂഹത്തിന് നൽകിയിട്ടുള്ള സംഭാവനകൾ പ്രകീർത്തിക്കാനും ലോകത്ത് അവരുടെ പ്രാധാന്യം എല്ലാവർക്കും ബോദ്ധ്യപ്പെടുത്തിക്കൊടുക്കാനുമാണ് ഈ ദിനാചരണം. അവർ അഭിമുഖീകരിക്കുന്ന ശാരീരികവും മാനസികവുമായ പ്രശ്നങ്ങൾക്ക് പരിഹാരം കാണാനും അവർക്ക് അർഹിക്കുന്ന സ്നേഹവും പരിഗണനയും ഉറപ്പുവരുത്താനും ഈ ദിനാചരണം ലക്ഷ്യമിടുന്നു. വാർദ്ധക്യം ജീവിതത്തിലെ അനിവാര്യതയാണ്. നമുക്ക് മുമ്പേ നടന്നുപോയ ഇവരാണ് നമ്മുടെ പാത തെളിച്ചത്. ശാരീരികവും മാനസികവുമായ അവശതകൾ പ്രായം കടക്കുമ്പോൾ എല്ലാവരെയും ബാധിക്കും. ഈ ഓർമ്മപ്പെടുത്തൽ കൂടിയാണ് ഓരോ വയോജനദിനവും. വയോജനങ്ങളെ ആദരിക്കാനും അവരുടെ സേവനങ്ങൾ നന്ദിയോടെ സ്മരിക്കാനുമുള്ള അവസരമാണിത്.

ഒക്ടോബർ 2

അന്താരാഷ്ട്ര അഹിംസാദിനം (International Day of Nonviolence)

ഭാരതത്തിൽ ഗാന്ധിജയന്തിദിനമായി ആചരിക്കുന്ന ഒക്ടോബർ 2, രാജ്യാന്തരതലത്തിൽ അഹിംസാദിനമായിട്ടാണ് ആചരിക്കുന്നത്. 2003-ലെ നൊബേൽ സമാധാന പുരസ്ക്കാര ജേതാവായ ഷിറിൻ എബാദിയാണ്, അഹിംസയിലധിഷ്ഠിതമായ സമരമാർഗ്ഗങ്ങളിലൂടെ ഭാരതത്തെ സ്വാതന്ത്ര്യത്തിലേക്ക് നയിച്ച മഹാത്മാഗാന്ധിയുടെ ജന്മദിനം ആഗോളതലത്തിൽ അഹിംസാദിനമായി ആചരിക്കണമെന്ന ആശയം മുന്നോട്ടുവച്ചത്. പിന്നീട്, ഇൻഡ്യയും ഇതേ ആവശ്യം മുൻനിർത്തി ഐക്യരാഷ്ട്ര പൊതുസഭയുടെ മുമ്പാകെ പ്രമേയം അവതരിപ്പിച്ചു. 2007 ജൂണിൽ, ഈ ആവശ്യങ്ങൾക്ക് ഐക്യരാഷ്ട്രസഭ അംഗീകാരം നൽകുകയും ആ വർഷം മുതൽ ദിനാചരണം നടത്താൻ അനുമതി നൽകുകയും ചെയ്തു. അഹിംസയുടെ മൂല്യവും പ്രസക്തിയും ലോകത്തെ ബോദ്ധ്യപ്പെടുത്തുകയും വിദ്യാഭ്യാസത്തിലൂടെയും ബോധവൽക്കരണത്തിലൂടെയും അഹിംസയുടെ സിദ്ധാന്തം പ്രചരിപ്പിക്കുകയുമാണ് ഇതിന്റെ ലക്ഷ്യം. സമാധാനവും സഹിഷ്ണുതയും പരസ്പരധാരണയും അഹിംസാ മനോഭാവവും

മനുഷ്യസംസ്കാരമായി വളർത്തിയെടുക്കാൻ ഈ ദിനാചരണം ആഹ്വാനം ചെയ്യുന്നു.

ഒക്ടോബർ 4

ലോക മൃഗക്ഷേമദിനം (World Animal Day)

മൃഗങ്ങളുടെ അവകാശങ്ങൾ സംരക്ഷിക്കാനും അവയുടെ ക്ഷേമം ഉറപ്പാക്കാനുമായി ഒക്ടോബർ 4 ലോകമൊട്ടാകെ മൃഗക്ഷേമദിനമായി ആചരിക്കുന്നു. ഇത് ലോകമൃഗദിനമെന്നും അറിയപ്പെടുന്നു. മൃഗങ്ങളുടെ നേർക്കുള്ള ക്രൂരതകളും പീഡനങ്ങളും അവസാനിപ്പിച്ച്, മനുഷ്യർക്കെന്ന പോലെ മൃഗങ്ങൾക്കും സുഖത്തോടെയും സ്വാതന്ത്ര്യത്തോടെയും ജീവിക്കാൻ കഴിയുന്ന സ്ഥലമാക്കി ഭൂമിയെ മാറ്റാനുള്ള പ്രവർത്തനങ്ങളാണ് ഈ ദിനത്തിൽ നടത്താറുള്ളത്. മൃഗങ്ങളുടെ അവകാശങ്ങളെക്കുറിച്ചും അവയുടെ ക്ഷേമം ഉറപ്പാക്കേണ്ടതിന്റെ ആവശ്യകതയെക്കുറിച്ചും അവബോധം സൃഷ്ടിക്കാനുദ്ദേശിച്ച് ഹെൻറിച്ച് സിമ്മർമാൻ എന്ന ജർമ്മൻ എഴുത്തുകാരനാണ് ലോക മൃഗക്ഷേമ കമ്മിറ്റി രൂപീകരിച്ചതും 1925 മാർച്ച് 24-ന് മൃഗദിനാചരണത്തിന് തുടക്കം കുറിച്ചതും. പിന്നീടുള്ള വർഷങ്ങളിലും ദിനാചരണം തുടർന്നിരുന്നു. 1929 മുതൽ ദിനാചരണം ഒക്ടോബർ 4-ന് ആക്കി. 1931-ൽ, ഇറ്റലിയിലെ ഫ്ളോറൻസിൽ നടന്ന ഇന്റർനാഷണൽ അനിമൽ പ്രൊട്ടക്ഷൻ കോൺഗ്രസ് അംഗീകരിച്ചതോടെ രാജ്യാന്തരതലത്തിൽ ദിനാചരണം തുടങ്ങി.

ഒക്ടോബർ 5

ലോക അദ്ധ്യാപക ദിനം (World Teacher's Day)

ഒക്ടോബർ 5 ലോകമൊട്ടാകെ അദ്ധ്യാപകദിനമായി ആചരിക്കുന്നു. 1994-ലാണ് ആദ്യ ലോക അദ്ധ്യാപകദിനാചരണം നടന്നത്. ലോകത്താകമാനമുള്ള അദ്ധ്യാപകരുടെ തൊഴിൽപരവും വ്യക്തിപരവുമായ സുസ്ഥിതി ഉറപ്പുവരുത്താനും അവരുടെ സേവനങ്ങളെയും, അവർ വിദ്യാർത്ഥിസമൂഹത്തിന് നൽകുന്ന സംഭാവനകളെയും അംഗീകരിക്കാനും പ്രകീർത്തിക്കാനുമായി 1966-ൽ യുനെസ്ക്കോയും അന്താരാഷ്ട്ര തൊഴിൽ സംഘടനയും ചേർന്ന് മാനദണ്ഡങ്ങൾ നിർദ്ദേശിച്ചതിന്റെ ഓർമ്മയ്ക്കായിട്ടാണ് ഈ ദിനാചരണം നടത്തുന്നത്. അദ്ധ്യാപകർ നേരിടുന്ന വെല്ലുവിളികളും കഷ്ടപ്പാടുകളും പരിഹരിക്കാനും അദ്ധ്യാപകരെ ബഹുമാനിക്കുന്ന സംസ്ക്കാരം വളർത്തിയെടുക്കാനും ഈ ദിനാചരണം ലക്ഷ്യമിടുന്നു.

ഒക്ടോബർ 9

ടെറിട്ടോറിയൽ ആർമി ദിനം (Territorial Army Day)

ഭാരതത്തിൽ ഒക്ടോബർ 9 ടെറിട്ടോറിയൽ ആർമി ദിനമായി ആചരിക്കുന്നു. അത്യാവശ്യഘട്ടങ്ങളിൽ പട്ടാളത്തെ സഹായിക്കുന്ന, പട്ടാള പരിശീലനം ലഭിച്ചതും സ്ഥിരം പട്ടാളക്കാരല്ലാത്തതുമായ സാധാരണ പൗരന്മാരുടെ സന്നദ്ധസേനയാണ് ടെറിട്ടോറിയൽ ആർമി. മറ്റ് ജോലിയുള്ളവരും രാജ്യത്തിന്റെ സുരക്ഷയ്ക്കായി സ്വമേധയാ മുന്നോട്ടുവരുന്നവരുമായ വ്യക്തികളാണ് ഇതിലെ അംഗങ്ങൾ. ഇവർ സ്ഥിരമായി സൈനികസേവനം നടത്താറില്ല. യുദ്ധം, പ്രകൃതിദുരന്തങ്ങൾ മുതലായ അടിയന്തരഘട്ടങ്ങളിലും സേനയ്ക്ക് സഹായം ആവശ്യമുള്ള മറ്റ് സന്ദർഭങ്ങളിലുമാണ് ഇവർ സൈനികസേവനത്തിനെത്തുന്നത്. ഇൻഡ്യൻ കരസേനയുടെ സമാന്തരസേനയായി പ്രവർത്തിക്കുന്ന ഈ സേനയിൽ കരസേനയുടേതിന് സമാനമായ റാങ്ക് സംവിധാനങ്ങൾ തന്നെയാണുള്ളത്. കരസേനയിൽ നിന്ന് നിയോഗിക്കുന്ന ലഫ്റ്റനന്റ് ജനറൽ പദവിയുള്ള ഡയറക്ടർ ജനറലാണ് ഇതിന്റെ മേധാവി.

1949 ഒക്ടോബർ 9-ന്, സ്വതന്ത്രഭാരതത്തിന്റെ ആദ്യ ഗവർണ്ണർ ജനറലായിരുന്ന സി.രാജഗോപാലാചാരിയാണ് ടെറിട്ടോറിയൽ ആർമി ഉദ്ഘാടനം ചെയ്തത്. മറ്റ് ജോലികളിലേർപ്പെട്ടിരിക്കുന്നവർക്കും പാർട്ട് ടൈമായി സൈനികസേവനം ചെയ്യാൻ അവസരം നൽകുന്ന ടെറിട്ടോറിയൽ ആർമി ബിൽ 1948-ൽ പാസാക്കിയതിനെത്തുടർന്നായിരുന്നു ഇത്. അന്നു മുതൽ, ഒക്ടോബർ 9 ടെറിട്ടോറിയൽ ആർമി ദിനമായി ആഘോഷിച്ചു വരുന്നു.

ഒക്ടോബർ 9

ലോക തപാൽദിനം (World Post Day)

സ്വിറ്റ്സർലന്റ് തലസ്ഥാനമായ ബേണിൽ 1874-ൽ യൂണിവേഴ്സൽ പോസ്റ്റൽ യൂണിയൻ സ്ഥാപിതമായതിന്റെ ഓർമ്മയ്ക്കായി ഒക്ടോബർ 9 ലോകമൊട്ടാകെ തപാൽദിനമായി ആചരിക്കുന്നു. 1969-ൽ ജപ്പാനിലെ ടോക്കിയോയിൽ നടന്ന, യൂണിയന്റെ രാജ്യാന്തര സമ്മേളനത്തിലാണ് ഒക്ടോബർ 9, തപാൽദിനമായി പ്രഖ്യാപിച്ചത്. അന്നു മുതൽ പുതിയ തപാൽ ഉരുപ്പടികളും സേവനങ്ങളും അവതരിപ്പിക്കാനും തപാൽ സംവിധാനങ്ങൾ പരിഷ്ക്കരിക്കാനും ലക്ഷ്യമിട്ട് ലോകമൊട്ടാകെ ഈ ദിനാചരണം നടന്നുവരുന്നു. സാധാരണ ജനങ്ങളുടെയും ബിസിനസുകാരു

ടെയും നിത്യജീവിതത്തിൽ തപാൽ സംവിധാനത്തിനുള്ള പങ്കിനെക്കുറിച്ചും നാടിന്റെ സാമൂഹിക-സാമ്പത്തിക വികസനത്തിന് ഇത് നൽകുന്ന സംഭാവനയെക്കുറിച്ചും അവബോധമുണ്ടാക്കാൻ ഈ ദിനാചരണം വഴിയൊരുക്കുന്നു.

ഒക്ടോബർ 10

ദേശീയ തപാൽദിനം (National Post Day)

ഒക്ടോബർ 10 ഇൻഡ്യയിൽ ദേശീയ തപാൽദിനമാണ്. ലോക തപാൽദിനമായ ഒക്ടോബർ 9-ന്റെ തുടർച്ചയെന്നോണമാണ് ഈ ദിനാചരണം നടക്കുന്നത്. ഒക്ടോബർ 9 മുതലുള്ള ഒരാഴ്ച ദേശീയ തപാൽ വാരമായും ആചരിക്കുന്നു. ഒന്നര ലക്ഷത്തിലധികം പോസ്റ്റോഫീസുകളുമായി ലോകത്തിലെ ഏറ്റവും വലിയ തപാൽ ശൃംഖലയെന്ന് പേരെടുത്തതാണ് ഭാരതീയ തപാൽ വകുപ്പ്. കേന്ദ്ര വാർത്താവിതരണ മന്ത്രാലയത്തിന് കീഴിൽ പ്രവർത്തിക്കുന്ന ഇത് ഇൻഡ്യാ പോസ്റ്റ് എന്നാണറിയപ്പെടുന്നത്. 1854 ഏപ്രിൽ ഒന്നിനാണ് ഇൻഡ്യയിൽ ഏകീകൃത തപാൽ സംവിധാനം നിലവിൽ വന്നത്. 1976-ൽ ഇൻഡ്യ യൂണിവേഴ്സൽ പോസ്റ്റൽ യൂണിയനിൽ അംഗത്വം നേടി. ഭാരതീയ തപാൽ വകുപ്പിന്റെ സേവനങ്ങളെ അനുസ്മരിക്കാനുള്ള അവസരമാണ് ദേശീയ തപാൽ ദിനാചരണം. സംസ്കാരത്തിലും പാരമ്പര്യത്തിലും ഭൂപ്രകൃതിയിലും വ്യത്യസ്തത പുലർത്തുന്ന ഭാരതത്തിന്റെ വികസനത്തിന് തപാൽ വകുപ്പ് വഹിച്ച പങ്കിനെ പ്രകീർത്തിക്കാൻ ഈയവസരം പ്രയോജനപ്പെടുത്തുന്നു.

ഒക്ടോബർ 10

ലോക മാനസികാരോഗ്യദിനം (World Mental Health Day)

ലോകാരോഗ്യ സംഘടനയുടെ അംഗീകാരത്തോടെ ലോകമെങ്ങും ആചരിക്കുന്ന ഒരു ദിനമാണ് മാനസികാരോഗ്യദിനം. എല്ലാ വർഷവും ഒക്ടോബർ 10-നാണ് ഈ ദിനാചരണം നടക്കുന്നത്. വേൾഡ് ഫെഡറേഷൻ ഓഫ് മെന്റൽ ഹെൽത്ത് എന്ന സംഘടനയുടെ വാർഷിക പരിപാടിയെന്ന നിലയ്ക്ക് 1992-ലാണ് ആദ്യ ദിനാചരണം നടന്നത്. ഒരു പ്രത്യേക തീം ഇല്ലാതെയാണിത് തുടങ്ങിയതെങ്കിലും അതിന് കിട്ടിയ പ്രചാരം കണക്കിലെടുത്ത് 1994 മുതൽ ഓരോ തീം അടിസ്ഥാനമാക്കിയാണ് ദിനാചരണം.

രോഗിയെ മാത്രമല്ല, രോഗിക്ക് ചുറ്റുമുള്ളവരെയും ബുദ്ധിമുട്ടിക്കുന്ന ഒരു രോഗമായ മാനസികരോഗം ലോകത്ത് വർദ്ധിച്ചുവരികയാണ്. ഈയൊരു സാഹചര്യത്തിൽ, സന്തോഷപ്രദമായ ജീവിതത്തിന് മാനസികാരോഗ്യം എത്രത്തോളം പ്രധാനമാണെന്ന് എല്ലാവരെയും ബോദ്ധ്യപ്പെടുത്തുകയും മാനസികാരോഗ്യം നേടാനും നിലനിർത്താനുമുള്ള മാർഗ്ഗങ്ങൾ പിന്തുടരാൻ ഉദ്ബോധിപ്പിക്കുകയുമാണ് ദിനാചരണത്തിന്റെ മുഖ്യലക്ഷ്യം. മാനസികപ്രശ്നങ്ങൾ തിരിച്ചറിയാനും തക്കസമയത്ത് ചികിത്സ തേടാനും ആവശ്യമായ അവബോധവും പ്രചോദനവും സഹായവും നൽകാൻ ലോകജനതയോടുള്ള ആഹ്വാനമാണ് ഓരോ ദിനാചരണവും. മറ്റു രോഗങ്ങൾ പോലെ തന്നെയാണ് മാനസികരോഗമെന്നുള്ളതിനാൽ അത്തരം രോഗികളോടുള്ള സമൂഹത്തിന്റെ കാഴ്ചപ്പാട് മാറ്റേണ്ടത് അനിവാര്യമാണെന്നും മാനസികരോഗം ബാധിച്ചവർ കൂടുതൽ കരുതലും ദയയും പരിഗണനയും അർഹിക്കുന്നുവെന്നും ഇത് ഊന്നിപ്പറയുന്നു.

ഒക്ടോബർ 11

അന്താരാഷ്ട്ര ബാലികാദിനം (International Girl child day)

ലോകമൊട്ടാകെയുള്ള പെൺകുട്ടികൾ നേരിടുന്ന അസമത്വവും ലിംഗവിവേചനവും പൊതുജനശ്രദ്ധയിൽ കൊണ്ടുവരുന്നതിനും അവരുടെ അവകാശങ്ങൾ സംരക്ഷിക്കുന്നതിനുമായി 2012 മുതൽ ഒക്ടോബർ 11 അന്താരാഷ്ട്ര ബാലികാദിനമായി ആചരിക്കപ്പെടുന്നു. പെൺകുട്ടികളുടെ ജീവിതം ദുരിതപൂർണ്ണമാക്കുന്ന ലിംഗവിവേചനത്തിനെതിരെ പൊരുതാനും അടിസ്ഥാന അവകാശങ്ങൾ നേടിയെടുക്കാൻ അവരെ പ്രാപ്തരാക്കാനുമായി ഒരു ദിനം മാറ്റിവയ്ക്കണമെന്ന ആശയം മുന്നോട്ടുവച്ചത് പ്ലാൻ ഇന്റർനാഷണൽ എന്ന എൻ.ജി.ഒ.ആണ്. 2011 ഡിസംബർ 19-ന് ന്യൂയോർക്കിൽ നടന്ന സമ്മേളനത്തിൽ ഐക്യരാഷ്ട്രസംഘടന ഈ ആശയം അംഗീകരിക്കുകയും ഒക്ടോബർ 11 അന്താരാഷ്ട്ര ബാലികാദിനമായി പ്രഖ്യാപിക്കുകയും ചെയ്തു. 2012 മുതലാണ് ഈ ദിനാചരണം തുടങ്ങിയത്.

ഒക്ടോബർ 12

ലോക സന്ധിവാതദിനം (World Arthritis Day)

ഒക്ടോബർ 12 ലോകമൊട്ടാകെ സന്ധിവാതദിനമായി ആചരിക്കുന്നു. സന്ധികളിൽ വേദന, നീർവീക്കം, സന്ധികൾ ചലിപ്പിക്കാനാവാതെ ഉറച്ചു പോകൽ എന്നിവ പ്രധാന ലക്ഷണങ്ങളായിട്ടുള്ള, സന്ധികളെ

ബാധിക്കുന്ന രോഗമായ സന്ധിവാതത്തെക്കുറിച്ച് അവബോധം വളർത്തുകയാണ് ഈ ദിനാചരണത്തിന്റെ ലക്ഷ്യം. പൊതുവെ 65 വയസ്സിന് മുകളിൽ പ്രായമുള്ളവർക്കും വിരളമായല്ലാതെ മറ്റു പ്രായക്കാരിലും കാണപ്പെടുന്ന, റുമാറ്റിക്ക് ആന്റ് മസ്കുലോ സ്കെലിട്ടൽ ഡിസീസസ് എന്ന പൊതുപേരിലറിയപ്പെടുന്ന രോഗമാണ് സന്ധിവാതം. വിവിധതരം സന്ധിവാതരോഗങ്ങളുടെ കാരണങ്ങൾ, ചികിത്സ, പ്രതിരോധം എന്നിവയെക്കുറിച്ചെല്ലാം അറിവ് പകർന്ന് സന്ധിവാതരോഗികളുടെ ജീവിതം സുഖപ്രദമാക്കാൻ ഈ ദിനാചരണം ലക്ഷ്യമിടുന്നു. 1996-ലാണ് ആദ്യദിനാചരണം നടന്നത്. 1988-ൽ രൂപംകൊണ്ട ആർത്രൈറ്റിസ് ആന്റ് റുമാറ്റിസം ഇന്റർനാഷണൽ എന്ന സംഘടനയാണ് ഇതിന് മുൻകൈയെടുത്തത്.

ഒക്ടോബർ 16

ലോക ഭക്ഷ്യദിനം (World Food day)

ലോകജനതയുടെ വിശപ്പകറ്റാൻ ലക്ഷ്യമിട്ട് എല്ലാ വർഷവും ഒക്ടോബർ 16 ആഗോള ഭക്ഷ്യദിനമായി ആചരിക്കുന്നു. ലോകത്ത് എല്ലാവർക്കും ഭക്ഷ്യലഭ്യതയും പോഷകലഭ്യതയും ഉറപ്പാക്കുകയെന്ന ലക്ഷ്യത്തോടെ FAO എന്ന ചുരുക്കപ്പേരിലറിയപ്പെടുന്ന ഭക്ഷ്യ-കാർഷിക സംഘടന നിലവിൽ വന്ന ദിവസത്തിന്റെ ഓർമ്മ പുതുക്കാനാണ് ഈ ദിനാചരണം തുടങ്ങിയത്. 1945 ഒക്ടോബർ 16-നാണ്, ഐക്യരാഷ്ട്രസഭയുടെ പ്രത്യേക സമിതിയെന്ന രീതിയിൽ ഭക്ഷ്യ-കാർഷിക സംഘടന രൂപംകൊണ്ടത്. 1979-ൽ നടന്ന, ഇതിന്റെ ഇരുപതാമത് പൊതുസമ്മേളനത്തിലാണ് ഭക്ഷ്യദിനാചരണം സംബന്ധിച്ച തീരുമാനമുണ്ടായത്. അന്നു മുതൽ ലോകത്തുള്ള 150-ലധികം രാജ്യങ്ങളിൽ ഭക്ഷ്യദിനം ആചരിച്ചുവരുന്നു. ഭക്ഷ്യമേഖല നേരിടുന്ന കമ്മിയെക്കുറിച്ചും കുതിച്ചുകയറുന്ന ഭക്ഷ്യാവശ്യങ്ങളെക്കുറിച്ചും അവബോധമുണർത്താനും, സുസ്ഥിര കൃഷിരീതികൾ നടപ്പാക്കാനും ഉല്പാദിപ്പിക്കപ്പെടുന്ന ഭക്ഷ്യവസ്തുക്കളുടെ ഫലപ്രദമായ വിതരണം സാദ്ധ്യമാക്കാനും ആഹ്വാനം ചെയ്യുന്ന വിവിധ പരിപാടികൾ ഈ ദിവസം ലോകമെമ്പാടും നടത്തുന്നു. ഭക്ഷ്യദുർവ്യയവും ഭക്ഷ്യനഷ്ടവും പരമാവധി കുറച്ച് ലോകത്തിലെ ഓരോ വ്യക്തിക്കും ആവശ്യമായ സുരക്ഷിതഭക്ഷണം ലഭ്യമാക്കാനുള്ള ആഹ്വാനമാണ് ഓരോ ഭക്ഷ്യദിനവും.

2030 ആകുമ്പോഴേക്കും വിശപ്പ് തുടച്ചുമാറ്റുകയെന്ന ലക്ഷ്യത്തോടെ 2012-ൽ ഐക്യരാഷ്ട്രസഭ ആവിഷ്കരിച്ച സീറോ ഹംഗർ ചാലഞ്ച് എന്ന പദ്ധതിയുടെ ലക്ഷ്യസാദ്ധ്യത്തിലേക്കുള്ള ചവിട്ടുപടി കൂടിയാണിത്.

വിശപ്പ് ദൂരീകരിച്ച് നമ്മുടെ ലോകത്തെ മാറ്റിയെടുക്കാൻ ഭക്ഷ്യവസ്തുക്കളുടെ ഉല്പാദനം, സംഭരണം, വിതരണം, ഉപയോഗം എന്നിവയിൽ സമഗ്രമായ മാറ്റങ്ങൾ വരുത്തിയും, ഉല്പാദനം മുതൽ ഉപഭോഗം വരെ സുസ്ഥിരമായ ഭക്ഷ്യസംസ്കാരം അവലംബിച്ചും ഗ്രാമീണമേഖലയിലെ ചെറുകിട ഉല്പാദകരെ പ്രോത്സാഹിപ്പിച്ചും ഭക്ഷ്യനഷ്ടവും ഭക്ഷ്യദുർവ്യയവും പരമാവധി ഒഴിവാക്കിയും ഭക്ഷ്യവസ്തുക്കൾ കൃത്യമായി എല്ലാവർക്കും വിതരണം ചെയ്തും ലോകത്തിന്റെ വിശപ്പ് മാറ്റാനുള്ള ഉത്തരവാദിത്തം ഓരോ വ്യക്തിക്കുമുണ്ടെന്ന ഓർമ്മപ്പെടുത്തലാണ് ഓരോ ഭക്ഷ്യദിനാചരണവും.

ഒക്ടോബർ 20

ലോക സ്ഥിതിവിവരശാസ്ത്രദിനം (World Statistics Day)

ഐക്യരാഷ്ട്രസഭയുടെ സ്റ്റാറ്റിസ്റ്റിക്കൽ കമ്മീഷൻ ഏർപ്പെടുത്തിയ ഒരു ദിനാചരണമാണ് ലോക സ്ഥിതിവിവരശാസ്ത്രദിനം. ഒക്ടോബർ 20-നാണ് ഈ ദിനാചരണം നടക്കുന്നത്. 2010 മുതൽ ഒരോ അഞ്ച് വർഷത്തിലൊരിക്കലും ഇതാചരിക്കുന്നു. കൃത്യതയും വിശ്വാസ്യതയുമുള്ള സ്ഥിതിവിവരക്കണക്കുകൾ ലോകത്തെ നയിക്കുന്നതിലും സുസ്ഥിരവികസനം സാദ്ധ്യമാക്കുന്നതിലും എത്രത്തോളം പ്രധാനമാണെന്ന് ജനങ്ങളെ ബോദ്ധ്യപ്പെടുത്തുകയാണ് ഈ ദിനാചരണത്തിന്റെ ലക്ഷ്യം. ഐക്യരാഷ്ട്രസഭയുടെ സാമ്പത്തികകാര്യ വിഭാഗത്തിന്റെ സ്ഥിതിവിവരശാസ്ത്ര ഉപവിഭാഗമാണ് ദിനാചരണ പരിപാടികൾ ഏകോപിപ്പിക്കുന്നത്.

ഒക്ടോബർ 21

ആഗോള അയഡിൻ അപര്യാപ്തതാ നിവാരണദിനം (Global Iodine Deficiency Disorder Prevention Day)

ആരോഗ്യകരമായ ശാരീരികപ്രവർത്തനങ്ങളിൽ സൂക്ഷ്മമൂലകമായ അയഡിൻ വഹിക്കുന്ന പങ്കിനെക്കുറിച്ചും അതിന്റെ അപര്യാപ്തത മൂലമുണ്ടാകുന്ന വൈകല്യങ്ങളെക്കുറിച്ചും ജനങ്ങൾക്ക് അറിവ് പകരാനും ആരോഗ്യകരമായ ഭക്ഷണശീലങ്ങൾ പിന്തുടർന്ന് അയഡിൻ അപര്യാപ്തതാ രോഗങ്ങൾ ഉന്മൂലനം ചെയ്യാനുമായി, എല്ലാ വർഷവും ഒക്ടോബർ 21 ആഗോളവ്യാപകമായി അയഡിൻ അപര്യാപ്തതാരോഗ നിവാരണദിനമായി ആചരിക്കപ്പെടുന്നു. തൈറോയിഡ് ഗ്രന്ഥിയുടെ പ്രവർ

ത്തനത്തിന് അത്യാവശ്യമായ അയഡിന്റെ അഭാവം തൊണ്ടമുഴ അഥവാ ഗോയിറ്റർ എന്ന രോഗത്തിനും കുട്ടികളിൽ മാനസിക വളർച്ചക്കുറവിനും പല ശാരീരികവൈകല്യങ്ങൾക്കും ഗർഭിണികളിൽ ഗർഭഛിദ്രം, അകാല പ്രസവം എന്നിവയ്ക്കുമൊക്കെ കാരണമാകുന്നു. അയഡിന്റെ അപര്യാപ്തത മൂലം മനുഷ്യർക്കുണ്ടാകുന്ന ആരോഗ്യപ്രശ്നങ്ങൾക്കുള്ള പൊതുവായ പേരാണ് അയഡിൻ അപര്യാപ്തതാ രോഗങ്ങൾ. ലഘുലേഖകളും ടോക്ക്ഷോകളും വിഡിയോ-ഫിലിം-ഫോട്ടോ പ്രദർശനങ്ങൾ, മത്സരങ്ങൾ എന്നിവ വഴിയും മാദ്ധ്യമങ്ങൾ വഴിയും അയഡിന്റെ പ്രാധാന്യം ജനങ്ങളിലെത്തിക്കുകയാണ് ദിനാചരണത്തിന്റെ ലക്ഷ്യം.

ഒക്ടോബർ 23

ദേശീയ ആയുർവ്വേദ ദിനം (National Ayurveda Day)

ആരോഗ്യമുള്ളവർക്കും രോഗികൾക്കും ഒരുപോലെ ഹിതകരമാണ്, ലോകത്തെ ഏറ്റവും പുരാതന ചികിത്സാരീതിയായ ആയുർവ്വേദം. ഭാരതത്തിലാണ് ഈ വൈദ്യവിദ്യ ഉടലെടുത്തത്. രോഗപ്രതിരോധവും ആരോഗ്യസംരക്ഷണവും ലക്ഷ്യമിടുന്ന ഈ ചികിത്സാസമ്പ്രദായം ലോക വ്യാപകമാക്കാനുള്ള ദിനാചരണമാണ് ദേശീയ ആയുർവ്വേദദിനം. ആയുർവ്വേദത്തിന്റെ പിതാവെന്നറിയപ്പെടുന്ന ധന്വന്തരിദേവന്റെ ജന്മദിനമായ ധന്വന്തരി ജയന്തി അഥവാ ധൻതേരസ് ആണ് ഈ ദിനാചരണത്തിന് തീരുമാനിച്ചിരിക്കുന്നത്. ആയുർവ്വേദത്തിന്റെ പ്രാധാന്യവും സിദ്ധാന്തങ്ങളും പ്രചരിപ്പിച്ച് ജനങ്ങളിൽ ഇതിനോടുള്ള താല്പര്യം വർദ്ധിപ്പിക്കുകയാണ് ഈ ദിനാചരണത്തിന്റെ ലക്ഷ്യം. പാർശ്വഫലങ്ങളേതുമില്ലാത്ത ആയുർവേദൗഷധങ്ങളുപയോഗിച്ച് രോഗാതുരത കുറയ്ക്കുകയും രോഗപ്രതിരോധ ശേഷി വർദ്ധിപ്പിക്കുകയും ചെയ്ത് ആരോഗ്യമുള്ള ഒരു ജനതയെ വാർത്തെടുക്കാൻ വേണ്ടി 2016 മുതലാണ് ദിനാചരണം തുടങ്ങിയത്. കേന്ദ്രസർക്കാരിന് കീഴിൽ അലോപ്പതി ഇതര ചികിത്സാസമ്പ്രദായങ്ങൾ പ്രചരിപ്പിക്കുന്നതിനായി രൂപംകൊടുത്ത ആയുഷ്മന്ത്രാലയം (Department of Ayurveda, (A) Yoga and Naturopathy, (Y)Unani(U), Siddha(S) and Homoeopathy (H) ആണ് ഈ ദിനാചരണത്തിന് ചുക്കാൻ പിടിക്കുന്നത്. ദീപാവലിക്ക് രണ്ടുനാൾ മുമ്പാണ് ധന്വന്തരി ജയന്തി. അതിനാൽ, ഓരോ വർഷവും ദിനാചരണത്തിന്റെ തീയതി വ്യത്യസ്തമായിരിക്കും. ഒക്ടോബർ 28 നാണ് ആദ്യ ദിനാചരണം നടന്നത്. 2022-ലെ ദിനാചരണം ഒക്ടോബർ 23നായിരുന്നു.

ഒക്ടോബർ 24

ഐക്യരാഷ്ട്ര ദിനം (United Nations Day)

1948 മുതൽ എല്ലാ വർഷവും ആചരിച്ചുവരുന്ന ഒരു ദിനമാണ് ഐക്യരാഷ്ട്രദിനം. 1947-ൽ ഐക്യരാഷ്ട്ര പൊതുസഭ പ്രഖ്യാപിച്ചതനുസരിച്ച് ഒക്ടോബർ 24-നാണ് ഈ ദിനാചരണം നടക്കുന്നത്. ഐക്യരാഷ്ട്രസഭയുടെ അടിസ്ഥാന ഉടമ്പടിയായ യു.എൻ.ചാർട്ടർ അംഗീകരിക്കപ്പെടുകയും അതിൻപ്രകാരം 1945 ഒക്ടോബർ 24-ന് ഐക്യരാഷ്ട്രസഭ നിലവിൽ വരികയും ചെയ്തതിന്റെ ഓർമ്മ നിലനിർത്തുകയാണ് ഇതിന്റെ ലക്ഷ്യം. ഐക്യരാഷ്ട്ര സഭയുടെ ലക്ഷ്യങ്ങളും പ്രവർത്തനങ്ങളും നേട്ടങ്ങളും വിഷയമാക്കിയുള്ള ചർച്ചകളും സമ്മേളനങ്ങളും പ്രദർശനങ്ങളും ഈ ദിനത്തിൽ അംഗരാഷ്ട്രങ്ങളിൽ നടത്തുന്നു.

ഒക്ടോബർ 24

ലോക വികസന വിവരദിനം
(World Development Information Day)

ഐക്യരാഷ്ട്രദിനവുമായി ബന്ധപ്പെട്ട് അതേ ദിവസം തന്നെ ആചരിക്കുന്ന മറ്റൊന്നാണ് ലോക വികസന വിവരദിനം. 1972-ലാണ് ഐക്യരാഷ്ട്ര പൊതുസഭ ഈ ദിനാചരണം പ്രഖ്യാപിച്ചത്. വാണിജ്യവും വികസനവുമായി ബന്ധപ്പെട്ട പ്രശ്നങ്ങളെ സംബന്ധിച്ച വിവര വിനിമയത്തിനും പൊതുജനാഭിപ്രായ ശേഖരണത്തിനും ഐക്യരാഷ്ട്രസഭാ വാണിജ്യ-വികസന സമ്മേളനം (United Nations Conference on Trade and Development-UNCTAD) മുന്നോട്ടുവച്ച മാർഗ്ഗങ്ങൾ 1972-ൽ ഐക്യരാഷ്ട്ര പൊതുസഭ അംഗീകരിച്ചതിനെത്തുടർന്നാണ് ഇത്തരമൊരു ദിനാചരണത്തിന് ആഹ്വാനമുണ്ടായത്. വികസനവുമായി ബന്ധപ്പെട്ട പ്രശ്നങ്ങളിലേക്ക് പൊതുജനശ്രദ്ധ ആകർഷിക്കാനും അത്തരം പ്രശ്നങ്ങൾ പരിഹരിക്കുന്നതിന് അന്താരാഷ്ട്ര സഹകരണം ശക്തിപ്പെടുത്താനുമാണ് ഈ ദിനാചരണം ലക്ഷ്യമിടുന്നത്. 1973-ലാണ് ആദ്യ ദിനാചരണം നടന്നത്.

ഒക്ടോബർ 29

അന്തർദ്ദേശീയ ഇന്റർനെറ്റ് ദിനം (International Internet Day)

ലോകത്തെ അപ്പാടെ മാറ്റിമറിച്ച കണ്ടുപിടിത്തമാണല്ലോ ഇന്റർനെറ്റ്. രണ്ട് വിദൂര കമ്പ്യൂട്ടറുകളെ ബന്ധിപ്പിക്കുന്ന ഈ സാങ്കേതിക വിദ്യയുടെ പേരിൽ ആചരിക്കുന്ന ദിവസമാണ് അന്തർദ്ദേശീയ ഇന്റർനെറ്റ് ദിനം. എല്ലാ വർഷവും ഒക്ടോബർ 29-നാണ് ഈ ദിനം ആചരിക്കുന്നത്. ആദ്യത്തെ ഇന്റർനെറ്റ് കണക്ഷൻ നടന്നത് 1969 ഒക്ടോബർ 29- നായിരുന്നു. ഇതിന്റെ ഓർമ്മയ്ക്കായി 2005 മുതലാണ് ഇന്റർനെറ്റ് ദിനം ആചരിച്ചുവരുന്നത്. ഇന്റർനെറ്റ് ഉപയോക്താക്കളുടെ കൂട്ടായ്മ (അസോസിയേഷൻ ഓഫ് ഇന്റർനെറ്റ് യൂസേഴ്സ്) ആണ് ഇതിന് നേതൃത്വം കൊടുക്കുന്നത്.

ഒക്ടോബർ 31

രാഷ്ട്രീയ ഏകതാദിനം (National Unity Day)

ഭാരതത്തിൽ ദേശവ്യാപകമായി ഏകതാദിനമായി ആചരിക്കുന്ന ദിവസമാണ് ഒക്ടോബർ 31. സ്വതന്ത്രഭാരതത്തിന്റെ പ്രഥമ ഉപപ്രധാനമന്ത്രിയും പ്രഥമ ആഭ്യന്തരമന്ത്രിയുമായിരുന്ന സർദാർ വല്ലഭായി പട്ടേലിന്റെ ജന്മദിനമാണ് ദേശീയ ഏകതാദിനമായി ആചരിക്കുന്നത്. ഇൻഡ്യയുടെ ഉരുക്കുമനുഷ്യൻ എന്നറിയപ്പെടുന്ന ഈ രാഷ്ട്രനേതാവിനോടുള്ള ആദരസൂചകമായിട്ടാണ് 2014-ൽ, അദ്ദേഹത്തിന്റെ ജന്മദിനം ഏകതാദിവസമായി ആചരിക്കാൻ സർക്കാർ തീരുമാനിച്ചത്. രാജ്യത്തിന്റെ ഐക്യവും അഖണ്ഡതയും കാത്തുരക്ഷിക്കാൻ പ്രതിജ്ഞാബദ്ധരാകാൻ ഈ ദിനാചരണം ആഹ്വാനം ചെയ്യുന്നു.

സ്വാതന്ത്ര്യസമരസേനാനിയും ഇൻഡ്യൻ നാഷണൽ കോൺഗ്രസ്സിന്റെ അനിഷേദ്ധ്യനേതാവുമായിരുന്ന പട്ടേൽ 1875 ഒക്ടോബർ 31-ന് ഗുജറാത്തിലെ നദിയാദിലാണ് ജനിച്ചത്. 1947-ൽ സ്വാതന്ത്ര്യം നേടുമ്പോൾ വിഘടിച്ചു നിന്നിരുന്നതും സ്വയംഭരണാവകാശമുണ്ടായിരുന്നതുമായ 560-ലധികം നാട്ടുരാജ്യങ്ങളെ ഒരുമിപ്പിച്ച് ഐക്യഭാരതം കെട്ടിപ്പടുത്തതിൽ സർദാർ പട്ടേൽ അന്യൂനമായ പങ്കാണ് വഹിച്ചത്. തന്റെ നയതന്ത്രപാടവവും കർമ്മകുശലതയും കൊണ്ട് ഭാരതജനതയെ ഒരു കുടക്കീഴിൽ ഒരുമിപ്പിച്ച ആ അതുല്യപ്രതിഭയുടെ ആദരാർത്ഥം 2018-ലെ ഏകതാദിനത്തിൽ, അദ്ദേഹത്തിന്റെ പടുകൂറ്റൻ പ്രതിമ, ഏകതാപ്രതിമ (സ്റ്റാച്ച്യൂ ഓഫ് യൂണിറ്റി) എന്ന പേരിൽ ഗുജറാത്തിലെ സർദാർ സരോവർ തടാകത്തിലെ ഒരു ചെറുദ്വീപിൽ സ്ഥാപിക്കുകയുണ്ടായി. 182 മീറ്റർ

ഉയരമുള്ള ഏകതാപ്രതിമ നിലവിൽ ലോകത്തിലെ ഏറ്റവും വലിയ പ്രതിമയാണ്.

ഒക്ടോബർ 31

ലോക സമ്പാദ്യദിനം (World Thrift Day/World Savings Day)

ലോകമൊട്ടാകെ ആചരിച്ചുവരുന്ന ഒരു അന്തർദ്ദേശീയ ദിനമാണ് സമ്പാദ്യദിനം. എല്ലാ വർഷവും ഒക്ടോബർ 31-ന് നടക്കുന്ന ഈ ദിനാചരണത്തിന് 1924-ലാണ് തുടക്കമായത്. എന്നാൽ, ഇൻഡ്യയിൽ ഒക്ടോബർ 30 ആണ് സമ്പാദ്യദിനമായി ആചരിക്കുന്നത്. 1924-ൽ ഇറ്റലിയിലെ മിലാനിൽ നടന്ന അന്തർദ്ദേശീയ സേവിങ്സ് ബാങ്ക് കോൺഗ്രസ്സിന്റെ അവസാനദിവസമാണ് അന്തർദ്ദേശീയ സമ്പാദ്യദിനമായി പ്രഖ്യാപിക്കപ്പെട്ടത്. ഫിലിപ്പോ റാവിസ്സ എന്ന ഇറ്റലിക്കാരൻ പ്രൊഫസറാണ് ഈ ദിനാചരണം നിർദ്ദേശിച്ചത്. അതുവരെ ചില രാജ്യങ്ങളിൽ ദേശീയതലത്തിൽ സമ്പാദ്യദിനം ആചരിച്ചിരുന്നുവെങ്കിലും ലോകവ്യാപകമായ ആചരണം തുടങ്ങിയത് 1924-ന് ശേഷമാണ്. വ്യക്തികളുടെയും രാഷ്ട്രത്തിന്റെയും സമ്പദ്വ്യവസ്ഥ ഭദ്രമാക്കുന്നതിൽ മിതവ്യയവും സമ്പാദ്യശീലവും വഹിക്കുന്ന പങ്കിനെക്കുറിച്ച് ലോകജനതയ്ക്ക് അവബോധമുണ്ടാക്കുകയും ജനങ്ങളിൽ സമ്പാദ്യശീലം വളർത്തുകയുമാണ് ഈ ദിനാചരണത്തിന്റെ ലക്ഷ്യം.

ഒക്ടോബർ രണ്ടാം വെള്ളിയാഴ്ച

ലോക മുട്ടദിനം (World Egg Day)

മുട്ടയുടെ പോഷകമൂല്യങ്ങളെക്കുറിച്ച് അറിവ് പകരാനായി ലോകമെങ്ങും ആചരിക്കപ്പെടുന്നതാണ് ആഗോള മുട്ടദിനം. ഒക്ടോബർ മാസത്തിലെ രണ്ടാമത്തെ വെള്ളിയാഴ്ചയാണ് ഇതിനായി തിരഞ്ഞെടുത്തിരിക്കുന്നത്. 13 അവശ്യ പോഷക ഘടകങ്ങളും 9 അവശ്യ അമിനോ അമ്ലങ്ങളും അടങ്ങിയിട്ടുള്ള മുട്ട ആരോഗ്യം നിലനിർത്താൻ വളരെ സഹായകമാണ്. ഉയർന്ന ഗുണനിലവാരമുള്ള ജന്തുജന്യ പ്രോട്ടീൻ നിറഞ്ഞ മുട്ട പോഷകലഭ്യത ഉറപ്പാക്കാനുള്ള ഏറ്റവും ചെലവ് കുറഞ്ഞതും ഏറ്റവും ഫലപ്രദവും സുസ്ഥിരവുമായ ഭക്ഷ്യവസ്തുവാണ്. എവിടെയും ലഭ്യമാണെന്നതും ആർക്കും എളുപ്പത്തിൽ പാകം ചെയ്യാമെന്നതും എളുപ്പം ദഹിക്കുമെന്നതും ഏത് പ്രായക്കാർക്കും ഉപയോഗിക്കാമെന്നതും ഇതിന്റെ മേന്മകളാണ്. മുട്ടയുടെ ഗുണഗണങ്ങളെക്കുറിച്ച് ബോധ

വൽക്കരണം നടത്തി, അതിന്റെ ഉപയോഗം ലോകമെങ്ങും വ്യാപകമാക്കുകയാണ് ദിനാചരണത്തിന്റെ ലക്ഷ്യം.

ആഗോളതലത്തിൽ മുട്ടവ്യവസായവും മുട്ട ഉപയോഗവും പ്രോത്സാഹിപ്പിക്കുവാൻ രൂപംകൊണ്ട ഇന്റർനാഷണൽ എഗ്ഗ് കമ്മീഷൻ എന്ന സംഘടന 1996-ൽ വിയന്നയിലാണ് ലോക മുട്ടദിനാചരണം തുടങ്ങിയത്.

ഒക്ടോബർ രണ്ടാം ശനിയാഴ്ച

ലോക ദേശാടനപ്പക്ഷിദിനം (World Migratory Bird Day)

പാസ്പോർട്ടും വിസയുമൊന്നുമില്ലാതെ, രാജ്യങ്ങളിൽ നിന്ന് രാജ്യങ്ങളിലേക്ക് സഞ്ചരിക്കുന്ന, ദേശാടനപ്പക്ഷികൾക്കായി നീക്കിവച്ചിരിക്കുന്ന ഒരു ദിനമാണ് ഒക്ടോബർ 9. തീറ്റതേടിയും പ്രജനനകേന്ദ്രങ്ങൾ തേടിയും ദേശാന്തരഗമനം നടത്തുന്ന പക്ഷികളെക്കുറിച്ച് അറിവ് പകരാനും പല രീതിയിലുള്ള ഭീഷണികൾ നേരിടുന്ന അവയെ സംരക്ഷിക്കാൻ അന്താരാഷ്ട്ര സഹകരണം ക്ഷണിക്കാനുമായി ഒക്ടോബർ 9 ആഗോളവ്യാപകമായി ദേശാടനപ്പക്ഷിദിനമായി ആചരിക്കുന്നു. ഐക്യരാഷ്ട്രസഭയുടെ പിന്തുണയോടെ, കൺവെൻഷൻ ഓൺ ദ കൺസർവേഷൻ ഓഫ് മൈഗ്രേറ്ററി സ്പീഷീസ് ഓഫ് വൈൽഡ് അനിമൽസ് (ദേശാടനക്കാരായ വന്യജീവികളുടെ സംരക്ഷണത്തിനായുള്ള ഉടമ്പടി), ആഫ്രിക്കൻ -യൂറേഷ്യൻ മൈഗ്രേറ്ററി വാട്ടർബേർഡ് എഗ്രിമെന്റ് (ആഫ്രിക്ക, യൂറേഷ്യ എന്നിവിടങ്ങളിലെ ദേശാടനക്കാരായ നീർപ്പക്ഷികളുടെ സംരക്ഷണത്തിനായുള്ള ഉടമ്പടി) എന്നീ പരിസ്ഥിതി ഉടമ്പടികളുടെ ഭരണസമിതിയാണ് 2006-ൽ ആദ്യമായി അന്തർദ്ദേശീയ ദേശാടനപ്പക്ഷിദിനമെന്ന പേരിൽ ഈ ദിനാചരണം നടത്തിയത്. 2017 ആയപ്പോൾ, എൻവയേൺമെന്റ് ഫോർ ദ അമേരിക്കാസ് എന്ന സംഘടന കൂടി ദിനാചരണത്തിൽ പങ്കാളികളാകുകയും പേര് ലോക ദേശാടനപ്പക്ഷിദിനമെന്ന് മാറ്റുകയും ചെയ്തു.

ഇപ്പോൾ, മേയിലെയും ഒക്ടോബറിലെയും രണ്ടാം ശനിയാഴ്ചകളിലായി ആണ്ടിൽ രണ്ടു തവണ ലോക ദേശാടനപ്പക്ഷിദിനാചരണം നടക്കുന്നുണ്ട്.

നവംബർ 1

കേരളപ്പിറവിദിനം (Kerala Day)

കേരളം എന്ന സംസ്ഥാനം രൂപംകൊണ്ടതിന്റെ ഓർമ്മ പുതുക്കുന്ന ദിനമാണ് കേരളപ്പിറവിദിനം. ഭാഷാടിസ്ഥാനത്തിൽ ഇൻഡ്യൻ സംസ്ഥാനങ്ങളെ പുനഃസംഘടിപ്പിച്ചതിന്റെ ഭാഗമായി, മലയാളം പ്രധാന ഭാഷയായുള്ള പ്രദേശങ്ങൾ കൂട്ടിച്ചേർത്ത് കേരളസംസ്ഥാനം രൂപീകരിച്ചത് 1956 നവംബർ മാസം ഒന്നിനാണ്. തെക്കൻ തിരുവിതാംകൂറിന്റെ ഭാഗമായിരുന്ന തോവാള, അഗസ്തീശ്വരം, കൽക്കുളം, വിളവങ്കോട് എന്നീ നാല് താലൂക്കുകൾ ഒഴികെയുള്ള തിരുക്കൊച്ചി സംസ്ഥാനവും മദ്രാസ് പ്രസിഡൻസിയുടെ ഭാഗമായിരുന്ന മലബാറും തെക്കൻ കാനറ ജില്ലയിൽ ഉൾപ്പെട്ടിരുന്ന കാസർകോട് താലൂക്കും ചേർത്ത് കേരളം രൂപീകരിക്കുമ്പോൾ അഞ്ച് ജില്ലകളാണുണ്ടായിരുന്നത്. അന്ന് ഇൻഡ്യയിലെ ഏറ്റവും ചെറിയ സംസ്ഥാനമായിരുന്നു കേരളം. കേരളസംസ്ഥാനം രൂപം കൊണ്ടതോടെ, തിരുക്കൊച്ചി രാജപ്രമുഖനായിരുന്ന ചിത്തിര തിരുനാൾ ബാലരാമവർമ്മ മഹാരാജാവ് സ്ഥാനമൊഴിഞ്ഞു. പകരം, ഗവർണ്ണർ സംസ്ഥാനത്തിന്റെ തലവനായി.

നവംബർ 5

ലോക സുനാമി അവബോധദിനം (World Tsunami Awareness Day)

ഐക്യരാഷ്ട്ര പൊതുസഭ 2015 ഡിസംബറിൽ പ്രഖ്യാപിച്ചത് പ്രകാരം എല്ലാ വർഷവും നവംബർ 5 ലോക സുനാമി അവബോധദിനമായി ആചരിച്ചുവരുന്നു. അടിക്കടി സുനാമി ഉണ്ടാകാറുള്ളതിനാൽ അത് മുൻകൂട്ടി അറിയാനും ദുരന്തങ്ങൾ ലഘൂകരിക്കാനുള്ള മാർഗ്ഗങ്ങൾ തേടാനും സുനാമിയുടെ ആഘാതങ്ങൾ അതിജീവിച്ച് വിജയങ്ങൾ കൊയ്യാനും പ്രാഗത്ഭ്യം നേടിയിട്ടുള്ള രാജ്യമാണ് ജപ്പാൻ. സുനാമിദിനാചരണമെന്ന ആശയം അവതരിപ്പിച്ചതും ജപ്പാൻ തന്നെയാണ്. 1854-ൽ ജപ്പാനിലുണ്ടായ ഒരു ഭൂകമ്പത്തെത്തുടർന്ന്, സുനാമിയുടെ മുന്നോടിയായി തിരമാലകൾ കടലിന്റെ ഉള്ളിലേക്ക് ക്രമാതീതമായി പിൻവാങ്ങുന്നത് ശ്രദ്ധിച്ച ഒരു കർഷകൻ തന്റെ നെല്പാടങ്ങൾക്ക് തീയിട്ട് അപകടസൂചന നൽകിയത് പ്രകാരം ഗ്രാമവാസികൾ ഉയരമുള്ളയിടങ്ങളിലേക്ക് ഓടിക്കയറി രക്ഷപ്പെട്ട സംഭവത്തിന്റെ ഓർമ്മയ്ക്കായിട്ടാണ് നവംബർ 5 ദിനാചരണത്തിനായി തിരഞ്ഞെടുത്തത്.

ഐക്യരാഷ്ട്രസഭയുടെ ഭാഗമായ യുണൈറ്റഡ് നേഷൻസ് ഓഫീസ് ഫോർ ഡിസാസ്റ്റർ റിസ്ക്ക് റിഡക്ഷൻ അഥവാ യു.എൻ.ഡി.ആർ.ആർ. (UNDRR) നാണ് ഈ ദിനാചരണത്തിന്റെ ചുമതല. 2030 ആകുമ്പോഴേക്കും ലോകത്തെ പകുതിയിലേറെ ജനത വെള്ളപ്പൊക്കവും കൊടുങ്കാറ്റും സുനാമിയും വേട്ടയാടുന്ന തീരദേശങ്ങളിലായിരിക്കും വസിക്കുകയെന്ന് കണക്കാക്കപ്പെടുന്നു. ഈയൊരു സാഹചര്യത്തിൽ, ലോകമൊട്ടാകെ യുള്ള ജനങ്ങൾക്ക് സുനാമിയുണ്ടാക്കുന്ന ആഘാതങ്ങളെപ്പറ്റിയും ഇവ മൂലമുണ്ടാകുന്ന നാശനഷ്ടങ്ങൾ ലഘൂകരിക്കാൻ സുനാമി മുന്നറി യിപ്പുകൾ അനുസരിക്കേണ്ടതിന്റെ ആവശ്യകതയെപ്പറ്റിയും ഇവയെ സംബന്ധിച്ച പരമ്പരാഗത അറിവുകളെപ്പറ്റിയും അവബോധമുണ്ടാക്കു കയാണ് സുനാമി ദിനാചരണത്തിന്റെ ലക്ഷ്യം. 2015 മുതൽ ഈ ദിനാച രണം നടന്നുവരുന്നു.

നവംബർ 7

ദേശീയ അർബ്ബുദ അവബോധദിനം (National Cancer Awareness Day)

ഇൻഡ്യയിൽ, നവംബർ 7 ദേശീയ അർബ്ബുദ അവബോധദിനമായി ആചരിച്ചുവരുന്നു. 2014 സെപ്റ്റംബറിലാണ് കേന്ദ്ര ആരോഗ്യമന്ത്രി ഹർഷ വർദ്ധൻ ഈ ദിനാചരണത്തിന് തുടക്കമിട്ടത്. രാജ്യത്ത് മനുഷ്യജീവൻ കവരുന്നതിൽ ഒന്നാം സ്ഥാനത്ത് നിൽക്കുന്ന രോഗമാണ് അർബ്ബുദം. വർഷംതോറും 12 ലക്ഷത്തിലധികം പുതിയ രോഗികളുണ്ടായിക്കൊണ്ടി രിക്കുന്ന സാഹചര്യത്തിൽ അർബ്ബുദമെന്ന വ്യാധിയെക്കുറിച്ച് ഏവരും മനസ്സിലാക്കിയിരിക്കേണ്ടത് അത്യാവശ്യമാണ്. രോഗം വരാതെ സൂക്ഷി ക്കാനും പ്രാരംഭലക്ഷണങ്ങൾ നിരീക്ഷിച്ച് രോഗം നേരത്തേതന്നെ കണ്ടെത്തി ആവശ്യമായ ചികിത്സ തേടാനും ജനങ്ങളെ പ്രാപ്തരാക്കു കയാണ് ഈ ദിനാചരണത്തിന്റെ ലക്ഷ്യം.

നവംബർ 11

ദേശീയ വിദ്യാഭ്യാസ ദിനം (National Education Day)

സ്വതന്ത്ര ഇൻഡ്യയുടെ ആദ്യ വിദ്യാഭ്യാസമന്ത്രിയായിരുന്ന മൗലാനാ അബുൾ കലാം ആസാദിന്റെ ജന്മദിനമായ നവംബർ 11 ദേശീയ വിദ്യാ ഭ്യാസദിനമായി ആചരിക്കുന്നു. 1947 ഓഗസ്റ്റ് 15 മുതൽ 1958 ഫെബ്രുവരി 2 വരെ അധികാരത്തിലിരുന്ന അദ്ദേഹമാണ് സ്വതന്ത്ര ഇൻഡ്യയിലെ വിദ്യാഭ്യാസ സമ്പ്രദായത്തിന് അടിത്തറയിട്ടത്. ഈ മേഖലയിലെ അദ്ദേ

ഹത്തിന്റെ സംഭാവനകൾ ഉയർത്തിക്കാട്ടുകയെന്ന ലക്ഷ്യം മുൻനിർത്തി 2008 സെപ്റ്റംബർ 11- നാണ് മനുഷ്യവിഭവ വികസന മന്ത്രാലയം ഈ ദിനാചരണം പ്രഖ്യാപിച്ചത്. രാജ്യത്തിന്റെ ഉന്നമനത്തിന് വിദ്യാഭ്യാസം എത്രത്തോളം പ്രധാനമാണെന്ന് ഏവരെയും ബോദ്ധ്യപ്പെടുത്താനുതകുന്ന മത്സരങ്ങളും പ്രദർശനങ്ങളും ബാനറുകളും മുദ്രാവാക്യങ്ങളുമൊക്കെയുണ്ടാക്കി വിദ്യാലയങ്ങളിൽ ഈ ദിനം ആചരിക്കപ്പെടുന്നു.

നവംബർ 12

ദേശീയ പക്ഷിനിരീക്ഷണദിനം (National Bird Watching Day)

എല്ലാ വർഷവും നവംബർ 12 ദേശീയതലത്തിൽ പക്ഷിനിരീക്ഷണദിനമായി ആചരിക്കുന്നു. കേരളത്തിലെ ആദ്യത്തെ പക്ഷിസങ്കേതമായ തട്ടേക്കാട് പക്ഷിസങ്കേതത്തിന്റെ ശില്പിയും ഇൻഡ്യയുടെ പക്ഷിമനുഷ്യനെന്ന് വിശേഷിപ്പിക്കപ്പെടുന്ന ലോകപ്രശസ്ത പക്ഷിശാസ്ത്രജ്ഞനുമായ ഡോ.സാലിം അലിയുടെ ജന്മദിനമാണ് നവംബർ 12. ഇൻഡ്യയിൽ പക്ഷിനിരീക്ഷണത്തിന് തുടക്കം കുറിക്കുകയും പക്ഷിനിരീക്ഷണ ശാസ്ത്രത്തിന് അടിത്തറയിടുകയും ചെയ്ത വ്യക്തിയാണ് സാലിം അലി. സാലിം മുഇസ്സുദ്ദീൻ അബ്ദുൽ അലി എന്ന് പൂർണ്ണനാമമുള്ള സാലിം അലി 1896 നവംബർ 12-ന് മുംബൈയിലാണ് ജനിച്ചത്. ഇൻഡ്യയിലെ വിവിധപ്രദേശങ്ങളിൽ പക്ഷിനിരീക്ഷണവുമായി ബന്ധപ്പെട്ട് നടത്തിയ യാത്രകളുടെ അടിസ്ഥാനത്തിൽ ഇദ്ദേഹം രചിച്ച ഗ്രന്ഥങ്ങൾ ഇന്നും പക്ഷി പ്രേമികളുടെ ആധികാരികഗ്രന്ഥങ്ങളാണ്. ഇദ്ദേഹത്തിന്റെ സ്മരണ നില നിർത്തുന്നതോടൊപ്പം ജനങ്ങളിൽ പക്ഷിനിരീക്ഷണത്തിനുള്ള താല്പര്യം വർദ്ധിപ്പിക്കുകയും അതിലൂടെ പക്ഷിസംരക്ഷണം ഉറപ്പുവരുത്തുകയുമാണ് ഈ ദിനാചരണത്തിന്റെ ലക്ഷ്യം.

നവംബർ 12

പൊതുസേവന പ്രക്ഷേപണദിനം (Public Service Broadcasting Day)

എല്ലാ വർഷവും നവംബർ 12-ന് ദേശീയതലത്തിൽ ആചരിക്കപ്പെടുന്ന ഒരു ദിനമാണ് പൊതുസേവന പ്രക്ഷേപണദിനം. മഹാത്മാഗാന്ധി 1947-ൽ ഡൽഹിയിലെ ആൾ ഇൻഡ്യ റേഡിയോ സ്റ്റേഷനിലെ സ്റ്റുഡിയോ സന്ദർശിച്ചതിന്റെ ഓർമ്മയ്ക്കായിട്ടാണ് ഈ ദിനാചരണം നടത്തുന്നത്. 1947 നവംബർ 12 ന് 3 മണിക്കാണ് ഗാന്ധിജി റേഡിയോ ലൈവിലൂടെ കുരുക്ഷേത്രയിൽ തമ്പടിച്ചിരുന്ന അഭയാർത്ഥികളെ അഭിസംബോധന ചെയ്ത് സംസാരിച്ചത്. രാഷ്ട്രപിതാവ് സ്റ്റുഡിയോയിലെത്തിയ ചരിത്ര

സംഭവം 50 വർഷം പിന്നിട്ടതിന്റെ സ്മരണയിൽ 1997 നവംബർ 12 ന് 3 മണിക്ക് ഡൽഹി ആൾ ഇൻഡ്യ റേഡിയോ ഒരു പരിപാടി നടത്തുകയുണ്ടായി. പിന്നീട്, 2001-ൽ ഈ ദിനം പൊതുസേവന പ്രക്ഷേപണദിനമായി പ്രഖ്യാപിക്കപ്പെട്ടു.

1947-ലെ ഇൻഡ്യാവിഭജനത്തെത്തുടർന്ന് സ്വന്തം നാടുകളിൽ നിന്ന് നിഷ്ക്കാസനം ചെയ്യപ്പെട്ട ലക്ഷക്കണക്കിന് മനുഷ്യർ അഭയാർത്ഥി ക്യാമ്പുകളിലെത്തിച്ചേർന്നു. രണ്ടര ലക്ഷം പേർ അഭയം തേടിയിരുന്ന കുരുക്ഷേത്രയിലെ ക്യാമ്പ് 1947 നവംബർ 12 ന് സന്ദർശിക്കാൻ പദ്ധതിയിട്ടിരുന്നെങ്കിലും ഗാന്ധിജിക്ക് അവിടെ എത്തിച്ചേരാൻ സാധിച്ചില്ല. അതിനാലാണ് അവരോട് സംവദിക്കാൻ ആൾ ഇൻഡ്യ റേഡിയോ അവസരമൊരുക്കിക്കൊടുത്തത്. ഈ ദിനത്തിന്റെ ഓർമ്മ നിലനിർത്താനാണ് പൊതുസേവന പ്രക്ഷേപണദിനം ആചരിക്കുന്നത്.

നവംബർ 14

ശിശുദിനം (Children's Day)

സ്വതന്ത്ര ഇൻഡ്യയുടെ ആദ്യ പ്രധാനമന്ത്രിയായ ജവഹർലാൽ നെഹ്രുവിന്റെ ജന്മദിനമായ നവംബർ 14 ആണ് ശിശുദിനം. കുട്ടികളെ അതിരറ്റ് സ്നേഹിച്ചിരുന്നതിനാൽ ഭാരതത്തിലെ കുട്ടികൾ സ്നേഹപൂർവ്വം ചാച്ചാ നെഹ്രുവെന്നും ചാച്ചാജിയെന്നും വിളിക്കുന്ന നെഹ്രു 1889 നവംബർ 14-നാണ് ജനിച്ചത്. ഇന്നത്തെ കുട്ടികളാണ് നാളത്തെ പൗരന്മാരെന്നും അവരെ നാം വളർത്തുന്ന രീതി അനുസരിച്ചിരിക്കും നാളത്തെ ഇൻഡ്യയുടെ ഭാവിയെന്നും അഭിപ്രായപ്പെട്ട നെഹ്രു, എല്ലാ കുട്ടികളും നല്ല വിദ്യാഭ്യാസം നേടണമെന്ന് ആഹ്വാനം ചെയ്തു. ജയിലിലായിരിക്കുമ്പോൾ മകളായ ഇന്ദിരാഗാന്ധിക്ക് അദ്ദേഹം എഴുതിയ കത്തുകൾ സമാഹരിച്ച് തയാറാക്കിയ, ഒരച്ഛൻ മകൾക്കെഴുതിയ കത്തുകൾ (Letters from a father to his daughter) എന്ന പുസ്തകം കുട്ടികൾക്ക് അറിവ് നേടാനുള്ള ആവേശം പകരുന്നതിൽ ഇന്നും മുന്നിൽ നിൽക്കുന്നു. കുട്ടികളുടെ അവകാശങ്ങൾ സംരക്ഷിക്കാനും അവർക്ക് നല്ല ശ്രദ്ധയും പരിചരണവും വിദ്യാഭ്യാസവും ഉറപ്പുവരുത്താനും ലക്ഷ്യമിട്ടാണ് കുട്ടികളുടെ ദിനം ആചരിക്കുന്നത്. ഈ ദിവസം ഇൻഡ്യയിലുടനീളമുള്ള സ്കൂളുകളിൽ കുട്ടികളുടേതായി നിരവധി കലാപരിപാടികളും വിദ്യാഭ്യാസ-അവബോധ പ്രവർത്തനങ്ങളും നടക്കുന്നു.

നവംബർ 15

ആദിവാസി അഭിമാനദിനം/ജനജാതീയ ഗൗരവ് ദിവസം (Tribal Proud Day)

ഇൻഡ്യയിലെ വിവിധ സംസ്ഥാനങ്ങളിലെ ഗോത്രസമൂഹങ്ങൾ സ്വാതന്ത്ര്യ സമ്പാദനത്തിനും രാഷ്ട്രനിർമ്മാണത്തിനും നൽകിയ നിസ്സീമമായ സംഭാവനകൾ വാഴ്ത്താനും അവരുടെ നിസ്തുലമായ സേവനങ്ങൾ അംഗീകരിക്കാനുമായി കേന്ദ്ര സർക്കാർ 2021 മുതൽ ജനജാതീയ ഗൗരവ് ദിവസം (ആദിവാസി അഭിമാനദിനം) ആചരിക്കുന്നു. വിദേശാധിപത്യത്തിനെതിരെ ശക്തമായ നിലപാടുകളെടുക്കാൻ നേതൃത്വം കൊടുക്കുകയും സ്വാതന്ത്ര്യസമരത്തിൽ വളരെ സജീവമായി പങ്കെടുക്കുകയും ചെയ്ത ആദിവാസിപ്രമുഖനായ ഭഗവാൻ ബിർസാ മുണ്ടയുടെ ആദരാർത്ഥമാണ് അദ്ദേഹത്തിന്റെ ജയന്തിദിവസമായ നവംബർ 15 ഈ ദിനാചരണത്തിന് തീരുമാനിച്ചത്.

1875-ൽ അവിഭക്ത ബിഹാറിലെ ഉലിഹത്തു ഗ്രാമത്തിലാണ് ബിർസാ മുണ്ട ജനിച്ചത്. ഇപ്പോഴത്തെ ഝാർഖണ്ഡിന്റെ ഭാഗമായ ആദിവാസി മേഖലകളിൽ, വിദ്യാഭ്യാസത്തിന്റെയും സാധുജനസേവനത്തിന്റെയും മറവിൽ വിദേശികൾ നടത്തിവന്ന മതംമാറ്റൽ പ്രവർത്തനങ്ങൾക്കെതിരെ അദ്ദേഹം ശക്തമായ പ്രതിരോധസമരങ്ങൾ സംഘടിപ്പിച്ചു. ഇത്, ഇൻഡ്യയിലെ ഗോത്രജനതയെ സംരക്ഷിക്കാനും ഗോത്രസംസ്ക്കാരവും പൈതൃകവും നിലനിർത്താനും നിർണ്ണായകമായി. ബ്രിട്ടീഷുകാരുടെ ചൂഷണത്തിനെതിരെ ആഞ്ഞടിച്ച മുണ്ട ആദിവാസി ഭൂമി മറ്റുള്ളവർ കയ്യേറുന്നതിനെ ശക്തിയുക്തം എതിർക്കാൻ ഗോത്രവിഭാഗങ്ങളോട് ആഹ്വാനം ചെയ്തു. രാജ്ഞിയുടെ ഭരണം അവസാനിപ്പിച്ച് തങ്ങളുടേതായ ഭരണം കൊണ്ടുവരണമെന്ന മനോഭാവം അവരിൽ വളർത്തിയെടുത്തു. ബ്രിട്ടീഷുകാരുടെ കണ്ണിലെ കരടായി മാറിയ മുണ്ട അറസ്റ്റ് ചെയ്യപ്പെട്ട് റാഞ്ചി ജയിലിൽ കസ്റ്റഡിയിലിരിക്കെ, 25-ാം വയസ്സിൽ ദുരൂഹമായി അന്തരിച്ചു.

2021 നവംബർ 11-ന് നടന്ന ആദിവാസി അഭിമാനദിനാചരണ പ്രഖ്യാപനത്തോടൊപ്പം, മുണ്ടയുടെ മരണവേദിയായി ഭവിച്ച റാഞ്ചിയിലെ ജയിലിൽ ബിർസാ മുണ്ടയുടെ പേരിൽ ഒരു മ്യൂസിയത്തിനും പ്രധാനമന്ത്രി നരേന്ദ്രമോദി ആരംഭം കുറിച്ചു. മുണ്ടയുടെ 25 അടി ഉയരമുള്ള ഒരു പ്രതിമ സ്ഥാപിച്ചിട്ടുള്ള ഈ മ്യൂസിയത്തിൽ മറ്റനേകം ആദിവാസി സ്വാതന്ത്ര്യ സമരനേതാക്കളുടെ സംഭാവനകളും പ്രദർശിപ്പിച്ചിട്ടുണ്ട്.

നവംബർ 17

ദേശീയ അപസ്മാര ദിനം (National Epilepsy Day)

അപസ്മാരമെന്ന മസ്തിഷ്ക്കരോഗത്തെക്കുറിച്ച് അവബോധം സൃഷ്ടിക്കാനായി എല്ലാ വർഷവും നവംബർ 17 ദേശീയ അപസ്മാരദിനമായി ആചരിക്കുന്നു. അപസ്മാര രോഗികളെ സഹായിക്കാനായി ഡോ.നിർമ്മൽ സൂര്യ 2009-ൽ മുംബൈ ആസ്ഥാനമായി തുടങ്ങിയ എപ്പിലെപ്സി ഫൗണ്ടേഷൻ ഓഫ് ഇൻഡ്യ എന്ന സംഘടനയാണ് ഈ ദിനാചരണത്തിന് തുടക്കമിട്ടത്. അപസ്മാരരോഗ ലക്ഷണങ്ങളെക്കുറിച്ചും ചികിത്സയെക്കുറിച്ചും അറിവ് പകർന്ന് ഇൻഡ്യയിൽ അപസ്മാരരോഗികളുടെ എണ്ണം കുറയ്ക്കുകയാണ് ഈ ദിനാചരണത്തിന്റെ ലക്ഷ്യം. ഇൻഡ്യയിൽ നവംബർ മാസം ദേശീയ അപസ്മാര ബോധവൽക്കരണ മാസമായും ആചരിച്ചുവരുന്നു. ഫെബ്രുവരി രണ്ടാമത്തെ തിങ്കളാഴ്ച അന്താരാഷ്ട്ര അപസ്മാരദിനമായി ആചരിക്കുന്നതിന് പുറമേയാണ് ദേശീയതലത്തിലുള്ള ഇത്തരം ബോധവൽക്കരണശ്രമങ്ങൾ നടക്കുന്നത്.

നവംബർ 19

ലോക ശൗചാലയദിനം (World Toilet Day)

ലോകമെങ്ങുമുള്ള ജനങ്ങൾക്ക് വൃത്തിയുള്ള ശുചിമുറികൾ അഥവാ ശൗചാലയങ്ങൾ ലഭ്യമാക്കുകയെന്ന ലക്ഷ്യത്തോടെ ഐക്യരാഷ്ട്രസഭയുടെ ആഹ്വാനപ്രകാരം എല്ലാ വർഷവും നവംബർ 19 ലോക ശുചിമുറിദിനമായി ആചരിക്കുന്നു. ലോകത്തെ 3.4 കോടിയിലധികം ജനങ്ങൾ അഭിമുഖീകരിക്കുന്ന പ്രശ്നമാണ് ശുചിമുറിസൗകര്യമില്ലായ്മ. ലോകത്ത് മൂന്നു പേരിൽ ഒരാളിന് വൃത്തിയും സുരക്ഷിതത്വവുമുള്ള ശൗചാലയങ്ങൾ ലഭിക്കുന്നില്ല. പ്രതിദിനം, ലോകമൊട്ടാകെയുള്ള 1000 കുട്ടികൾ ശുചിത്വമില്ലായ്മ മൂലം മരണമടയുകയും ചെയ്യുന്നു.

കുടിവെള്ളത്തിലും ഭക്ഷ്യശൃംഖലയിലും മനുഷ്യവിസർജ്ജ്യങ്ങൾ കലരാതെ സൂക്ഷിക്കാൻ സഹായിക്കുന്നത് കൂടാതെ, കോളറ പോലുള്ള മാരകരോഗങ്ങൾ പകരാതെ നമ്മുടെ ആരോഗ്യം കാത്തുസൂക്ഷിക്കാനും പരിസരം വൃത്തിയായി സൂക്ഷിക്കാനും സഹായകമാവുന്നവയാണ് ശൗചാലയങ്ങൾ. എന്നാൽ, വളരെ അവഗണിക്കപ്പെടുന്നതുമാണിവ. ഇവയുടെ പ്രാധാന്യം ഏവരെയും ബോദ്ധ്യപ്പെടുത്തണമെന്ന ഉദ്ദേശ്യത്തോടെയാണ് 2001 നവംബർ 19-ന് ജാക്ക് സിം എന്ന മനുഷ്യസ്നേഹി സിംഗപ്പൂർ ആസ്ഥാനമായി ലോക ശൗചാലയ സമിതി (വേൾഡ് ടോയ്‌ലറ്റ്

ഓർഗനൈസേഷൻ) എന്ന സംഘടന സ്ഥാപിച്ചത്. അതേവർഷംതന്നെ ആദ്യ ലോക ശൗചാലയ ഉച്ചകോടിയും നടന്നു. തുടർന്നാണ്, ശൗചാലയപ്രശ്നം ലോകശ്രദ്ധയിലെത്തിക്കാനായി നവംബർ 19 ശൗചാലയ ദിനമായി പ്രഖ്യാപിച്ചത്. എൻ.ജി.ഒ.കളും സ്വകാര്യസ്ഥാപനങ്ങളും പൗരസംഘടനകളും അന്താരാഷ്ട്ര സമൂഹവും ഇതിനോടൊപ്പം ചേർന്നു. ഈ പ്രശ്നപരിഹാരത്തിന് കൂട്ടായ പ്രവർത്തനം തേടി സിംഗപ്പൂർ സർക്കാരും ഈ സംഘടനയും സംയുക്തമായി നടത്തിയ പ്രവർത്തനങ്ങൾ മൂലമാണ് ഈ ദിനാചരണത്തിന് ഐക്യരാഷ്ട്രസഭയുടെ അംഗീകാരം കിട്ടിയത്. 2013-ലെ ഐക്യരാഷ്ട്രസഭാസമ്മേളനമാണ് നവംബർ 19 ലോക ശൗചാലയദിനമായി പ്രഖ്യാപിച്ചത്.

നവംബർ 19

അന്തർദ്ദേശീയ പുരുഷദിനം (International Men's Day)

നവംബർ 19 അന്തർദ്ദേശീയ പുരുഷദിനമാണ്. സാംസ്ക്കാരിക, രാഷ്ട്രീയ, സാമൂഹ്യ, സാമ്പത്തിക മേഖലകളിൽ പുരുഷന്മാർക്കുണ്ടായ നേട്ടങ്ങൾ തിരിച്ചറിയാനും അംഗീകരിക്കാനുമായിട്ടാണ് ഈ ദിനാചരണം നടത്തുന്നത്. ആൺകുട്ടികളും പുരുഷന്മാരും രാജ്യത്തിനും നാടിനും സമൂഹത്തിനും സമുദായത്തിനും കുടുംബത്തിനും ദാമ്പത്യത്തിനും സന്താനങ്ങൾക്കും നൽകിയ സേവനങ്ങളും സംഭാവനകളും പ്രകീർത്തിക്കാനുള്ള അവസരം കൂടിയാണിത്. 1999-ലാണ് യുനെസ്ക്കോ പുരുഷ ദിനാചരണത്തിന് ആഹ്വാനം ചെയ്തത്. അന്നു മുതൽ എല്ലാ വർഷവും പുരുഷന്മാരുടെ ആരോഗ്യവും ക്ഷേമവും നേട്ടങ്ങളും മുൻനിർത്തിയും ലിംഗസമത്വവും സൗഹൃദങ്ങളും പ്രോത്സാഹിപ്പിച്ചും പുരുഷദിനം ആചരിച്ചുവരുന്നു.

നവംബർ 20

ലോക ശിശുദിനം (World Children's Day)

എല്ലാ വർഷവും നവംബർ 20-ന് ആഗോളശിശുദിനം ആചരിക്കുന്നു. ഐക്യരാഷ്ട്ര പൊതുസഭ, 1959-ലെ ഇതേ ദിവസം കുട്ടികളുടെ അവകാശങ്ങൾ അംഗീകരിച്ചതിന്റെയും 1989-ലെ ഇതേ ദിവസം കുട്ടികളുടെ അവകാശങ്ങൾ സംബന്ധിച്ച ഉടമ്പടി അംഗീകരിച്ചതിന്റെയും ഓർമ്മയ്ക്കായിട്ടാണ് ഈ ദിനാചരണം. 1990-ലാണ് ആദ്യ ദിനാചരണം നടന്നത്. ലോകമൊട്ടാകയുള്ള കുട്ടികളെ ബോധവൽക്കരിക്കുകയും കുട്ടികളുടെ

അവകാശങ്ങൾ സംരക്ഷിക്കുന്നതിനും അവരുടെ ക്ഷേമം ഉറപ്പുവരുത്തു ന്നതിനും രാജ്യാന്തര സഹകരണം തേടുകയുമാണ് ദിനാചരണലക്ഷ്യം.

നവംബർ 21

ലോക ടെലിവിഷൻ ദിനം (World Television Day)

ഐക്യരാഷ്ട്രസഭയുടെ ആഹ്വാനപ്രകാരം നവംബർ 21 ലോക ടെലി വിഷൻ ദിനമായി ആചരിക്കപ്പെടുന്നു. 1996-ലെ ഇതേ ദിനത്തിൽ ആദ്യത്തെ ലോക ടെലിവിഷൻ ഫോറം നടന്നതിന്റെ ഓർമ്മയ്ക്കായിട്ടാണ് ആ വർഷം തന്നെ ഐക്യരാഷ്ട്രസഭ ഈ ദിനാചരണം പ്രഖ്യാപിച്ചത്. വിജ്ഞാന വ്യാപനോപാധിയെന്ന നിലയിലും വിനോദോപാധിയെന്ന നിലയിലും ടെലിവിഷന് വർദ്ധിച്ച സ്വാധീനമുണ്ട്. വാർത്താവിനിമയത്തിന്റെ അടയാ ളമായ ടെലിവിഷൻ അറിവ് പകരുന്നതോടൊപ്പം ആനന്ദിപ്പിക്കാനും വഴി യൊരുക്കുന്നത് കൂടാതെ വ്യക്തികളുടെ തീരുമാനങ്ങളും അഭിപ്രായങ്ങളും രൂപീകരിക്കുന്നതിൽ സ്വാധീനം ചെലുത്തുകയും ചെയ്യുന്നു.

നവംബർ 21

ലോക മത്സ്യബന്ധനദിനം (World Fisheries Day)

ലോകത്ത് ഏറ്റവുമധികം അദ്ധ്വാനം വേണ്ടിവരുന്ന ഒരു തൊഴിലാണ് മത്സ്യബന്ധനം. മത്സ്യലഭ്യതയിലെ ഏറ്റക്കുറച്ചിലുകൾ മൂലം സ്ഥിരമായ വരുമാനനേട്ടം ഉറപ്പാക്കാനാവാത്ത തൊഴിലാണിത്. ലോകജനതയുടെ ഭക്ഷ്യവിഭവങ്ങളിൽ മുൻപന്തിയിലാണ് മത്സ്യങ്ങൾ. അതിനാൽ, മത്സ്യ ബന്ധനമേഖലയിൽ സുസ്ഥിരവികസനം അനിവാര്യമാണ്. ഈ മേഖല യുടെ പ്രസക്തിയും ഇതിന്റെ സുസ്ഥിരവികസനത്തിന്റെ അനിവാര്യ തയും ഓർമ്മിപ്പിക്കാനായി എല്ലാ വർഷവും നവംബർ 21 ലോക മത്സ്യ ബന്ധനദിനമായി ആചരിക്കുന്നു. ഈ മേഖലയിലെ തൊഴിലാളികളുടെ അവകാശങ്ങൾ സംരക്ഷിക്കാനും അവരുടെ കുടുംബങ്ങളുടെ ക്ഷേമം ഉറപ്പുവരുത്താനും ഈ ദിനാചരണം ലക്ഷ്യമിടുന്നു. മത്സ്യത്തൊഴിലാളിക ളുടെ ഉപജീവന മാർഗ്ഗമായ മത്സ്യബന്ധനത്തിന് തടസ്സം വരാത്ത വിധം കടലുകളെയും മറ്റ് ജലസ്രോതസ്സുകളെയും സംരക്ഷിക്കാനും അവയെ പ്പറ്റിയുള്ള അവബോധം വളർത്താനും കൂടി ഈ ദിനാചരണം പ്രയോജന പ്പെടുത്തുന്നു.

നവംബർ 26

ഭരണഘടനാദിനം (Constitution Day) / ദേശീയ നിയമദിനം (National Law Day)

ഇൻഡ്യയിൽ എല്ലാ വർഷവും നവംബർ 26 ഭരണഘടനാദിനമായി ആചരിക്കുന്നു. ദേശീയ നിയമദിവസമെന്നും സംവിധാൻ ദിവസ് എന്നും ഇതറിയപ്പെടുന്നു. 1949 നവംബർ 26-ന് ഇൻഡ്യൻ കോൺസ്റ്റിറ്റ്യുവന്റ് അസ്സംബ്ലി ഇൻഡ്യൻ ഭരണഘടന അംഗീകരിച്ചതിന്റെ ഓർമ്മയ്ക്കായി നടത്തുന്ന ദിനാചരണമാണിത്. ഈ ഇൻഡ്യൻ ഭരണഘടന 1950 ജനുവരി 26-ന് പ്രാബല്യത്തിൽ വന്നതോടെയാണ് ഇൻഡ്യ ഒരു ജനാധിപത്യ റിപ്പബ്ലിക്കായത്. ഇൻഡ്യൻ ഭരണഘടനയുടെ പിതാവെന്നറിയപ്പെടുന്ന ഡോ.ബി.ആർ.അംബേദ്കറിന്റെ 125-ാം ജയന്തിവർഷമായ 2015 ഒക്ടോബറിൽ, മുംബൈയിൽ അംബേദ്കറുടെ സ്മാരകമായ സ്റ്റാച്ച്യൂ ഓഫ് ഇക്വാളിറ്റിക്ക് തറക്കല്ലിട്ട വേളയിലാണ് പ്രധാനമന്ത്രി നരേന്ദ്ര മോദി, 1950 മുതൽ അതുവരെ ദേശീയ നിയമദിനമായി അറിയപ്പെട്ടിരുന്ന നവംബർ 26 ഭരണഘടനാദിനമായി പ്രഖ്യാപിച്ചത്. 2021 നവംബർ 19-ന് ഗസറ്റ് വിജ്ഞാപനത്തിലൂടെ ദിനാചരണം നിലവിൽ വന്നു. നമ്മുടെ ഭരണഘടനയെപ്പറ്റി എല്ലാ പൗരന്മാർക്കും അവബോധമുണ്ടാക്കാനും അതിന്റെ പ്രാധാന്യം പ്രചരിപ്പിക്കാനും ലക്ഷ്യമിടുന്ന ഈ ദിനാചരണം, ഭരണഘടനയുടെ കരട് തയ്യാറാക്കുന്നതിൽ നിർണ്ണായക പങ്കുവഹിച്ച ബാബാസാഹേബ് അംബേദ്കറുടെ അതുല്യമായ സംഭാവനകൾ അനുസ്മരിക്കാനും അദ്ദേഹത്തിന്റെ വീക്ഷണങ്ങളും ആശയങ്ങളും പ്രചരിപ്പിക്കാനുമുള്ള അവസരം കൂടിയാണ്.

നവംബർ 26

ദേശീയ ക്ഷീരദിനം (National Milk Day)

ഇൻഡ്യയിൽ നവംബർ 26 ദേശീയ ക്ഷീരദിനമായി ആചരിക്കുന്നു. പാലുല്പാദനത്തിൽ പിന്നാക്കം നിന്നിരുന്ന ഇൻഡ്യയെ ലോകത്തിലെ ഏറ്റവും വലിയ പാലുല്പാദകരാജ്യമായി വളർത്തിയ വർഗീസ് കുര്യനെന്ന മലയാളിയോടുള്ള ആദരമായിട്ടാണ് ഈ ദിനാചരണം നടത്തുന്നത്. പശുപരിപാലനം നടത്തിയും പാലും പാലുല്പന്നങ്ങളും വിറ്റും ഉപജീവനം നടത്തിയിരുന്ന ഗുജറാത്തിലെ ഗ്രാമീണജനതയെ സഹകരണ പ്രസ്ഥാനത്തിലൂടെ കൈപിടിച്ചുയർത്തിയ മനുഷ്യസ്നേഹിയാണ് ഡോ.വർഗീസ് കുര്യൻ. ഇദ്ദേഹം ഇൻഡ്യയിലെ ക്ഷീരോല്പാദന മേഖല

യുടെ വളർച്ചയ്ക്കും വികാസത്തിനും വിസ്മരിക്കാനാവാത്ത സംഭാവനകൾ നൽകി. ഇൻഡ്യയുടെ പാൽക്കാരൻ, ഇൻഡ്യൻ ധവളവിപ്ലവത്തിന്റെ പിതാവ് എന്നെല്ലാം വിളിക്കപ്പെടുന്ന ഇദ്ദേഹത്തിന്റെ ജന്മദിനമായ നവംബർ 26 ദേശീയ ക്ഷീരദിനമായി ആചരിക്കാൻ തീരുമാനിച്ചത് നാഷണൽ ഡയറി ഡെവലപ്മെന്റ് ബോർഡും ഇൻഡ്യൻ ഡയറി അസോസിയേഷനും സംസ്ഥാനതലങ്ങളിലുള്ള പാൽ ഫെഡറേഷനുകളും ചേർന്നാണ് ആദ്യത്തെ ദേശീയ ക്ഷീരദിനാചരണം നടന്നത് 2014-ലാണ്. 1921 നവംബർ 26-നാണ് വർഗീസ് കുര്യൻ ജനിച്ചത്.

നവംബർ മൂന്നാം വ്യാഴാഴ്ച

ലോക തത്വചിന്താദിനം (World Philosophy Day)

2002 മുതൽ യുനെസ്ക്കോയുടെ ആഹ്വാനപ്രകാരം എല്ലാ നവംബർ മൂന്നാം വ്യാഴാഴ്ചയും ലോകതത്വചിന്താദിനമായി ആചരിക്കുന്നു. 2002 നവംബർ 21-നായിരുന്നു ആദ്യദിനാചരണം. മനുഷ്യരുടെ ചിന്താധാരകൾ വികസിപ്പിക്കുന്നതിനും സഹിഷ്ണുതയും പരസ്പരബഹുമാനവുമുള്ള ഒരു സമൂഹത്തെ വാർത്തെടുക്കുന്നതിനും തത്വചിന്ത എത്രത്തോളം പ്രധാനമാണെന്ന് ലോകത്തെ ബോദ്ധ്യപ്പെടുത്തുകയാണ് ഈ ദിനാചരണത്തിന്റെ ലക്ഷ്യം. വ്യക്തികളുടെ സ്വതന്ത്രവും വിമർശനാത്മകവുമായ ചിന്ത വഴി ലോകത്തെ കൂടുതൽ നന്നായി മനസ്സിലാക്കാനും ലോകത്ത് സമാധാനവും സഹനശക്തിയും വളർത്താനും സാധിക്കും. ഈ ലക്ഷ്യം മുൻനിർത്തി, തത്വചിന്തകർ, പ്രകൃതിശാസ്ത്ര-സാമൂഹ്യശാസ്ത്ര മേഖലകളിലെ ശാസ്ത്രജ്ഞർ, അദ്ധ്യാപകർ, വിദ്യാർത്ഥികൾ, പൊതുജനങ്ങൾ എന്നിവരെ പങ്കെടുപ്പിച്ച് ചർച്ചകളും സംവാദങ്ങളും ശില്പശാലകളും സാംസ്ക്കാരിക പരിപാടികളും സംഘടിപ്പിക്കാൻ യുനെസ്ക്കോ ആഹ്വാനം ചെയ്യുന്നു.

നവംബർ നാലാം ഞായറാഴ്ച

എൻ.സി.സി. ദിനം (N C C Day)

എല്ലാ വർഷവും നവംബറിലെ നാലാം ഞായറാഴ്ച എൻ.സി.സി. ദിനമായി ആചരിക്കുന്നു. ഭാരതീയ സായുധസേനയുടെ യുവജനഘടകമായി പ്രവർത്തിക്കുന്ന നാഷണൽ കേഡറ്റ് കോർ അഥവാ എൻ.സി.സി. ഡെൽഹി ആസ്ഥാനമായി 1948 ജൂലൈ 15-നാണ് രൂപംകൊണ്ടത്. ഹൈസ്കൂൾ-കോളേജ് വിദ്യാർത്ഥികൾ സ്വന്തം ഇഷ്ടപ്രകാരം അംഗങ്ങളാകുന്ന എൻ.സി.സി., യൂണിഫോമിട്ട യുവജനങ്ങളുള്ള ലോകത്തിലെ

ഏറ്റവും വലിയ പ്രസ്ഥാനമാണ്. ഒത്തൊരുമയും അച്ചടക്കവും (യൂണിറ്റി ആന്റ് ഡിസിപ്ലിൻ) എന്നതാണ് ഇതിന്റെ ആപ്തവാക്യം. കേഡറ്റുക ളെന്ന് വിളിക്കപ്പെടുന്ന ഇതിലെ അംഗങ്ങൾക്ക് ചിട്ടയായ പരേഡും കായിക പരിശീലനവും അടിസ്ഥാനപരമായ സൈനിക ക്ലാസ്സുകളും ലഘു ആയുധങ്ങൾ ഉപയോഗിക്കാനുള്ള പരിശീലനവും നൽകുന്നു. യുവജനങ്ങളിൽ ദേശസ്നേഹവും അച്ചടക്കവും കൃത്യനിഷ്ഠയും സഹ കരണ-സേവന മനോഭാവവും വളർത്തുകയാണ് ഇതിന്റെ ലക്ഷ്യം. എൻ.സി.സി. ദിനാചരണത്തിന്റെ ഭാഗമായി കേഡറ്റുകൾ മാർച്ചുകളും രക്തദാനക്യാമ്പുകളും സന്നദ്ധപ്രവർത്തനങ്ങളും സാമൂഹ്യസേവന പ്രവർത്തനങ്ങളും നടത്തുന്നു.

ഡിസംബർ 1

ലോക എയ്ഡ്സ് ദിനം (World AIDS Day)

എയ്ഡ്സ് എന്ന ചുരുക്കപ്പേരിലറിയപ്പെടുന്ന അക്വയേർഡ് ഇമ്മ്യൂൺ ഡെഫിഷ്യൻസി സിൻഡ്രോം എന്ന മഹാരോഗത്തെക്കുറിച്ചും അതിന് കാരണമാകുന്ന ഹ്യൂമൻ ഇമ്മ്യൂണോ വൈറസ് (എച്ച്.ഐ.വി.) എന്ന അണുജീവിയെക്കുറിച്ചും അവബോധമുണർത്താനും ഈ രോഗത്തിന് അറുതിവരുത്താനും ലക്ഷ്യമിട്ട് എല്ലാ വർഷവും ഡിസംബർ 1-ന് ലോക എയ്ഡ്സ് ദിനാചരണം നടത്തുന്നു. ഇന്നുവരെ ഫലപ്രദമായ മരുന്നോ ചികിത്സയോ കണ്ടുപിടിച്ചിട്ടില്ലാത്ത ഈ രോഗം വരാതെ സൂക്ഷിക്കുക മാത്രമാണ് ഇത് പടരുന്നത് തടയാനുള്ള ഏക മാർഗ്ഗം. എയ്ഡ്സ് പക രുന്ന രീതികൾ, രോഗപ്രതിരോധമാർഗ്ഗങ്ങൾ, ചികിത്സ എന്നിവയെക്കു റിച്ച് രാജ്യാന്തരതലത്തിൽ അവബോധമുണ്ടാക്കുക, രോഗവ്യാപനത്തെ ക്കുറിച്ചുള്ള തെറ്റിദ്ധാരണകൾ നീക്കുക, എയിഡ്സ് പോരാട്ടത്തിൽ രാജ്യാന്തര സഹകരണം ഉറപ്പുവരുത്തുക എന്നിവയാണ് ദിനാചരണ ത്തിന്റെ ലക്ഷ്യങ്ങൾ.

1987-ൽ ലോകാരോഗ്യസംഘടനയുടെ കീഴിൽ ഗ്ലോബൽ പ്രോഗ്രാം ഓൺ എയ്ഡ്സ് എന്ന പരിപാടിയുമായി ബന്ധപ്പെട്ട് പ്രവർത്തിച്ചിരുന്ന ജെയിംസ് ബൺ, തോമസ് നെറ്റർ എന്നിവരാണ് പരിപാടിയുടെ ഡയറ ക്ടറായിരുന്ന ജോനാഥൻ മാനിന് മുമ്പിൽ എയ്ഡ്സിനായി ഒരു ദിനാച രണം വേണമെന്ന ആശയം അവതരിപ്പിച്ചത്. അങ്ങനെ, ഐക്യരാഷ്ട്ര സഭയുടെ ആഭിമുഖ്യത്തിൽ 1988 മുതൽ ദിനാചരണം തുടങ്ങി. ലോകത്ത് ആരോഗ്യസംരക്ഷണം സംബന്ധിച്ച് നടക്കുന്ന ആദ്യത്തെ അന്താരാഷ്ട്ര ദിനാചരണമായിരുന്നു ഇത്. എയ്ഡ്സ് വിരുദ്ധ-പ്രതിരോധ-നിയന്ത്രണ- ബോധവൽക്കരണ പ്രവർത്തനങ്ങൾ നടപ്പാക്കാൻ സ്വിറ്റ്സർലന്റിലെ

ജനീവ ആസ്ഥാനമായി 1996-ൽ രൂപംകൊണ്ടതും യു.എൻ.എയ്ഡ്സ് എന്ന ചുരുക്കപ്പേരിലറിയപ്പെടുന്നതുമായ ജോയിന്റ് യുണൈറ്റഡ് നേഷൻസ് പ്രോഗ്രാം ഓൺ എച്ച് ഐ വി ആന്റ് എയ്ഡ്സ് എന്ന സമിതിയാണ് ഇപ്പോൾ ദിനാചരണത്തിന് ചുക്കാൻ പിടിക്കുന്നത്.

ഡിസംബർ 2

ദേശീയ മലിനീകരണ നിയന്ത്രണദിനം (National Pollution Control Day)

എല്ലാ വർഷവും ഡിസംബർ 2, ദേശീയതലത്തിൽ മലിനീകരണ നിയന്ത്രണ ദിനമായി ആചരിക്കുന്നു. 1984 ഡിസംബർ 2 രാത്രിയിലുണ്ടായ ഭോപ്പാൽ വിഷവാതകദുരന്തത്തിൽ ജീവൻ പൊലിഞ്ഞ പതിനായിരങ്ങൾക്കുള്ള ശ്രദ്ധാഞ്ജലിയായിട്ടാണ് ഈ ദിനാചരണം നടത്തുന്നത്. ഭോപ്പാലിലെ യൂണിയൻ കാർബൈഡ് കീടനാശിനി ഫാക്ടറിയിൽ നിന്ന് മീതൈൽ ഐസോസയനേറ്റ് എന്ന രാസവസ്തുവും ഫോസ്ജീൻ, കാർബൺ മോണോക്സൈഡ്, നൈട്രജൻ ഓക്സൈഡുകൾ, ഹൈഡ്രജൻ സയനൈഡ് എന്നീ വിഷവാതകങ്ങളും വൻതോതിൽ അന്തരീക്ഷത്തിൽ കലർന്നതുമൂലം അന്ന് 5 ലക്ഷത്തിലധികം പേരാണ് ദുരന്തത്തിനിരയായത്. പതിനായിരങ്ങൾക്ക് ജീവൻ നഷ്ടപ്പെട്ടപ്പോൾ ലക്ഷങ്ങൾ രോഗങ്ങൾ മൂലം ജീവച്ഛവങ്ങളായി. ഇത് മനുഷ്യനുണ്ടായ ദുരന്തത്തിന്റെ കണക്കുമാത്രമാണ്. മിണ്ടാപ്രാണികളായ പക്ഷിമൃഗാദികൾക്കും സസ്യലതാദികൾക്കും പ്രകൃതിക്കുമുണ്ടായ നാശം കണക്കറ്റതായിരിക്കും. ലോകത്തിലെ ഏറ്റവും ദാരുണമായ വ്യവസായശാലാ ദുരന്തമെന്നാണ് ഭോപ്പാൽ വിഷവാതകദുരന്തം വിശേഷിപ്പിക്കപ്പെടുന്നത്. വിഷവാതകങ്ങൾ മലിനമാക്കിയതിനാൽ ഭോപ്പാലിനെ, പരിസ്ഥിതി സംഘടനയായ ഗ്രീൻ പീസ് ഗ്ലോബൽ ടോക്സിക് ഹോട്ട്സ്പോട്ട് എന്ന് വിളിക്കുന്നു.

ഡിസംബർ 2

അന്തർദ്ദേശീയ അടിമത്തനിർമ്മാർജ്ജന ദിനം (International Day for the Abolition of Slavery)

മനുഷ്യാവകാശങ്ങൾ നിഷേധിച്ചുകൊണ്ട് ആധുനിക കാലത്തും നടന്നുവരുന്ന എല്ലാ രീതിയിലുള്ള അടിമത്തവും അവസാനിപ്പിക്കാനായി എല്ലാ വർഷവും ഡിസംബർ 2 ആഗോളതലത്തിൽ അടിമത്തനിർമ്മാർജ്ജനദിനമായി ആചരിക്കുന്നു. കഴിഞ്ഞുപോയ നൂറ്റാണ്ടുകളിൽ ലോക

ത്തിന്റെ പല ഭാഗങ്ങളിലുമുള്ള ഭരണാധികാരികളും വരേണ്യവർഗ്ഗങ്ങളും ദുർബ്ബലരുടെയും പാവങ്ങളുടെയും മേൽ അടിച്ചേല്പിച്ചിരുന്ന അടിമത്തമെന്ന ക്രൂരത മനുഷ്യക്കടത്ത്, ബാലവേല, ലൈംഗികചൂഷണം, നിർബ്ബന്ധിത വേശ്യാവൃത്തി, നിർബ്ബന്ധിത വിവാഹം, സായുധപോരാട്ടങ്ങളിൽ കുട്ടികളെ നിർബ്ബന്ധിച്ച് ഉപയോഗിക്കൽ തുടങ്ങി പലവിധ പുതിയ രൂപങ്ങളിൽ ഈ ആധുനികകാലത്തും നിലനിൽക്കുന്നുണ്ട്. ഭീഷണിയും അക്രമവും ബലപ്രയോഗവും അധികാരദുർവ്വിനിയോഗവും ആയുധമാക്കി, മനുഷ്യാവകാശങ്ങളും നീതിയും നിഷേധിച്ച്, മനുഷ്യരെ അടിമകളാക്കി വയ്ക്കുന്ന ദുഷ്പ്രവണത ഇപ്പോഴും ലോകത്ത് നടമാടുന്നു. ലോകത്ത് 150 ദശലക്ഷം കുട്ടികൾ ബാലവേലയിൽ ഏർപ്പെടുന്നതായും 40 ദശലക്ഷം പേർ അടിമത്തം അനുഭവിക്കുന്നതായും ഐക്യരാഷ്ട്ര സഭയുടെ കണക്കുകൾ വെളിപ്പെടുത്തുന്നു. ചരിത്രത്തിൽ വേരുകളാഴ്ത്തിനിൽക്കുന്ന അടിമത്തത്തിന്റെ ആധുനിക രൂപഭേദങ്ങളായ മനുഷ്യക്കടത്തും വേശ്യാവൃത്തി വഴിയുള്ള വ്യക്തിചൂഷണവും മറ്റും ഇല്ലാതാക്കുന്നതിന് വേണ്ടിയുള്ള ഉടമ്പടി (The Convention for the Suppression of the Traffic in Persons and of the Exploitation of the Prostitution of Others) 1949 ഡിസംബർ 2-ന് ഐക്യരാഷ്ട്ര പൊതുസഭ അംഗീകരിച്ചതിന്റെ ഓർമ്മയ്ക്കായാണ് ഈ ദിനം അടിമത്തനിർമ്മാർജ്ജന ദിനമായി പ്രഖ്യാപിച്ചത്.

ഡിസംബർ 2

ലോക കമ്പ്യൂട്ടർ സാക്ഷരതാ ദിനം (World Computer Literacy Day)

ഡിസംബർ 2 കമ്പ്യൂട്ടർ സാക്ഷരതയ്ക്കായി നീക്കിവച്ചിരിക്കുന്ന ദിനമാണ്. ഇൻഡ്യ ആസ്ഥാനമായി പ്രവർത്തിക്കുന്ന NIIT എന്ന മൾട്ടിനാഷണൽ ഐ.ടി. കമ്പനി അതിന്റെ 20-ാം വാർഷികത്തിന്റെ ഭാഗമായി 2001-ലാണ് കമ്പ്യൂട്ടർ സാക്ഷരതയ്ക്കായി ഒരു ദിനാചരണം നടത്തണമെന്ന ആശയം മുന്നോട്ടുവച്ചത്. നിത്യജീവിതത്തിന്റെ ഒട്ടുമിക്ക മേഖലകളിലും കമ്പ്യൂട്ടർവൽക്കരണം വർദ്ധിച്ചുവരുന്ന സാഹചര്യത്തിൽ അത് ഉപയോഗിക്കാനും അതിന്റെ സാദ്ധ്യതകൾ അറിയാനും എല്ലാവരെയും പ്രേരിപ്പിക്കുകയെന്നതായിരുന്നു 2001 ഡിസംബർ 2-ന് തുടക്കമിട്ട ഈ ദിനാചരണത്തിന്റെ മുഖ്യലക്ഷ്യം. കമ്പ്യൂട്ടർ ഉപയോക്താക്കളിൽ ഏറിയ പങ്കും പുരുഷന്മാരാണെന്നതിനാൽ, ഇൻഡ്യയിലെ സ്ത്രീകളിലും കുട്ടികളിലും കമ്പ്യൂട്ടർ സാക്ഷരത പ്രോത്സാഹിപ്പിക്കുന്നതിന് പ്രത്യേക

ഊന്നൽ നൽകിക്കൊണ്ടാണ് ഈ ദിനാചരണത്തിന് തുടക്കമിട്ടത്. ഇപ്പോൾ, ലോകമൊട്ടാകെയുള്ള ജനങ്ങൾ വിവരസാങ്കേതികവിദ്യയിൽ പ്രാവീണ്യം നേടണമെന്ന ലക്ഷ്യം മുൻനിർത്തിയാണ് ഈ ദിനാചരണം നടക്കുന്നത്.

ഡിസംബർ 3

ലോക ഭിന്നശേഷിദിനം
(International Day for persons with Disabilities)

ഐക്യരാഷ്ട്ര പൊതുസഭയുടെ ആഹ്വാനം അനുസരിച്ച് ലോകമൊട്ടാകെ നടക്കുന്ന ഒരു ദിനാചരണമാണ് അവശതയുള്ള ജനങ്ങളുടെ അന്താരാഷ്ട്രദിനം അഥവാ ലോക ഭിന്നശേഷിദിനം. 1992-ലാണ് ഡിസംബർ 3 ഭിന്നശേഷിക്കാരുടെ ദിനമായി യു.എൻ. പ്രഖ്യാപിച്ചത്. ജന്മനാലോ പ്രായാധിക്യം മൂലമോ രോഗാതുരത മൂലമോ അപകടങ്ങൾ മൂലമോ അവശതയനുഭവിക്കുന്നവർ അഭിമുഖീകരിക്കുന്ന പ്രശ്നങ്ങൾ മനസ്സിലാക്കാനും ഇത്തരം അവശരുടെ അന്തസ്സും അഭിമാനവും സുസ്ഥിതിയും സംരക്ഷിക്കാനാവശ്യമായ എല്ലാവിധ പിന്തുണയും സഹായങ്ങളും നൽകുകയുമാണ് ഈ ദിനാചരണത്തിന്റെ ലക്ഷ്യങ്ങൾ. രാഷ്ട്രീയ, സാമൂഹ്യ, സാമ്പത്തിക, സാംസ്ക്കാരിക രംഗങ്ങളിൽ ഭിന്നശേഷിക്കാരെയും അവശരെയും ഉൾപ്പെടുത്താനുള്ള അവബോധം വളർത്തുന്നതും ഇതിന്റെ ലക്ഷ്യങ്ങളിൽപ്പെടുന്നു.

ഡിസംബർ 4

ഇന്ത്യൻ നാവികസേനാദിനം (Indian Navy Day)

ഇന്ത്യൻ നാവികസേനയുടെ നേട്ടങ്ങളും ഇന്ത്യയ്ക്ക് സുരക്ഷ ഉറപ്പാക്കുന്നതിൽ നാവികസേന വഹിക്കുന്ന പങ്കും പ്രകീർത്തിക്കാനും അവർ അഭിമുഖീകരിക്കുന്ന പ്രശ്നങ്ങളിലേക്ക് ശ്രദ്ധ ക്ഷണിക്കാനും ഡിസംബർ 4, എല്ലാ വർഷവും നാവികസേനാദിനമായി ആചരിക്കുന്നു. സമുദ്രാതിർത്തികൾ കാക്കുന്നതിനും സമുദ്രപാതകൾ വഴി മറ്റു രാജ്യങ്ങളുമായുള്ള ബന്ധങ്ങൾ നിലനിർത്തുന്നതിനും മാത്രമല്ല, കടലിൽ അപകടത്തിൽപ്പെടുന്നവരെ രക്ഷിക്കുന്നതിനും നാവികസേന സദാ ജാഗരൂകമായി പ്രവർത്തിക്കുന്നു. 1972 മുതലാണ് ഡിസംബർ 4 നാവികസേനാദിനമായി ആചരിക്കാൻ തുടങ്ങിയത്.

ഇൻഡോ-പാക്ക് യുദ്ധത്തിൽ, 1971 ഡിസംബർ 4-ന് നടന്ന ഓപ്പറേഷൻ ട്രൈഡെന്റ് എന്ന സൈനികനടപടിയുടെ ഓർമ്മ നിലനിർത്താനാണ് സേനാദിനാചരണത്തിന് ഈ ദിവസം തീരുമാനിച്ചത്. ഇന്ത്യൻ നാവികസേനയുടെ മിസൈൽ ബോട്ടുകൾ കറാച്ചി തുറമുഖം ആക്രമിച്ച് പാകിസ്ഥാന്റെ നാല് കപ്പലുകൾ നശിപ്പിക്കുകയും, ഇന്ത്യൻ സൈനികരിലാർക്കും ജീവഹാനി സംഭവിക്കാതെ നൂറുക്കണക്കിന് പാകിസ്ഥാൻ സൈനികരെ വധിക്കുകയും ചെയ്ത സൈനികനടപടിയാണ് ഓപ്പറേഷൻ ട്രൈഡെന്റ്. ഈ ചരിത്രവിജയത്തിന്റെ ഓർമ്മകൾക്കൊപ്പം, ഈ യുദ്ധത്തിൽ വീരമൃത്യു വരിച്ച നാവികസേനാംഗങ്ങൾക്ക് അശ്രുപൂജയർപ്പിക്കാനും ഈ ദിനം ആഹ്വാനം ചെയ്യുന്നു.

ഡിസംബർ 5

ലോക മണ്ണു ദിനം (World Soil Day)

ഡിസംബർ 5, ലോകമണ്ണുദിനമാണ്. ഭൂമിയിലെ ജീവന്റെ നിലനില്പിനാധാരമായ പ്രകൃതിവിഭവങ്ങളിലൊന്നായ മണ്ണിനെ അറിയാനുള്ള ദിവസമാണിത്. ജീവജാലങ്ങൾക്ക് വേണ്ടി മണ്ണ് ചെയ്യുന്ന സേവനങ്ങളെപ്പറ്റി ജനങ്ങൾക്ക് അവബോധം പകരുകയാണ് ഇതിന്റെ പ്രധാന ലക്ഷ്യം. അമിതചൂഷണവും മലിനീകരണവും, സംരക്ഷിക്കുന്നതിലും പരിപാലിക്കുന്നതിലുമുള്ള അലംഭാവവും മൂലം, ആയിരക്കണക്കിന് വർഷങ്ങളിലൂടെ രൂപപ്പെടുന്ന മണ്ണെന്ന ഈ അമൂല്യ വിഭവസ്രോതസ്സ് വൻതോതിലുള്ള ശോഷണത്തിന് വിധേയമായിക്കൊണ്ടിരിക്കുകയാണ്. ഭൂമിയിൽ മനുഷ്യൻ ഉൾപ്പെടെയുള്ള ജീവജാലങ്ങളുടെ നിലനില്പിനെത്തന്നെ ദോഷകരമായി ബാധിച്ചേക്കാവുന്ന ഈ ശോഷണത്തെപ്പറ്റി ജനങ്ങളെ ബോധവാന്മാരാക്കാനും മണ്ണിന് സംരക്ഷണം ഉറപ്പുവരുത്താനും ലക്ഷ്യമിട്ടാണ് മണ്ണുദിനം ആചരിക്കുന്നത്.

മണ്ണുശാസ്ത്രജ്ഞരുടെ ലോകസംഘടനയായ ഇന്റർനാഷണൽ യൂണിയൻ ഓഫ് സോയിൽ സയൻസസ് 2002-ൽ, മണ്ണിന് സംഭവിച്ചുകൊണ്ടിരിക്കുന്ന നാശത്തെക്കുറിച്ചും അത് തടയേണ്ടതിനെക്കുറിച്ചും ബോധവൽക്കരണം നടത്താൻ ഒരു ലോകദിനം വേണമെന്ന ആശയം പങ്കുവച്ചു. അതനുസരിച്ച്, തായ്‌ലന്റിലെ രാജാവിന്റെ നേതൃത്വത്തിൽ ഭക്ഷ്യ-കാർഷികസംഘടന ഈ ദിനാചരണം നടത്തി. പിന്നീട്, 2013-ൽ ഐക്യരാഷ്ട്ര പൊതുസഭ ഈ ദിനാചരണത്തിന് അംഗീകാരം കൊടുക്കുകയും 2014 മുതൽ ഔദ്യോഗികമായി ദിനാചരണം തുടങ്ങുകയും ചെയ്തു. ലോകത്ത് ഏറ്റവുമധികം കാലം അധികാരത്തിലിരുന്ന ഭരണാ

ധികാരിയെന്ന് കീർത്തികേട്ട തായ്‌ലന്റ് രാജാവ് ഭൂമിബൊൽ അതുല്യ തേജിന്റെ ജന്മദിനമാണ് മണ്ണുദിനമായി തിരഞ്ഞെടുത്തിരിക്കുന്നത്. 1927 ഡിസംബർ 5 ആണ് അദ്ദേഹത്തിന്റെ ജന്മദിനം.

ഡിസംബർ 7

സായുധസേനാ പതാക ദിനം (Armed Forces Flag Day)

ഡിസംബർ 7, ഇൻഡ്യയിൽ സായുധസേനാപതാകദിനമാണ്. 1949 മുതലാണ് ദിനാചരണം തുടങ്ങിയത്. രാജ്യത്തിന്റെ മാനം കാക്കുന്ന തിനുള്ള പോരാട്ടങ്ങളിൽ ജീവൻ വെടിഞ്ഞ ധീര രക്തസാക്ഷികളോ ടുള്ള ആദരസൂചകമായിട്ടാണ് ഈ ദിനാചരണം ആരംഭിച്ചത്. അതോ ടൊപ്പം, സൈനികരുടെയും അവരുടെ കുടുംബാംഗങ്ങളുടെയും ക്ഷേമം, വിമുക്തഭടന്മാരുടെയും കുടുംബങ്ങളുടെയും പുനരധിവാസം, വീരമൃത്യു പ്രാപിച്ചവരുടെ കുടുംബങ്ങളുടെയും സൈനികരുടെ വിധവകളുടെയും പുനരധിവാസവും ക്ഷേമവും എന്നിവയും ദിനാചരണത്തിന്റെ ലക്ഷ്യ ങ്ങളിൽപ്പെടുന്നു. മാതൃരാജ്യത്തിനും അതിലെ ജനങ്ങൾക്കും വേണ്ടി ജീവൻ പണയം വച്ച് പ്രവർത്തിക്കുന്ന സായുധസേനാംഗങ്ങളെയും, രാഷ്ട്രസുരക്ഷയ്ക്കായി ജീവിതത്തിന്റെ നല്ലകാലം ചെലവഴിച്ച വിമു ക്തഭടന്മാരെയും അവരുടെ ആശ്രിതരെയും സംരക്ഷിക്കാനുള്ള ഉത്തര വാദിത്തം ഇവിടത്തെ ഓരോ പൗരനുമുണ്ടെന്ന് രാജ്യം കരുതുന്നതിനാൽ അവരുടെ ക്ഷേമത്തിനാവശ്യമായ ധനസമാഹരണവും ഈ ദിനത്തിൽ നടത്തപ്പെടുന്നു. അതിനായി, മൂന്ന് സേനാ പതാകകളുടെയും ചെറിയ മാതൃകകൾ രാജ്യത്തുടനീളം വില്പന നടത്തുകയും വിതരണം ചെയ്ത് സംഭാവനകൾ സ്വീകരിക്കുകയും ചെയ്യുന്നു. സാധാരണ പൗരന്മാരുടെ സ്വാതന്ത്ര്യവും സ്വൈരജീവിതവും ഉറപ്പാക്കാനായി സ്വന്തം ജീവനും ജീവിതവും സമർപ്പിക്കുന്ന മുഴുവൻ സൈനികരെയും വിമുക്തഭടന്മാ രെയും രക്തസാക്ഷികളെയും നന്ദിയോടെ സ്മരിക്കാനുള്ള ദിവസമാണ് സായുധസേനാ പതാകദിനം.

ഡിസംബർ 7

അന്താരാഷ്ട്ര വ്യോമയാനദിനം (International Civil Aviation Day)

ലോകരാജ്യങ്ങളുടെ സാമൂഹ്യ-സാമ്പത്തിക പുരോഗതിയിൽ വ്യോമ ഗതാഗതത്തിനുള്ള പ്രാധാന്യത്തെക്കുറിച്ച് അവബോധമുണർത്താനുള്ള

ദിനമാണ് അന്താരാഷ്ട്ര വ്യോമയാനദിനമായ ഡിസംബർ 7. അന്താരാഷ്ട്ര വ്യോമഗതാഗതത്തിന്റെ സുരക്ഷാകാര്യങ്ങൾ പാലിക്കുന്നതിന് ഉത്തര വാദിത്തപ്പെട്ടതും 1944-ൽ മോൺട്രീൽ ആസ്ഥാനമായി നിലവിൽ വന്നതുമായ അന്താരാഷ്ട്ര സിവിൽ വ്യോമയാന സംഘടന(ഇന്റർ നാഷണൽ സിവിൽ ഏവിയേഷൻ ഓർഗനൈസേഷൻ-ICAO) യുടെ 50-ാം വാർഷികം ആഘോഷിക്കുന്നതിന്റെ ഭാഗമായി 1994 ഡിസംബർ 7 ആദ്യ അന്താരാഷ്ട്ര വ്യോമയാനദിനമായി ആചരിക്കപ്പെട്ടു. 1996-ൽ ഐക്യരാഷ്ട്ര പൊതുസഭ ഈ ദിനാചരണത്തിന് അംഗീകാരം നൽകി. ലോകമെങ്ങുമുള്ള വ്യോമഗതാഗതത്തിന് സുരക്ഷയും കാര്യക്ഷമതയും ഉറപ്പുവരുത്തുന്ന കാര്യത്തിൽ ICAO വഹിക്കുന്ന നിസ്തുലമായ പങ്കിനെ പ്രകീർത്തിക്കാനും ഈ ദിനം ലക്ഷ്യമിടുന്നു.

ഓരോ പ്രത്യേക പ്രമേയം അടിസ്ഥാനമാക്കിയാണ് വ്യോമയാന ദിനാഘോഷങ്ങൾ നടത്തുന്നത്. സംഘടനയുടെ ഭരണസമിതി നിശ്ചയിക്കുന്ന പ്രമേയം അഞ്ചു വർഷത്തേക്ക് മാറ്റാറില്ല. ആ ഒരേ പ്രമേയത്തെ അടിസ്ഥാനമാക്കിയായിരിക്കും അടുത്ത അഞ്ചുവർഷത്തെ ദിനാചരണപ്രവർത്തനങ്ങൾ.

ഡിസംബർ 9

അന്താരാഷ്ട്ര അഴിമതിവിരുദ്ധ ദിനം (International Anti-Corruption Day)

അഴിമതിയെക്കുറിച്ചും അഴിമതിയിൽ നിന്ന് മുക്തി നേടേണ്ടതിന്റെ ആവശ്യകതയെക്കുറിച്ചും അവബോധം പകരുന്നതിനും അങ്ങനെ ലോകത്തുനിന്ന് അഴിമതി നിർമ്മാർജ്ജനം ചെയ്യുന്നതിനുമായി ലോകമെങ്ങും ആചരിക്കപ്പെടുന്നതാണ് അഴിമതിവിരുദ്ധദിനം. ഇത് എല്ലാ വർഷവും ഡിസംബർ 9-നാണ് ആചരിക്കുന്നത്. 2003-ലാണ്, അഴിമതി തുടച്ചുനീക്കാൻ പൊതുജനങ്ങളെ ബോധവൽക്കരിക്കണമെന്നും അതിനായി ഒരു ദിവസം മാറ്റിവയ്ക്കണമെന്നും ഐക്യരാഷ്ട്രസഭ തീരുമാനിച്ചത്. അഴിമതിനിർമ്മാർജ്ജനം ലക്ഷ്യമിട്ട് 2003 ഒക്ടോബർ 31-ന് ഐക്യരാഷ്ട്രസഭ പാസാക്കിയ അഴിമതിവിരുദ്ധ ഉടമ്പടി (United Nations Convention against Corruption)നിലവിൽ വന്നത് 2005 ഡിസംബർ 9-നായിരുന്നതിനാൽ ആ ദിനം തന്നെ അഴിമതിവിരുദ്ധദിനമായി പ്രഖ്യാപിക്കുകയായിരുന്നു.

കുറ്റകൃത്യങ്ങൾക്കും തീവ്രവാദത്തിനും അതുപോലുള്ള സാമൂഹിക തിന്മകൾക്കും വഴിയൊരുക്കുന്ന അഴിമതി സമൂഹത്തിന്റെ സുരക്ഷിതത്വത്തിനും സുസ്ഥിരതയ്ക്കും ഭീഷണിയാകുന്നു. ജനാധിപത്യത്തിന്റെയും

നീതിന്യായവ്യവസ്ഥയുടെയും ധാർമ്മികമൂല്യങ്ങൾക്ക് തുരങ്കം വയ്ക്കുന്നു. മനുഷ്യാവകാശനിഷേധങ്ങൾക്ക് വഴിയൊരുക്കുന്നു. വിദ്യാഭ്യാസം, വികസനം, രാഷ്ട്രപുരോഗതി എന്നിങ്ങനെ എല്ലാ മേഖലകളെയും തളർത്തുന്നു. സുസ്ഥിരവികസനലക്ഷ്യങ്ങളിലേക്കുള്ള മുന്നേറ്റത്തെയും ഇത് തടസ്സപ്പെടുത്തുന്നു. മനുഷ്യന്റെ സമസ്തമേഖലകളെയും അഴിമതി എത്രത്തോളം ഹാനികരമായി ബാധിക്കുമെന്നതിനെ സംബന്ധിച്ച അറിവും അവബോധവും പകർന്ന് ഈ ദുഷ്പ്രവണത സമൂഹത്തിൽ നിന്ന് തുടച്ചുനീക്കുകയാണ് അഴിമതിവിരുദ്ധ ദിനാചരണത്തിന്റെ ലക്ഷ്യം.

ഡിസംബർ 11

യൂനിസെഫ് ദിനം (UNICEF Day)

ലോകമെങ്ങുമുള്ള കുട്ടികളുടെ ആവശ്യങ്ങളും അവകാശങ്ങളും സംരക്ഷിക്കുന്നതിനെക്കുറിച്ച് ജനങ്ങളിൽ അവബോധം വളർത്തുന്നതിന് വേണ്ടി എല്ലാ വർഷവും ഡിസംബർ 11 യൂനിസെഫ് ദിനമായി ആചരിക്കുന്നു. യൂനിസെഫ് രൂപംകൊണ്ടതിന്റെ ഓർമ്മ നിലനിർത്താനാണ് ഈ ദിനാചരണം തുടങ്ങിയത്.

കുട്ടികളുടെ ക്ഷേമത്തിനായി, യൂനിസെഫ് എന്ന ചുരുക്കപ്പേരിലറിയപ്പെടുന്ന യുണൈറ്റഡ് നേഷൻസ് ഇന്റർനാഷണൽ ചിൽഡ്രൻസ് എമർജൻസി ഫണ്ട് ഐക്യരാഷ്ട്രപൊതുസഭയുടെ കീഴിൽ രൂപീകൃതമായത് 1946 ഡിസംബർ 11-നാണ്. രണ്ടാം ലോകമഹായുദ്ധത്തിന്റെ പശ്ചാത്തലത്തിൽ രൂപംകൊണ്ട യൂനിസെഫിന്റെ ലക്ഷ്യം യുദ്ധക്കെടുതികൾക്ക് വിധേയരായ കുട്ടികളുടെ ആരോഗ്യം, പോഷകലഭ്യത, വിദ്യാഭ്യാസം, ക്ഷേമം എന്നിവ ഉറപ്പുവരുത്തുകയെന്നതായിരുന്നു. 1953-ൽ ഐക്യരാഷ്ട്രസഭയുടെ സ്ഥിരം സമിതിയായി മാറിയ യൂനിസെഫ്, ഇപ്പോൾ ലോകത്തിലെ എല്ലാ കുട്ടികൾക്കും മെച്ചപ്പെട്ടതും ആരോഗ്യപൂർണ്ണവുമായ ജീവിതത്തിനുള്ള അവകാശമുണ്ടെന്ന സന്ദേശം പ്രചരിപ്പിക്കാനും കുട്ടികളുടെ ഉന്നമനത്തിനു വേണ്ടി പ്രവർത്തിക്കാനും പ്രതിജ്ഞാബദ്ധമാണ്.

ഡിസംബർ 11

രാജ്യാന്തര പർവ്വതദിനം (International Mountain Day)

ലോകമെങ്ങുമുള്ള പർവ്വതങ്ങളുടെ സംരക്ഷണവും സുസ്ഥിരവികസനവും മുൻനിർത്തി ആചരിക്കുന്ന ദിനമാണ് അന്താരാഷ്ട്ര പർവ്വത

ദിനം. പർവ്വതങ്ങളുടെ പ്രസക്തിയെക്കുറിച്ചും അവയുടെ മേലുള്ള കടന്നുകയറ്റങ്ങളും അമിതചൂഷണവും അവസാനിപ്പിക്കേണ്ടതിന്റെ ആവശ്യകതയെക്കുറിച്ചും അവബോധം വളർത്തുന്നതിനായി എല്ലാ വർഷവും ഡിസംബർ 11-നാണ് ഈ ദിനാചരണം നടക്കുന്നത്.

ഐക്യരാഷ്ട്രസഭയുടെ കണക്കുകൾ പ്രകാരം, ഭൂമിയുടെ 27% ഭാഗത്ത് വ്യാപിച്ചുകിടക്കുന്ന പർവ്വതങ്ങളുമായി ബന്ധപ്പെട്ടാണ് ലോകജനതയുടെ 15 ശതമാനവും വസിക്കുന്നത്. ലോകത്തെ നാലിലൊന്ന് സസ്യങ്ങളും ജന്തുക്കളും വളരുന്നതും പർവ്വതആവാസവ്യവസ്ഥകളിലാണ്. ലോകത്തെ ഏറ്റവും വലിയ പ്രകൃതിസമ്പത്തായ പർവ്വതങ്ങളുടെ സാന്നിദ്ധ്യമാണ് ലോകത്തെ പകുതിയിലധികം ജനങ്ങൾക്ക് കുടിവെള്ളവും ഭക്ഷണവും ലഭ്യമാകുന്നതിന് ഹേതു. ജീവിക്കാനനുയോജ്യമായ കാലാവസ്ഥയും മനോഹരമായ ഭൂപ്രകൃതിയും മറ്റ് ഭൗതികസാഹചര്യങ്ങളും നൽകുന്നതിലും ആവാസവ്യവസ്ഥകളുടെ സന്തുലിതാവസ്ഥ നിലനിർത്തുന്നതിലും പർവ്വതങ്ങൾ വഹിക്കുന്ന പങ്ക് വളരെ നിർണ്ണായകവും പകരം വയ്ക്കാൻ മറ്റൊന്നില്ലാത്തതുമാണ്. എന്നാൽ, വർദ്ധിച്ചുവരുന്ന മനുഷ്യഇടപെടലുകൾ മൂലം ഇവ ഗുരുതരമായ നിലനില്പ് ഭീഷണി നേരിടുന്ന സാഹചര്യത്തിലാണ് ബോധവൽക്കരണത്തിലൂടെ അവയുടെ സംരക്ഷണം ലക്ഷ്യമിട്ട് ഐക്യരാഷ്ട്രസഭ ഡിസംബർ 11 അന്താരാഷ്ട്ര പർവ്വതദിനമായി പ്രഖ്യാപിച്ചത്. 2003-ലാണ് ആദ്യ ദിനാചരണം നടന്നത്.

ഡിസംബർ 14

ദേശീയ ഊർജ്ജസംരക്ഷണ ദിനം
(National Energy Conservation Day)

എല്ലാ വർഷവും ഡിസംബർ 14 ദേശീയതലത്തിൽ ഊർജ്ജസംരക്ഷണദിനമായി ആചരിക്കുന്നു. അനാവശ്യ ഉപയോഗം ഒഴിവാക്കിയും ഉപയോഗം പരിമിതപ്പെടുത്തിയും പാരമ്പര്യേതര ഊർജ്ജസ്രോതസ്സുകൾ കഴിയുന്നത്ര ഉപയോഗപ്പെടുത്തിയും ഊർജ്ജം സംരക്ഷിക്കേണ്ടതിന്റെ ആവശ്യകതയെപ്പറ്റി ജനങ്ങളെ ബോധവാന്മാരാക്കുകയാണ് ദിനാചരണത്തിന്റെ ലക്ഷ്യം. 1991 മുതൽ ഈ ദിനാചരണം നടന്നുവരുന്നു. കേന്ദ്ര ഊർജ്ജവകുപ്പിന് കീഴിലുള്ള ബ്യൂറോ ഓഫ് എനർജി എഫിഷ്യൻസി എന്ന സ്ഥാപനമാണ് ദിനാചരണത്തിന് ചുക്കാൻ പിടിക്കുന്നത്.

ഊർജ്ജത്തിന്റെ പ്രാധാന്യവും ഊർജ്ജ ഉപഭോഗത്തിൽ സ്വയം നിയന്ത്രണങ്ങൾ ഏർപ്പെടുത്തുകയും ഊർജ്ജസംരക്ഷണമാർഗ്ഗങ്ങൾ

പിന്തുടരുകയും ചെയ്യേണ്ടതിന്റെ ആവശ്യകതയും സംബന്ധിച്ച ബോധവൽക്കരണം നൽകിക്കൊണ്ട് രാജ്യത്ത് ഊർജ്ജസംരക്ഷണം നടപ്പാക്കാനും ഊർജ്ജസ്വയംപര്യാപ്തത കൈവരിക്കാനും ഈ ദിനാചരണം ലക്ഷ്യമിടുന്നു. ഊർജ്ജോപയോഗം മൂലമുണ്ടാകുന്ന സാമ്പത്തികഭാരം കുറയ്ക്കുന്നതിനും വരുംതലമുറകൾക്കുള്ള ഊർജ്ജം കരുതിവയ്ക്കുന്നതിനും ഓരോ വ്യക്തിയും ഊർജ്ജോപയോഗം കുറയ്ക്കേണ്ടത് അനിവാര്യമാണെന്ന് ഓരോ ദിനാചരണവും ഓർമ്മപ്പെടുത്തുന്നു. ഈ ദിനത്തിൽ, വ്യവസായ മേഖലയിൽ ഊർജ്ജോപഭോഗം കുറയ്ക്കുന്നവർക്ക് പ്രോത്സാഹനമായി ദേശീയ ഊർജ്ജസംരക്ഷണപുരസ്ക്കാരങ്ങൾ നൽകുന്നു. ഊർജ്ജോപയോഗവും ഊർജ്ജനഷ്ടവും കുറയ്ക്കാനുള്ള ആശയങ്ങൾക്കും അത്തരം ഉപകരണങ്ങൾ രൂപകല്പന ചെയ്ത് വിപണനം ചെയ്യുന്നവർക്കുമൊക്കെയാണ് പുരസ്ക്കാരങ്ങൾ നൽകാറുള്ളത്.

ഡിസംബർ 16

വിജയദിവസം (Victory Day/Vijay Diwas)

1971-ലെ ഇന്തോ-പാക്ക് യുദ്ധത്തിൽ പാക്കിസ്ഥാനെതിരെ ഇൻഡ്യൻ സേന നേടിയ ചരിത്രവിജയത്തിന്റെ സ്മരണയ്ക്കായി എല്ലാ വർഷവും ഡിസംബർ 16 വിജയദിവസമായി ആചരിക്കുന്നു. ഡിസംബർ 3-ന് പാക്കിസ്ഥാൻ തുടങ്ങിവച്ച യുദ്ധം 13-ാം ദിവസം അവസാനിച്ചത് 93000 ത്തോളം വരുന്ന പാക്കിസ്ഥാൻ സൈനികർ ഇൻഡ്യൻ സേനയ്ക്ക് മുന്നിൽ മുട്ടുമടക്കിയതോടെയാണ്. കിഴക്കൻ പാക്കിസ്ഥാൻ സ്വതന്ത്രമാകാനും ബംഗ്ലാദേശെന്ന രാജ്യം രൂപംകൊള്ളാനും വഴിതെളിച്ച ഈ യുദ്ധം ഇൻഡ്യൻ സേനയുടെ എക്കാലത്തെയും വലിയ വിജയമായി പരിഗണിക്കപ്പെടുന്നു. യുദ്ധത്തിൽ പങ്കെടുത്ത് വിജയം കൊയ്ത ധീരജവാന്മാരെയും വീരമൃത്യു വരിച്ച ധീരദേശാഭിമാനികളെയും ആദരിക്കാനുള്ള ദിവസം കൂടിയാണിത്.

ഡിസംബർ 18

അന്താരാഷ്ട്ര കുടിയേറ്റദിനം (International Migrants Day)

ഐക്യരാഷ്ട്ര സഭ അന്താരാഷ്ട്ര കുടിയേറ്റദിനമായി പ്രഖ്യാപിച്ച ദിവസമാണ് ഡിസംബർ 18. സ്വന്തം ജന്മദേശത്തെ ആഭ്യന്തരകലാപം, ദാരിദ്ര്യം, തൊഴിലില്ലായ്മ, വിവേചനം എന്നിങ്ങനെ പല കാരണങ്ങളാലും, മെച്ചപ്പെട്ട വിദ്യാഭ്യാസവും തൊഴിലും ജീവിതസൗകര്യങ്ങളും തേടിയും സ്വദേശം വിട്ട് അന്യരാജ്യങ്ങളിലേക്ക് കുടിയേറുന്നവരുടെ എണ്ണം കൂടി

ക്കൊണ്ടിരിക്കുകയാണ്. ഇത്തരം കുടിയേറ്റക്കാരുടെയും അഭയാർത്ഥികളുടെയും പ്രസക്തിയെപ്പറ്റിയും അവരുടെ അവകാശങ്ങളും അന്തസ്സും സംരക്ഷിക്കേണ്ടതിന്റെ ആവശ്യകതയെപ്പറ്റിയും അവബോധം വളർത്താനായിട്ടാണ് കുടിയേറ്റദിനം ആചരിക്കുന്നത്. 1990-ൽ ഐക്യരാഷ്ട്രസഭ, കുടിയേറ്റത്തൊഴിലാളികളുടെയും അവരുടെ കുടുംബാംഗങ്ങളുടെയും അവകാശങ്ങൾ സംരക്ഷിക്കാനുള്ള അന്താരാഷ്ട്ര ഉടമ്പടി ഒപ്പുവച്ചതിന്റെ ഓർമ്മയ്ക്കായി, 1997-ൽ ഫിലിപ്പീൻസുകാരും ഏഷ്യയിലെ കുടിയേറ്റക്കാരുടെ സംഘടനകളുമാണ് ആദ്യമായി കുടിയേറ്റ ഐക്യദിനം ആചരിച്ചത്. 2000 ഡിസംബറിൽ ഐക്യരാഷ്ട്രസഭ ഡിസംബർ 18 അന്താരാഷ്ട്ര കുടിയേറ്റദിനമായി അംഗീകരിക്കുകയും അതനുസരിച്ച് വർഷംതോറും ദിനാചരണം നടന്നുവരികയും ചെയ്യുന്നു.

ഡിസംബർ 22

ദേശീയ ഗണിതശാസ്ത്രദിനം (National Mathematics Day)

ഗണിതശാസ്ത്രപ്രതിഭയായിരുന്ന ശ്രീനിവാസ രാമാനുജന്റെ ജന്മദിനമായ ഡിസംബർ 22 ഇൻഡ്യയിൽ ദേശീയ ഗണിതശാസ്ത്രദിനമായിട്ടാണ് ആചരിക്കുന്നത്. 1887 ഡിസംബർ 22-ന് തമിഴ്നാട്ടിലെ ഈറോഡിൽ ജനിച്ച രാമാനുജൻ ഗണിതശാസ്ത്രത്തിന്റെ വിവിധ ശാഖകൾക്ക് വളരെ ശ്രദ്ധേയമായ അനേകം സംഭാവനകൾ നൽകിയിട്ടുണ്ട്. ഇവ പരിഗണിച്ച് 2012-ൽ അന്നത്തെ പ്രധാനമന്ത്രി മൻമോഹൻ സിങ്ങാണ് ഈ മഹാപ്രതിഭയുടെ ജന്മദിനം ദേശീയ ഗണിതശാസ്ത്രദിനമായി പ്രഖ്യാപിച്ചത്.

മനുഷ്യപുരോഗതിക്ക് ഗണിതശാസ്ത്രം എത്രത്തോളം പ്രയോജനപ്പെടുന്നുവെന്ന് പൊതുജനങ്ങളെ ബോദ്ധ്യപ്പെടുത്തുകയും യുവതലമുറയെ ഇത് പഠിക്കാൻ പ്രേരിപ്പിക്കുകയുമാണ് ഈ ദിനാചരണം കൊണ്ടുദ്ദേശിക്കുന്നത്. വിദ്യാർത്ഥികളിൽ നിന്ന് ഗണിതശാസ്ത്രത്തോടുള്ള ഭയം മാറ്റിയെടുത്ത് അവർക്ക് ഇതിൽ താല്പര്യം ജനിപ്പിക്കുന്ന രീതിയിലുള്ള പരിപാടികളാണ് ഇതിന്റെ ഭാഗമായി നടത്തപ്പെടുന്നത്. ലോകമൊട്ടാകെയുള്ള സ്കൂളുകളിലും കോളേജുകളിലും മറ്റ് വിദ്യാഭ്യാസസ്ഥാപനങ്ങളിലും, ഈ മേഖലയിലെ പ്രഗത്ഭരുടെ നേതൃത്വത്തിൽ ഗണിതശാസ്ത്രാദ്ധ്യാപകർക്കും വിദ്യാർത്ഥികൾക്കും പരിശീലനക്ലാസ്സുകളും പഠനക്യാമ്പുകളും സംഘടിപ്പിക്കാറുമുണ്ട്.

ഡിസംബർ 23

ദേശീയ കർഷകദിനം/ കിസാൻ ദിവസ് (National Farmer's Day)

എല്ലാ വർഷവും ഡിസംബർ 23 ദേശീയതലത്തിൽ കർഷകദിനമായി ആചരിക്കുന്നു. ഇൻഡ്യൻ ജനസമൂഹങ്ങളുടെ നട്ടെല്ലായ കാർഷികവൃത്തിയിൽ ഏർപ്പെടുന്ന കർഷകരെ ആദരിക്കുന്നതിനും അവർ നാടിന് നൽകുന്ന മഹത്തായ സേവനങ്ങൾ പ്രകീർത്തിക്കുന്നതിനുമായിട്ടാണ് ഈ ദിനാചരണം. സ്വതന്ത്ര ഇൻഡ്യയുടെ അഞ്ചാമത്തെ പ്രധാനമന്ത്രിയായ ചൗധരി ചരൺസിങ്ങിന്റെ ജന്മദിനമാണ് കിസാൻ ദിവസ് എന്നും അറിയപ്പെടുന്ന കർഷകദിനമായി ആചരിക്കുന്നത്.

1902 ഡിസംബർ 23-നാണ് ചരൺസിങ്ങ് ജനിച്ചത്. 1979 ജൂലൈ 28 മുതൽ 1980 ജനുവരി വരെ മാത്രം നീണ്ടുനിന്ന പ്രധാനമന്ത്രി പദവിക്കിടയിൽ അദ്ദേഹം കർഷകരുടെ ജീവിതനിലവാരം ഉയർത്താനായി ക്ഷേമപദ്ധതികൾ നടപ്പാക്കുകയും കർഷകർ നേരിടുന്ന പ്രശ്നങ്ങളെപ്പറ്റി പുസ്തകങ്ങളെഴുതുകയും അവരുടെ പ്രശ്നങ്ങൾക്ക് പല പരിഹാരമാർഗ്ഗങ്ങൾ നിർദ്ദേശിക്കുകയും ചെയ്തു. കർഷകരോടുള്ള അദ്ദേഹത്തിന്റെ ആഭിമുഖ്യം മാനിച്ച് 2001-ലാണ് കേന്ദ്ര സർക്കാർ ഡിസംബർ 23 കർഷകദിനമായി പ്രഖ്യാപിച്ചത്.

ഡിസംബർ 24

ദേശീയ ഉപഭോക്തൃ അവകാശദിനം (National Consumer Rights Day)

ഡിസംബർ 24 ഇൻഡ്യയിൽ ദേശീയ ഉപഭോക്തൃ അവകാശദിനമായി ആചരിച്ചുവരുന്നു. ഉപഭോക്താവിന്റെ നിയമപരമായ അവകാശങ്ങളെക്കുറിച്ച് ജനങ്ങൾക്ക് ബോധവൽക്കരണം നൽകാനാണ് ഈ ദിനാചരണം നടത്തുന്നത്. ഉല്പന്നങ്ങൾ തിരഞ്ഞെടുക്കാനും വിലപേശാനും മാത്രമല്ല, ഉല്പന്നങ്ങളെപ്പറ്റി കൃത്യമായ വിവരങ്ങൾ അറിയാനും ദോഷകരമായ ഉല്പന്നങ്ങളിൽ നിന്ന് സംരക്ഷണം കിട്ടാനും ഉപഭോക്തൃസേവനങ്ങൾ ലഭ്യമാകാനുമൊക്കെ ഉപഭോക്താവിന് അവകാശമുണ്ട്. മാത്രമല്ല, തൂക്കത്തിലോ അളവിലോ ഗുണമേന്മയിലോ സേവനങ്ങളിലോ പറ്റിക്കപ്പെട്ടാൽ പരാതികൾ ഉന്നയിക്കാനും വിപണിയിലെ ദുഷ്പ്രവണതകൾക്കെതിരെ പ്രതികരിക്കാനും പ്രതിഷേധിക്കാനുമുള്ള അവകാശവും ഉപഭോക്താവിനുണ്ട്. ഇതിനെക്കുറിച്ചെല്ലാം അറിവ് പകരുകയാണ് ദിനാചരണത്തിന്റെ ലക്ഷ്യം. വിൽക്കുന്നവരുടെ ചൂഷണത്തിൽ നിന്ന് വാങ്ങുന്നവരെ സംരക്ഷിക്കുകയാണ് ഇതിലൂടെ ലക്ഷ്യമിടുന്നത്.

1986 ഡിസംബർ 24-നാണ് ഇൻഡ്യയിൽ ഉപഭോക്തൃസംരക്ഷണനിയമം പ്രാബല്യത്തിൽ വന്നത്. 2019 ഓഗസ്റ്റ് 6-ന് ഇത് പരിഷ്ക്കരിക്കപ്പെട്ടു. അതിന് ശേഷമാണ് ഉപഭോക്തൃകാര്യ-ഭക്ഷ്യ-പൊതുവിതരണ മന്ത്രാലയം, ഉപഭോക്തൃസംരക്ഷണനിയമം പ്രാബല്യത്തിൽ വന്ന ദിവസത്തിന്റെ ഓർമ്മയ്ക്കായി ദേശീയ ഉപഭോക്തൃദിനമെന്നും അറിയപ്പെടുന്ന ദേശീയ ഉപഭോക്തൃ അവകാശ ദിനാചരണം തുടങ്ങിയത്. സമാനമായ ലക്ഷ്യങ്ങളോടെ മാർച്ച് 15 ലോക ഉപഭോക്തൃ അവകാശ ദിനമായും ആചരിക്കപ്പെടുന്നു.

ഡിസംബർ 25

സദ്ഭരണദിനം (Good Governance Day)

രാജ്യത്ത് ഡിസംബർ 25 സദ്ഭരണദിനമായി ആചരിക്കുന്നു. ഇൻഡ്യയുടെ പത്താമത് പ്രധാനമന്ത്രിയായിരുന്ന അടൽ ബിഹാരി വാജ്പേയിയോടുള്ള ആദരസൂചകമായിട്ടാണ് അദ്ദേഹത്തിന്റെ ജന്മവാർഷികദിനം സദ്ഭരണദിനമായി പ്രഖ്യാപിച്ചിരിക്കുന്നത്. നീതിജ്ഞനായ ഭരണകർത്താവെന്നതിനെക്കാളുപരി അറിയപ്പെടുന്ന കവിയും രാജ്യതന്ത്രജ്ഞനുമായിരുന്ന വാജ്പേയി 1924 ഡിസംബർ 25-നാണ് മദ്ധ്യപ്രദേശിലെ ഗ്വാളിയറിൽ ജനിച്ചത്. സദ്ഭരണത്തിന് പേരെടുത്ത വാജ്പേയിക്കും മരണാനന്തര ബഹുമതിയായി പണ്ഡിറ്റ് മദൻമോഹൻ മാളവ്യയ്ക്കും രാജ്യത്തിന്റെ ഏറ്റവും വലിയ പുരസ്ക്കാരമായ ഭാരത്രത്ന 2014 ഡിസംബർ 23-ന് സമ്മാനിച്ച വേളയിലാണ് അദ്ദേഹത്തിന്റെ ജന്മദിനം സദ്ഭരണദിനമായും പ്രവൃത്തിദിവസമായും പ്രധാനമന്ത്രി നരേന്ദ്രമോദി പ്രഖ്യാപിച്ചത്. രാജ്യത്തെ ജനങ്ങളെ സദ്ഭരണത്തിന്റെ പ്രാധാന്യവും സർക്കാരിന്റെ ഉത്തരവാദിത്തങ്ങളും ബോദ്ധ്യപ്പെടുത്തുകയാണ് ഈ ദിനാചരണത്തിന്റെ ലക്ഷ്യം.

ഡിസംബർ 27

പകർച്ചവ്യാധി ജാഗ്രതാദിനം
(International Day of Epidemic Preparedness)

ഭാവിയിലുണ്ടായേക്കാവുന്ന പകർച്ചവ്യാധികൾ നേരിടാനുള്ള തയ്യാറെടുപ്പുകൾ നടത്താനും വിവിധതരം പകർച്ചവ്യാധികളെക്കുറിച്ചുള്ള വിവരങ്ങൾ പ്രചരിപ്പിക്കാനുമായി ഐക്യരാഷ്ട്രസഭയും ലോകാരോഗ്യ സംഘടനയും പ്രഖ്യാപിച്ച ദിനാചരണമാണ് പകർച്ചവ്യാധി ജാഗ്രതാ ദിനം.

ലോകമെങ്ങും കോവിഡ് 19 മഹാമാരി നാശം വിതച്ചതിന്റെ പശ്ചാത്തലത്തിലാണ് ഐക്യരാഷ്ട്ര പൊതുസഭ ഡിസംബർ 27 പകർച്ചവ്യാധി ജാഗ്രതാദിനമായി ആചരിക്കാൻ തീരുമാനിച്ചത്. 2020 ഡിസംബറിലാണ് ആദ്യദിനാചരണം നടന്നത്.

സമൂഹത്തിൽ പകർച്ചവ്യാധി ബോധവൽക്കരണം നല്ല രീതിയിൽ നടത്തുന്നതിനും അടിയന്തരഘട്ടങ്ങളിൽ രോഗവ്യാപനത്തെ ശരിയായ രീതിയിൽ പ്രതിരോധിക്കുന്നതിനുള്ള മാർഗ്ഗനിർദ്ദേശങ്ങൾ പ്രചരിപ്പിക്കുന്നതിനും ഈ ദിനാചരണം ലക്ഷ്യം വയ്ക്കുന്നു.

www.ingramcontent.com/pod-product-compliance
Lightning Source LLC
LaVergne TN
LVHW090402051026
849518LV00006B/2211
* 9 7 8 8 1 3 0 0 2 7 1 5 9 *